D1680368

சந்தியா
பதிப்பகம்

வண்ணதாசன் என்கிற கல்யாண சுந்தரம் பிரிட்டிஷ் இந்தியாவில் 22.08.1946இல் பிறந்தவர். பொதுவுடைமைக் கட்சியின் இதழாகிய ‘தாமரை’யின் தொடக்ககால ஆசிரியர் தி.க. சிவசங்கரனின் மகன். திருநெல்வேலியில் 21E சுடலைமாடன் தெரு இவரது ஜென்ம பூமி. இதே தெருவின் எண் 28இல் இளம் பருவத் தோழனாய் இருந்தவர் கலாப்ரியா. கலாப்ரியாவுக்கு இவர் கல்யாணி அண்ணன். இன்றுவரை இலக்கியத்தில் தனக்கு முன்னோடியாக வழி காட்டியாக ‘கல்யாணி அண்ணனைத் தான் சொல்லிக் கொண்டிருக்கிறார். வண்ணநிலவனும் விக்ரமாதித்யனும் சமகால எழுத்தாளர்கள்; தோழர்கள்; ஊர்க்காரர்கள். தமிழ்ச் சிறுகதை உலகில் 50 ஆண்டுகள் நிறைவு செய்த பின்னும் தளர்வின்றித் தடம் பதித்து வரும் வண்ணதாசன் தனது கவிதைகளுக்கு ‘கல்யாண்ஜி’ என்ற புனைப்பெயரைத் தழுவிக்கொள்கிறார். 36 வருடங்கள் வங்கியில் பணிபுரிந்தார். வங்கி வாழ்க்கை எவ்விதத்திலும் அவரது இயல்பு வாழ்க்கைக்கு எதிராக இருந்ததில்லை என்பதை அவரது படைப்புகள் நிரூபண சான்றாவணங்களாக மெய்ப்பிக்கின்றன. பணி இட மாற்றங்களின் பொருட்டு நகர்ந்து சென்ற இடங்களில் காணும் மனிதர்களே வாழ்க்கை சார்ந்த தேடலின் பாடமாகவும் பாடபேதங்களாகவும் இருந்துள்ளனர்.

‘நான் பயணித்த தூரம் குறைவு, பார்த்த இடங்கள் குறைவு’ என்று நேர்ப்பேச்சுகளில் இவர் கூறி வந்தாலும் எதிர்ப்படும் மனித முகங்கள் ஒவ்வொன்றும் இவருக்கு ஒவ்வொரு உலகத்தைவிட்டுச் செல்கின்றன. அந்த

ஒவ்வொரு உலகத்தின் பெருமூச்சும் பெருவியப்பும் இவருக்கு அனுபவங்களாகின்றன. மனித உணர்வுகளின் நோக்கை நுண்ணுணர்வைக் கண்டு சொல்கிற விந்தைக் கலைஞன் வண்ணதாசன் என்றால் அவற்றை அவர் பதிவு செய்யும் மொழியோ பிசிறற்றது; அசலானது. நம்மைப் பின்னிப் பிணைக்கும் வாய்மை நிறைந்த மாய வலை அது.

இதில் சிக்குண்டோர் பலர். அவர்களுக்குள்ளும் அன்பு விளியாக இவரை 'ஆசான்' என்று அழைக்கிறார் கவிஞர் சாம்ராஜ். 'அப்பா' என்றழைக்கிறார்கள் கவிஞர் இசையும் கவிஞர் வெண்ணிலாவும். ஆரவாரமற்ற உடல்மொழியும் மொழிநடையும் கொண்ட வண்ணதாசனின் மண்டலம் மென்னிழைகளாலும் மென்மொழியாலும் கட்டப் பட்டிருந்தாலும் அதில் உட்பொதிந்திருக்கும் வீர்யத்தையும் கனலையும் ஆவேசத்தையும் கண்டுணர்ந்து வெளிப் படுத்தி எழுதியவர் தமிழ்ச்செல்வன். 'வாழ்க்கைக்கென்ன அது பாட்டுக்கு என்னென்னவோ சொல்கிறது. வாழ்க்கை மாதிரி அலுக்காத கதை சொல்லி கிடையவே கிடையாது' என்று பேசுகிற வண்ணதாசனின் கதைகளும் கவிதைகளும் கடிதங்களும் மனித வாழ்க்கையையும் அதன் அனைத்து சாத்தியப்பாடுகளையும் நமக்கு வாரி வழங்கிக் கொண்டிருக்கின்றன. 'தானாக நிகழ்வதுதான் தரிசனம்' என்கிற லா.ச.ராவின் வரிகள் வண்ணதாசனின் வாழ்வுக்கும் அவரை வந்தடைகிற வாசகர்களுக்கும் முற்றிலும் பொருந்தும் எனச் சொல்லத் தோன்றுகிறது.

சந்தியா நடராஜன்

கமழ்ச்சி

வண்ணதாசன்

சந்தியா பதிப்பகம்
சென்னை - 83

கமழ்ச்சி

© வண்ணதாசன்

முதற்பதிப்பு: 2017 ● இரண்டாம் பதிப்பு: 2023

அளவு: டெமி ● தாள்: 60gsm ● பக்கம்: 208
அச்சு அளவு: 11 புள்ளி ● விலை: 250/-
அச்சாக்கம்: அருணா எண்டர்பிரைஸஸ்
சென்னை - 40.

சந்தியா பதிப்பகம்
புதிய எண்: 77, 53வது தெரு, 9வது அவென்யூ,
அசோக் நகர், சென்னை - 600 083.
தொலைபேசி: 24896979, 98409 52919.

ISBN: 978-93-87499-08-9

Kamalchi

© Vannadasan

First Edition: 2017

Printed at Aruna Enterprises.,
Chennai - 40.

Published by
Sandhya Publications
New No. 77, 53rd Street, 9th Avenue, Ashok Nagar,
Chennai - 600 083. Tamilnadu.
Ph : 044 - 24896979, 98409 52919

Price Rs. 250/-

sandhyapathippagam@gmail.com
sandhyapublications@yahoo.com
www.sandhyapublications.com

SAN-759

ஒளியோடும் மாயத்தோடும்...

ஏற்கனவே எழுதப்பட்ட, பிரசுரமான கதைகளின் தொகுப்பு ஒன்றுக்கு, முன்னுரை எழுத, அந்தக் கதைகளை எழுதின நேரத்தில் இருந்ததைவிடக் குவிந்த அல்லது கலைந்த ஒரு தீவிரமான மனநிலை தேவைப்படுகிறது. ஒரு வகையில், கலைந்து கிடக்கிற என்னைக் குவித்துக்கொண்டும், வேறொரு வகையில் குவிந்து கிடக்கும் என்னைக் கலைத்துக்கொண்டுமே இதை எழுதுகிறேன்.

இந்தத் தொகுப்புக்கான கதைகளை அவ்வப்போதும், விடுபட்டிருக்கும் என்று தோன்றியதை சமீபத்திலும் அனுப்பி வைத்து வந்த எனக்கு, 'நாபிக் கமலம்' தொகுப்புக்குப் பின்னால் வருகிற இந்தத் தொகுப்பில் பதின்மூன்று கதைகள் இருக்கும் என்று நினைத்துக்கொண்டு இருந்தேன். என்னுடைய பட்டியலில் இருந்த ஒரு கதை சந்தியா பதிப்பகத்தின் பட்டியலில் இல்லாமலும், அவர்களுடைய கோப்பில் இருந்த ஒரு கதை என்னுடைய நினைவில் இல்லாமலும் இருந்தது.

நேற்றிரவு பத்துவிரல்களுடன் உறங்கியவன் கையில், இன்று காலை எழுந்திருக்கும் போது கூடுதலாக ஒரு விரல் முளைத்தது போல, அல்லது ஏற்கனவே பதினோரு விரல்கள் இருந்த கைகளை, நான் இதுவரை பத்து விரல்களே உள்ள கைகளாக மட்டுமே ஒத்துக்கொண்டது போல இருந்தது. நான் முன் எப்போதோ தினமணி மலர் ஒன்றில் எழுதிய 'ஆறாவது விரல்' என்கிற கதையை நினைத்துக்கொள்கிறேன். ஆரம்பப்

பள்ளிக்கூடத்தில் எனக்கு மூத்த வகுப்பில் படித்த பேரானந்தம் அண்ணனின் கையில் இருந்த ஆறாவது விரலுக்குப் பிறகு, இந்தத் தொகுப்புக்கு முளைத்திருக்கிறது ஒரு கூடுதல் விரல், பதினான்காம் கதையாக. கூடுதல் விரல் என்ன, கூடுதல் கைகளே இடது வலதாக முளைத்துக்கொண்டே தானே இருக்கின்றன எழுதுகிறவனுக்கும் வாசிக்கிறவனுக்கும்.

2017 மே, ஜூன் மாதங்களில் எழுதப்பட்டாலும், செப்டம்பர், அக்டோபர் மாதங்களில் வெளிவந்த ‘சரியாய் போகுதல்’, ‘கமழ்ச்சி’, ‘பச்சை’, மற்றும் ‘வாய்க்கால்’ ஆகிய நான்கு கதைகள் மட்டுமே எனக்குக் கதையாகவும் காட்சியாகவும் அதில் வருகிற மனிதர்களாகவும் அருகில் இருக்க, மற்றக் கதைகளும் கதை மனிதர்களும் வெகுதூரத்துக்குப் போய்விட்டிருக்கிறதை என்ன சொல்ல?

கதை பிரசுரமாகி வெளிவரும் சமயத்தில் வாசகனாக ஒருமுறையும் அதை எழுதியவனாக ஒன்றுக்கு மேற்பட்ட முறைகளும் வாசிக்கிற நான், அது தொகுக்கப்பட்டபின் திரும்பவும் வாசிக்கத் தோன்றாத மனநிலையிலேயே எப்போதும் இருக்கிறேன். இந்தத் தடவை அது அதற்கு முன்னரே நிகழ்ந்திருக்கிறது. அப்படி நிகழக் கூடாதே என என்வசமிருக்கிற, மடிக்கணினிக் கோப்புச் சேமிப்பை ஒரு பதற்றத்தோடு வாசித்து, வாசித்த பின் உண்டாகியிருக்கும் துயரும் நிறைவுமான கலவையான உணர்வில் இருக்கிறேன். ஒரு வேளை எதிலிருந்தும் விடுதலை ஆக முடியாத, எல்லாவற்றிலும் சிக்கிக்கொண்டிருக்கிற இந்த மனநிலையே, முன்னுரை எழுதுகிற நேரத்தைப் போல, அந்தக் கதைகளை எழுதும் போதும் எனக்கு இருந்திருக்கக் கூடும்.

ஒரு வகையில் என் கதைகளில் இவர்கள் மனோன்மணி என்றும் மூக்கம்மா என்றும், சுலோச்சனா, சுபத்ரா, பாண்டியம்மா, வையம்மா, குஞ்சம்மா, ரூஃபினா, முருகேஸ்வரி, சாந்தி, பிச்சம்மா, பெருமாக்கா, அனவிரதம், பச்சை, அன்னம்மா, சீவலப்பேரியாள் என்று அந்தந்தக் கதைகளுக்குள் ஒரு பெயரை ஏற்றிருப்பினும் அவர்களையோ அல்லது அவர்களின் ஏதேனும் ஒரு சாயலையோ என் அசல் வாழ்வில் அடைந்திருக்கிறேன் தானே.

இந்தப் பெண்களைப் போலவே ஒரு தாண்டவராயன் மாமா, ராமநாதன், பரமன், ரெங்கன், சிற்சபேசன், சாமிநாதன்,

சாயவேட்டி என்கிற பட்டமுத்து என்கிற பண்டாரம், அருணாச்சலம், சொர்ணம் மேஸ்திரி, கதிர்ச் சித்தப்பா, பாவா, காக்கும் பெருமாள் மாமா போன்ற எல்லோரும் என்னோடு இருந்தவர்கள் அல்லது இருக்கிறவர்களே அல்லவா. இவர்களைப் போல நானும், என்னைப் போல அவர்களும் இல்லாமல் எப்படிப் புனைவுவெளியின் நடமாட்டம் இருக்க முடியும்.

வாழைத் தாரை நிமிர்த்திவைத்ததும், மேஸ்திரி வீட்டைத் தேடிப் போனதும், சிக்னலில் துணிப்புழுவை வாங்கினதும், ஆற்றில் ராமகிருஷ்ணனின் எலும்பு பொறுக்கி அக்கரை போனதும், பிரப்பங்கூடையின் மூன்றாவது முட்டையைக் கையில் எடுக்கையில் இந்த உலகின் பாரத்தை உணர்ந்ததும், வாய்க்காலில் கன்றுக்குட்டியைக் குளிப்பாட்டியதும் நானன்றி, என் போலன்றி யார்?

உழவர் சந்தையில் சிதம்பரம் காண்கிற கனவில் வருகிற பெண்ணையும், கணபதியின் சொப்பனத்தில் மழையில் நனைந்து ஒளிரும் பெரு வாளும் கண்டது அல்லது காண நினைத்தது நான். ஏழு புறாக்கள் பறக்கிற பொத்தையில் உட்கார்ந்திருந்ததும் அன்னம்மா அத்தை கொட்டாம் பெட்டியில் பொறுக்கிய அரிநெல்லியை புறாக்களின் அலகில் வாங்குவதைப் பார்த்ததும் நான் அல்லது நானும் தானே.

அதே மனிதர்களாக இருக்கலாம். இந்தத் தொகுப்பின் கதைகளில், அவர்களை என் தெரு அற்ற, என் ஊர் அற்ற, என் நிலமற்ற வெவ்வேறில் திரிய விட்டிருக்கிறேன். ஆமாம் திரியத்தான். அப்படித் திரிகையில் அவர்கள் வேறு ரூபங்களையும், அரூபங்களையும் அடைந்திருப்பதாக நினைக்கிறேன்.

என்னுடைய வாழ்வு நீண்டுவிட்டதாலோ என்னவோ, நான் எழுதுகிற கதைகளின் நீளமும் இந்தத் தொகுப்பில் கூடியிருக்கிறது. கொட்டின தண்ணீரைத் துடைக்காமல் அப்படியே ஓடவிட்டு, அதன் நெளியும் கால்களின் ஈரம் தானாக உலரும் வரை பார்த்துக் கொண்டு இருக்கிறது எனக்குப் பிடித்திருக்கிறது. எழுதியவனுக்குப் பிடித்தவை எல்லாம் வாசிக்கிறவருக்குப் பிடிக்கும் என்பதில்லை. ஒவ்வொருவருக்கு ஒவ்வொன்று பிடிக்கிறது.

அ.ராமசாமி சாருக்கு 'பிரப்பங்கூடையும் மூன்றாவது முட்டையும்' கதை (அதன் தலைப்பு நீங்கலாக) பிடித்திருந்தது.

'பச்சை' கதை பிடித்திருப்பதாக முதல் குறுஞ்செய்தியை பத்மஜா நாராயணன் அனுப்பியிருந்தார். அடுத்த இதழ் தடம் வெளிவந்த நிலையில், அதற்கு முந்திய இதழில் வெளிவந்திருந்த 'வாய்க்கால்' கதையை அப்போதுதான் படித்த மனதோடு நாஞ்சில் நாடன் கூப்பிட்டு நல்ல வார்த்தைகள் சொன்னார். 'சரியாய்ப் போகுதல்' கதை படித்துவிட்டுப் பாவண்ணன் அனுப்பியிருந்த மின்னஞ்சல் மிகவும் நெருக்கமான ஒன்று. கைப்பிரதி வாசிப்பில் எம். எம். தீன் சாருக்கு 'கமழ்ச்சி' பிடித்துப் போயிருந்தது. 'நற்றிணை' யுகன் 'கமழ்ச்சி' கதையை வாசித்து, 'நம் நற்றிணை' முதல் இதழுக்கான பக்கங்கள் நிரம்பிய நிலையில், அதைப் பதினோராவது கதையாக வெளியிட ஏற்றுக்கொண்டார். அந்தக் கதையை எழுதிமுடித்த போதே, அடுத்த தொகுப்பின் பெயர் 'கமழ்ச்சி' என்று எனக்குள் முடிவு செய்துவிட்டேன்.

மிகவும் நெருக்கடி மிகுந்த நாட்கள் அவை. மகன் வீட்டில் இருக்கிறோம். விஜயன் சாரும், மகாலிங்கம் சாரும் பாவண்ணனும் எனக்கு சாகித்ய அகாதமி விருது அளிக்கப்பட்ட நிலையில் என்னைப் பார்த்து மகிழ்ச்சியைப் பகிர்ந்துகொள்ள வருகிறார்கள். அப்போது பாவண்ணன் எனக்குப் பரிசளித்தது 'ரூமி' 'தாகமுள்ள மீன் ஒன்று'. சத்தியமூர்த்தி மொழிபெயர்ப்பு. ஏற்கனவே சென்ற வேனிலில், ராஜூ ஜலாலுதீன் ரூமியை ஆங்கிலத்தில் தரவிறக்கிக் கொடுத்திருந்தும் முழுவதையும் அப்போது வாசிக்கவில்லை. ஆனால் தாகம் உள்ள மீன் ஒன்றை அன்றிரவுக்குள் ஒரு ஈர்ப்புணர்வுடன் வாசித்து முடித்தேன். ரூமியை விடவும், இளம் பச்சை நிறத்தில் அந்தப் புத்தகத்தில் கொடுக்கப்பட்டிருந்த பின் இணைப்பின் இறுதியில் நான் துலக்கமுற்றிருந்தேன்.

மறுநாள் காலை நான் கமழ்ச்சியை எழுதத் துவங்கினேன். இதைப் பற்றி என்று தீர்மானிக்காமல், எதைப் பற்றி என்று முன்னுணராமல், ரூமியும் அதன் பின்னிணைப்பும் உண்டாக்கிய ஒரு மாயத்தில் எழுதிக்கொண்டு போனேன். ஒரு கட்டத்தில், பொத்தையில் பாவாவும் ஏழு புறாக்களுமாக, தாகமுள்ள மீன் ஒன்றிலிருந்து அது தன் வெளிச்சத்தை எடுத்துக்கொள்ள, காக்கும் பெருமாள் மாமா வரும் போது தான் யார் கதையை நாம் எழுதிக்கொண்டு இருக்கிறோம் என்று பிடிபட்டது.

இது என் பெருமதிப்பிற்குரிய சலாஹுதீன் சாரையும் அவருடைய துணைவியாரையும் ஒரு திருமணவீட்டில் பார்த்ததை, அவர் மூப்பால் தளர்ந்த துணைவியாருக்குப்

கல்யாணப் பந்தியின் அருகே இருந்து ஊட்டி, கைகழுவி, அணைத்துக் கூட்டிப் போனது பற்றியும் தங்கராஜ் என்னிடம் சொன்னது இந்தக் கதையாகத் திரண்டுவிட்டது. காக்கும் பெருமாள் சலாஹுதீன் சார் அல்ல. அன்னம்மாவல்ல அவர் துணைவியார். அவருக்கும் பாவாவுக்கும் எந்தத் தொடர்புமில்லை. ஆனால் ஒருவேளை அவர்தான் ரூமியாக இருக்கும்.

'ரூமியை வாசிப்பதற்கு முந்திய தினங்களில் நான் லா.ச.ராமாமிர்தத்தின் 'பாற்கடல்' வாசித்துக்கொண்டிருந்தேன். கடையப் பட்டுக் கடையப் பட்டு அமிர்தமும் நஞ்சுமாகத் திரண்டிருந்த மனநிலை. அதனிடையே தான் லா.ச.ரா வின் வரிகளில் 'கமழ்ச்சி' எனும் அமுதச் சொல் திரண்டிருந்தது. இரண்டோ அல்லது மூன்று இடங்களில் மட்டும் கமழ்ந்த அந்தச் சொல்லை நான் என் கைகளில் ஏந்திக்கொண்டேன். நான் எழுத ஆரம்பித்த அந்தக் கதைக்கு மட்டுமல்ல, இந்தத் தொகுப்புக்கும் 'கமழ்ச்சி" என்ற அவர் சொல்லையே சூடினேன். அந்தச் சொல்லே சுடர். சொல்லே பூ. சொல்லே ஆசி.

யாருடன் நான் சொத்தை விளை கடற்கரையில் நின்று, பத்து வருடங்களுக்கு முன்பிருந்தே என்னைப் பகிர்ந்து கொள்ளத் துவங்கினேனோ, யாருடைய அம்மாவின் விசிறியை 'அகம். புறம்' கட்டுரையொன்றின் போக்கில் வீசிக்கொண்டேனோ, யார் 'கமழ்ச்சி' என்ற கதையின் மையம் எனப் பின்னால் உணர்ந்தேனோ, அந்த நிறை மனிதர் சலாஹுதீன் சாருக்கும் முகமே அறியாது, தாகமுள்ள மீன் என்று ஒரு புத்தகத்தை, அதன் இளம் பச்சைப் பின்னிணைப்பின் ஒளியோடும் மாயத்தோடும் சேர்ப்பிக்கக் காரணமாக இருந்த அந்த சத்தியமூர்த்திக்கும் 'கமழ்ச்சி' தொகுப்பைச் சமர்ப்பிக்கிறேன்.

என்னுடைய இந்தக் கதைகளை வெளிட்ட அமிர்தா, ஆனந்த விகடன், விகடன் தடம், தி இந்து தமிழ், உயிர் எழுத்து, ஜன்னல், மற்றும் மலைகள்.காம் இணைய இதழ் அனைத்துக்கும் என் நன்றி.

சௌந்திரராஜன் சார், நடராஜன் சார், பழனி, மேனகா மற்றும் முருகவேள் உள்ளிட்ட சந்தியா பதிப்பகம் சார்ந்த அனைவர்க்கும் என் நன்றி உரித்தாகிறது.

15.11.2017 கல்யாணி.சி
பெங்களூரு

உள்ளே...

ஒரு கனவு, ஒரு சொப்பனம் ➤ 13
உண்மை, வேறு ஓர் உண்மை ➤ 23
புழுவாய்ப் பிறக்கினும் ➤ 30
நீலப் பாலம் ➤ 45
ஒரு பிரப்பங் கூடையும் மூன்றாவது முட்டையும் ➤ 56
இன்னொரு அர்த்தம் ➤ 70
தோப்பு ➤ 102
மனோன்மணீயம் ➤ 111
கமழ்ச்சி ➤ 120
வரும்போது இருந்த வெயில் ➤ 157
சரியாய்ப் போகுதல் ➤ 165
வாய்க்கால் ➤ 176
பச்சை ➤ 184
அடைதல் ➤ 201

ஒரு கனவு, ஒரு சொப்பனம்

சிதம்பரத்திற்கு அப்படி ஒரு கனவு தனக்கு வந்தது என்பதே உழவர் சந்தையில் நிற்கும் போதுதான் ஞாபகம் வந்தது.

உள்ளே நுழைந்ததும் அருகம்புல் ஜூஸ் விற்கிற கடைக்கு அடுத்த கடையாக இடது பக்கத்தில் இருக்கும் அந்தக் கடையை அவருக்கு ரொம்பப் பிடிக்கும். அந்தக் கடையில் அவர் கோலப் பொடிக்குழல், கோலத் தடுக்கு, விதம் விதமாகக் குவிந்து கிடக்கும் சுடுமண் பொம்மைகளில் முக படாம் போர்த்தின யானை, ஐயனார் குதிரை, கார்த்திகைக்கு ஏற்றும் இருக்காஞ் சட்டி விளக்குகள் என்று எதையாவது சரஸ்வதி வாங்கவேண்டும் என்று விரும்புவார். சரஸ்வதிக்கு இவர் மேல் பிரியம் எல்லாம் உண்டுதான். ஆனால் இவருக்கு எது எல்லாம் பிடிக்குமோ அது எல்லாம் அவருக்கு அனேகமாகப் பிடிக்காது. சுத்தமாகப் பிடிக்காது என்பதை நாகரிகமாக அப்படித்தானே சொல்லவும் முடியும்.

அன்றைக்கு என்னவோ அந்தக் கடை அடைத்திருந்தது. அது மட்டும் அல்ல, வழக்கம் போல சரஸ்வதியுடன் வராமல் காய்கறி வாங்க அவர் தனியாகவும் வந்திருந்தார். தனியாக எங்கு போனாலும் அவருக்கு உண்டாகும் சந்தோஷம் இன்றைக்கும் வந்திருந்தது. அவருக்குப் பிடித்தமான சில காரியங்களை அவர் இன்றைக்குச் செய்திருந்தார். ஒரு இளநீருக்குப் பதில் இன்று இரண்டு இளநீர் குடித்திருந்தார். அசைவத்திற்கும் அவருக்கும் சம்பந்தமே கிடையாது என்றாலும், மீன் விற்கிற கடையில் கூட்டத்தோடு கூட்டமாக

வெகு நேரம் நின்று பார்த்துக்கொண்டே இருந்தார். வியாபாரம் செய்கிறவர்கள் அதிகம் தான். காரை ஓரமாக நிறுத்திவிட்டு வந்து மீன் வாங்கும் அம்மா, மகள் இருவரிலும் அம்மாவை அவர் அதிகம் கவனித்தார் என்று சொல்லவேண்டும்... இவ்வளவு அகல அம்மன் தடுப்பூசித் தழும்பை மேல்கைகளில் சமீபத்தில் அவர் யாரிடமும் பார்த்தது இல்லை. பெரிய வகை மீன்கள் தவிர, ஒரு மாதிரிச் சிவந்த நிறத்தில் ஒன்றரைச் சாண் நீளத்திற்கு வரிசையாக அடுக்கிவைத்திருந்தவை ரப்பரால் செய்யப்பட்டது போல் உடல் தொய்ந்து தொங்குவதையே பார்த்தார். எந்த மீன்கள் மேல் அதிகம் ஈ மொய்க்கிறது, எதில் குறைவாக என்று கொஞ்ச நேரம் போயிற்று. சரஸ்வதி சொல்வதைப் போல, மீனைப் பார்த்தாலே அவருக்குக் குடலை எல்லாம் புரட்டுவது இல்லை. சொல்லப் போனால் மீன் வாடை பிடித்து இருந்தது என்று கூடச் சொல்லலாம்.

அலுவலக வேலை நிமித்தம் இரண்டு மூன்று பேராக கொச்சின், மட்டாஞ்சேரி எல்லாம் போய்விட்டு வந்த தினங்கள் இன்னும் அவருக்கு பிடித்த ஞாபகமாக இருந்தது. சைனீஸ் வலை விரித்த கடற்கரைகளில் தன்னுடைய அருவமான சிறிய பகுதியை அவர் விட்டுவிட்டு வந்திருந்தார். தரையில் எல்லாம் மணல் விரித்திருந்த ஒரு கள்ளுக்கடையில் முதலும் கடைசியுமாக அவர் சாப்பிட்ட கள்ளை அவருக்குப் பிடிக்கவில்லை. அந்த இடத்தின் புளிப்பு நிறைந்த மீனும் மணல் ஈரமுமான வாசம் அவருக்குள் இப்போதும் பத்திரமாக இருக்கிறது. அதையும் விட, ஏற்கனவே பாதி மலையாளியான அவருடைய அலுவலக சகா ஒருவர், நிறை போதையின் குதூகலத்தில், தாராளமாக அப்போது சொல்லிச் சொல்லிச் சிரித்த அந்த மாதிரிக் கதைகளுக்கு அவர் மிகவும் வாய்விட்டுச் சிரித்தார். முக்கியமாக ஒரு கட்டத்தில் அவர் செம்மீன் படத்தில் வந்த ஷீலாவை மட்டுமே நினைத்துக் கொண்டார். ஷீலா அவருக்குப் பத்து வருஷத்திற்கு முந்திய தலைமுறைக்காரர். ராயல் டாக்கீஸில் அதை மீண்டும் போட்டதில், இரண்டு முறை பார்க்கும் அளவுக்கு ஷீலாவிடம் மொத்தமாக அவருக்கு ஒரு நெருக்கம் வந்திருந்தது.

மிகவும் சாதாரணமான வசதிகளே உள்ள விடுதியின் ஒரே அறையில் மூன்று பேருமாகத் தங்கியிருந்த இரவில், வேறுவேறு எதிர்பார்ப்புகளுடன் அவர் சரியாகத் தூங்கவில்லை. மற்ற இருவரும் தூங்கிக்கொண்டு இருந்த அதிகாலையில் அவர் வெகுதூரம் நடந்து திரும்பும் சமயம், இளம் குளிருக்கு ஊடாக அவர் பார்த்த இரண்டு பழுப்பு நிறக் குதிரைகளையும் நடை பாதை எங்கும் உதிர்ந்து கிடந்த தடித்த பளபளப்புள்ள இலைகளையும், மிக அருகில் இருந்த

கடற்கரையில் அலைகளின் பக்கம் திரும்பி நின்ற ஒரு பெண்ணையும் அவருடைய சிறு மகனையும் அவர் பார்த்தார்.

அவருடைய நாற்பத்தி ஏழு அல்லது எட்டாம் வயதில், ராமேஸ்வரத்தில் ஒரு தற்காலிக மாறுதலில் சென்ற சமயம், அங்கே வேலைபார்த்துக் கொண்டிருந்த ஒரு மார்த்தாண்டத்துப் பெண்ணிடம், அந்த அதிகாலையைப் பற்றியும், தன் மகனுடன் நின்றுகொண்டிருந்த பெண் ஒரே ஒரு நொடி தன்னைப் பார்த்துச் சிரித்துவிட்டு, அவருடைய மகனுடன் ஓடிவிளையாடத் தொடங்கியதும் பற்றி மிகுந்த லயிப்புடன் விவரித்திருக்கிறார். சிதம்பரத்திற்கே தன்னுடன் வேலை பார்க்கும், அதிகம் பரிச்சயமில்லாத ஒரு பெண்ணிடம், அவ்வளவு நேர்த்தியாக அந்த நினைவை அப்படிச் சொல்ல முடிந்ததில் ஒரு நிறைவு இருந்தது. இரண்டு வாரங்களுக்குப் பிறகு வந்த வார இறுதியில் ஊருக்கு வந்த நேரம், குப்பி திறந்தது போல ஒரு மன நிலையில் சரஸ்வதியிடம், தான் அப்படி அந்தக் காலையைப் பற்றி ஒரு பெண்ணிடம் அழகாகப் பகிர்ந்துகொண்டதைச் சொல்ல விரும்பிச் சொல்லியும் விட்டார். எவ்வளவு கவனமாகச் சொன்னாலும், இது போன்ற விஷயங்களில் ஒரு கவனக் குறைவு வந்துவிடத்தான் செய்கிறது. அந்த நூல் இழைக் கவனக் குறைவை சரஸ்வதி மிக உறுதியாகப் பற்றிக்கொண்டு, பெரிய சிக்கலாகிவிட்டது என்று கூடச் சொல்லலாம். 'உனக்கு என்ன கிறுக்கா?' என்று சிதம்பரம் கேட்க நினைத்து, வேண்டாம் என்று அப்படியே விட்டுவிட்டார்.

ஆனால், மாறுதலாகி மறுபடியும் ஊருக்கு வருவதற்கு முன்பு, ராமேஸ்வரம் அலுவலகத்தில் , அடை மழை பெய்து மின்சாரம் போய், ஒரு சிலேட்டு நிற அறைக்குள் எல்லோரும் வேலை பார்க்கும் போது, மறுபடியும் அதே பக்கத்து மேஜைப் பெண்ணிடம், சிதம்பரம் அவர் ராமநாதபுரம் தாண்டும்போது பார்த்த ஒரு தாமரைக்குளத்தைப் பற்றி மிகுந்த அழகுடன் சொன்னார். தன்னுடைய குரல் பழுக்கக் காய்ந்த இரும்பு போல, அந்த இருட்டுக்குள் சிவந்து சிவந்து அடங்குவதாக அவரே நினைத்துக்கொண்டார். எல்லோர் மேஜைக்கும் அந்த நேரத்தில் கொண்டுவந்து தரப்படும் காஃபி, டீ இரண்டிலும் எதுவும் அன்றைக்கு வேண்டாம் என்று அவருக்குத் தோன்றிற்று. 'ஏன் சார்?' என்று அந்தப் பெண் கேட்டார். 'இன்றைக்கு வேண்டாம் என்று தோன்றுகிறது' என்று அவர் சிரித்தார். யாரோ பிடிக்கிற சிகரெட் வாசனையை சிதம்பரம் அவருக்குள் நிரப்பிக்கொண்டார். அந்தப் பெண்ணின் மேஜையில் இருந்த தண்ணீர் பாட்டிலை ,எட்டி எடுத்து ஒரு வாய் குடித்துவிட்டு வைத்தபோது அந்தப் பெண்

டீக்கோப்பையை விட்டு உதடுகளை விலக்கி லேசாகச் சிரித்தது அவருக்குப் போதுமானதாயிற்று.

உழவர் சந்தையில் நின்றுகொண்டு அந்தப் பெண் அப்படிச் சிரித்ததை நினைத்தது வேடிக்கையாக இருந்தது. இருவருடைய மேஜைகளுக்கும் பொதுவான கோப்புகள் இருக்கும் ஒரு ஆளுயர மர அலமாரியின் கதவுகளைத் திறந்துவைத்தபடி வெள்ளையில் கருநீலப் பூக்கள் போட்ட சேலையில் நிற்கும் பின்பக்கத் தோற்றமே இப்போதும் அவருக்கு வந்தது. வந்தது.

முட்டைக்கோஸ் இலைக் கழிவுகளைத் தின்றுகொண்டிருந்த கிடாரம் போல வயிறு பெருத்த பசுவிற்குத் தன் ருசிகளின் மீது வந்த திடீர் அலுப்பில் நகர்ந்து வாழையிலைப் பூட்டில் வாய்வைத்து இழுக்க, முருங்கைக்காய் வியாபாரத்தில் இருந்தவர் எழுந்து பிட்டியில் ஓங்கி அறைந்து விரட்டினார். கம்பை ஓங்கிக் கொண்டு விரட்டியபடி வந்த பெண்ணின் இன்னொரு கையில் பாதி கடித்த வடை இருந்தது. கடைவாயில் இழுத்துவந்த இலைப் பூட்டுக்கு உள் அடுக்கில் இருந்த இலைகள் நழுவி தரையில் இழுபட்டு விசிறியது. ஒரு நொடி, இந்த உலகம் முழுவதும் முற்றல் இல்லாத இளம்பச்சையில் இரண்டுபக்கமுமாக விரிந்துகிடப்பதாக சிதம்பரம் நினைத்துக்கொண்டார். 'மனுஷியை ஒரு வடையை முழுசாத் திங்க விடுதியா?' என்று மீதித் துண்டை வாயில் திணித்துக்கொண்டவளையே பார்த்தார். சரஸ்வதியை விட மிஞ்சிப்போனால் ஐந்தாறு வயது குறைவாக இருக்கும். ஒரு வடையை முழுதாகத் தின்னமுடியாத வாழ்வு என்ன வாழ்வு என்று அவருக்குத் துக்கமாயிற்று.

அவர் மாடு ஓடிப்போன திசைப்பக்கம் திரும்பிப் பார்த்தார். அது உழவர் சந்தை வாசல் பக்கம் போய், வெளியேயும் போகாமல், உள்ளேயும் நிற்காமல், ஒரு வசமான இடத்தில், முழு உடம்பிலும் தாடைகள் மட்டுமே அசையும் ஒரு சிலையாகி இருந்தது. அதுவரை அந்த இடத்தில் விளையாடிக்கொண்டு இருந்த பூனைக்குட்டிகள், இன்னொரு விளையாட்டைத் தீர்மானித்தது போல, சிதம்பரத்திற்குப் பிடித்த அந்தக் கடைக்குள் நுழைந்துகொண்டன.

மூடியிருந்த கடையில், நீல நிற கூரைத் தாள் உறையிட்டிருக்க, சாய்வு வெயிலின் வெளிச்சம், கசங்கிய மடிப்புக்களில் முட்டி உள் இறங்கி வேறொரு நீலத்தைக் கடையில் பூசியது. கீழ்ப்பக்கம் தரையோடு தரையாக கடைக்குள் மண்ணால் செய்த விற்பனைப் பொருட்கள் இருக்கவேண்டும். கூடுதல் பொதிவாக, சாக்குப் படுதா

மூடியிருந்தது. உள்ளே நுழைந்த பூனைகளின் மேல் இப்போது சிதம்பரத்தின் கவனம் திரும்பிய நிலை.

ஒரு சிறிய பொழுது, யுத்தத்திற்குத் தயாராகிறது போல, சாம்பல் நிற வால் மட்டும் திருகி விறைத்து நின்று, காற்றில் சுழன்று அவருடைய பார்வையையும் சேர்த்து உள்ளே இழுத்துப்போய் மறைந்துவிட்டது. கொஞ்சம் கழித்து, வெளியே யார் இருக்கிறார்கள் என்று கண்காணிக்கும் முகத்துடன் இன்னொரு குட்டி, ஒரு சன்னலை அந்த இடத்தில் வரைந்து எட்டிப்பார்த்தது. அந்தக் கண்களின் சிறுபிள்ளைத்தனத்தை சிதம்பரம் ரசித்தார். நடுவிரல்கள் மூன்றையும் மடக்கி, 'வ்வா, வ்வா' என்று அசைத்ததில், இதுவரை தொங்கிய சன்னலைக் கழற்றி வீசிவிட்டுத் தலையை உள்ளுக்குள் இழுத்துக் கொண்டது. சிதம்பரம் கையில் இருந்த காய்கறிப் பையை மறு கைக்கு மாற்றியவாறு மூடிக்கிடக்கும் கடைப் பக்கம் போய் நின்றார்.

உள்ளே மண் பாண்டங்கள் உருள்கிற அல்லது இடம் மாறுகிற சத்தம் கேட்டது. மண் கலங்கள் உராயும் சத்தத்தை, முக்கியமாக வண்டிகளிலிருந்து வீடுகட்டும் மனைகள் முன்னால் சரிக்கப்படும் செங்கல் குவியல்கள் ஒன்றின் மேல் ஒன்றாக விழும்போது உண்டாகும் ஒரு பிரத்யேக சுடுமண் ஓசையைக் கேட்டால், அங்கேயே ஐந்து நிமிடம் நின்றுவிடக் கூடச் செய்வார். இப்போது அப்படிப்பட்ட ஓசைதான் கேட்டது.

அப்படி அவர் அதை உற்றுக் கேட்டுக்கொண்டு இருக்கும் போது, ஒரு மூடையிலிருந்து விடுபட்டு எலுமிச்சை அல்லது நாரத்தை உருண்டு ஒன்றன் பின் ஒன்று வருவது போல, இரண்டு மூன்று இருக்காஞ் சட்டி விளக்குகள் வெளியே உருண்டன. ஒரு சிறு ஓய்வுக்குப் பிறகு, சின்னஞ்சிறு வட்டம் இட்டு, சக்கர உருளலில் வந்த ஒரு அகல், சுண்டிய நாணயம் அடங்கித் தரையில் தலைசுற்றிப் படிவது போல இரண்டு சிவந்த அரைவட்டமாகப் பிளந்து விழுந்தது.

இதுவரை பார்த்தறியாத ஒரு செங்கல் நிற மொட்டு, அதனுடைய சூளைத் தேமல் படிந்த கருப்புடன். இரண்டு பூவாக மலர்ந்ததில் அவர் தன்வயம் இழந்திருந்தார். கிட்டத்தட்ட அவர் கால் பெருவிரல் பக்கம், யாரோ கட்டுப்படுத்திய வேகக் குறைவுடன், கீறல் விழுந்து, ஆனால் இரு துண்டாக விலகாது கிடக்கும் அதைப் பார்க்கும் போதுதான் அவருக்குச் சுளீரென்று அந்தக் கனவு, அவரின் கடலுள் புரளும் அத்தனை மச்சங்களையும் வாரி அள்ளுவது போல் வீசப்பட்ட வலையாக விரிந்தது. ஒரு ஆயிரங்கால் மண்டபத்தில் நிற்பது போல,

கல் புழுக்கமும் கிளிச் சத்தமும் தெப்பக் குளப் பாசி வாடையும் அவரின் மேல் படர்ந்திருந்தது. வரிசை வரிசையாக அப்படித் தூண்கள் எதுவும் இல்லை. ஆனால் ஒரே ஒரு மண்டபத்தூணைப் பெயர்த்துக் கொண்டுவந்து எதிரே நிறுத்தியது போலத்தான் அந்தப் பெண்ணுடைய எல்லாமும் வழிய வழியச் செதுக்கப்பட்டிருந்தன.

சிதம்பரத்திற்குப் பக்கத்தில் நிறுத்தினால் தோள் உயரம் கூட இருக்காது. ஒரு வித சிலைகளுக்கே உரிய குள்ளம் வாய்த்த அந்தப் பெண். கையில் ஒரு அகல் விளக்கை வைத்திருக்கிறது. சிறியது அல்ல. ஒரு தாமரை இலை அளவுக்குப் பெரியது. அதை இரண்டு கைகளிலும் ஏந்தியிருந்தது. ஏந்தியிருந்த கைகளுக்கும் இடையே மிகவும் திரண்டிருந்த மார்பின் மேல் அடுக்கடுக்கான வடங்கள். இரண்டு கைகளின் அமுங்குதலை அவர் அவதானித்தை அறிந்து கைகளைத் தளர்த்திய நேரத்தின் நாணத்தில் ஏந்தி வைத்திருந்த தீபம் பிரகாசம் அடைந்து சிதம்பரத்திற்கு மேலும் பார்ப்பதற்கான சில சலுகைகள் அளித்தன. அந்தப் பெண்ணின் இடது தோளில் இருந்த கிளி வெண்கலக் கிளியாக இருந்தது. அதே போலத் பின்னலில் தாழம் பூ தைக்கப்பட்டதிலும் ஒரு உலோக மினுமினுப்பு இருந்தது. முக்குஞ்சம் கட்டப் பட்ட ஜடையின் ஊசலாட்ட இடத்தைச் சிதம்பரத்தால் தாங்கமுடியவில்லை. மறுபடியும் இடையில் ஆடை அணிந்திருந்த விதத்தில் உண்டாகியிருந்த இறுக்கத்தை அவர் சினிமாவில் கனவுக் காட்சிகளில் மட்டுமே கண்டிருக்கிறார். எந்த வினாடியிலும் அந்தப் பெண் அவர் முன்னால் ஆடத் துவங்கக் கூடும் என்ற கிளர்ச்சி அவருக்கு உண்டாகியிருந்தது. ஒரு அருங்காட்சியகத்தில் இருந்து தான் களவாடிக்கொண்டு வந்துவிட்ட ஒரு சிலைக்கு உண்டான மாய உரசலில் விமோச்சனம் அடைந்திருக்கும் குதூகலத்தில், முன்னும் பின்னும் அதிர்ந்து அப்பெண் தன் விடுதலையைக் கொண்டாடுவதாகவும் அவர் பார்த்துக்கொண்டே இருந்தார். இரண்டு மூன்று சுழற்சிகளில், தன் பின் புறம் காட்டி, முன் புறம் திரும்பி, ஒரு நொடியில் கல்லாகி அந்தப் பெண் உறைந்த போது, இதுவரை வெண்கலத்தில் சமைந்திருந்த கிளி, பச்சைச் சிறகடித்துப் பறந்தது அவருக்கு ஆச்சரியமாக இருந்தது.

விழிப்பு வரும்போது அந்தக் கிளிச்சத்தம் கேட்டதாகவே சிதம்பரம் நினைத்துக்கொண்டார்.

அந்தக் கனவு அப்போது வடிவம் மங்கி, கண்ணாடிக் கதவுக்கு அப்புறம் கொப்பும் இலையுமாக நிழலசைத்துக்கொண்டிருந்தது. தன் உடலில் வெப்பம் கூடிச் சுருதி சேர்ந்திருப்பதை அறிவதில் அவருக்குச் சந்தோஷம் உண்டாயிற்று. முதல் சித்திரமாக அவருக்கு நாகலிங்கப் பூக்கள்

வந்தது. பூக்களை விட வாசனையை அவர் தருவித்துக்கொண்டார். முந்திய தினம் சரஸ்வதியின் கண் பரிசோதனைக்குப் போயிருந்த போது, அந்த மருத்துவ மனையில் இருந்து அவர் பொறுக்கி எடுத்துவந்த பூவை, சரஸ்வதி சாமி படத்துக்கு முன்னால் வைத்திருந்த ஞாபகத்தில், இருட்டோடு இருட்டாய் எழுந்து போய், விரல் தடவலில் தேடி எடுத்துக் கையில் கொஞ்ச நேரம் வைத்தபடி நின்றார். சரஸ்வதியைப் போய்ப் பார்த்தார்... வழக்கம் போல, தூக்கத்திற்கு இடையில், கால் வைத்திருந்த திசையில் தலை வைத்து, மாறிப் படுத்திருந்த மனைவியை இவ்வளவு அமைதியான மன நிலையில் அவர் பார்த்ததில்லை. கடைசியாக அதிர்ந்து ஒலித்த கணாருடன் நிறைந்து தொங்கும் கனத்த மணியின் தோற்றம் அது. இந்த அறை, இந்தக் கட்டில், இந்த இருட்டு எல்லாமும் ஒரு அடர்த்தியான திரவத்தில் மிதப்பது போல இருந்தது. எல்லாம் தானாகவே தன்னைத் தீட்டிக்கொண்ட சித்திரம். கூடுதலாக ஒரு இணுக்கு வண்ணத்தையும் தான் வைப்பதற்கு இல்லை என்று அவருக்குத் தோன்றிற்று. செம்பிலிருந்த தண்ணீரைக் குடித்துவிட்டுப் படுத்துவிட்டார்.

பூனைக்குட்டிகளை அவர் சுத்தமாக மறந்துவிட்டார். இவ்வளவு துல்லியமாக அந்தக் கனவு ஞாபகத்திற்கு வருவதற்குக் காரணமாக இருந்து, இரண்டாகப் பிளந்து தரையில் ஒரு சாட்சியம் போலச் சிவந்துகிடந்த அந்த இருக்காஞ்சட்டி அகலைப் பார்த்தார். வேறு யார் காலிலும் பட்டு அது நொறுங்கிவிடலாம் என்று, அப்படியே அந்த இடத்தில் குத்தவைத்து உட்கார்ந்து, உடைந்த துண்டுகளை, சாக்குப் படுதாவை விலக்கி கடைக்குள் வைத்தார். கூட்டில் இருந்து தவறி விழுந்த குஞ்சை மறுபடி கூட்டில் வைப்பது போன்ற பத்திரம் அவரிடமிருந்தது.

எங்கேயோ ஒரு இடுக்குப் பிடித்த வீட்டுக்குள் அர்த்த ராத்திரியில் கண்ட ஒரு கனவு, சம்பந்தமே இல்லாத இன்னொரு இடத்தில், ஞாபகம் வருவதன் வினோதத்தை அவர் மிகவும் சிலாகித்தார். வேறு யாரும் இல்லாமல் தான் மட்டும் ஒரு அரங்கில் உட்கார்ந்து சினிமா பார்ப்பது போல், அந்தச் சொப்பனம் முழுவதையும் அணுஅணுவாக மீண்டும் ஓடவிட்டுக்கொண்டு, அங்கங்கே அவருக்குப் பிடித்த வகையில் ரசனையாகச் சில சேர்மானங்களை உண்டு பண்ணிக் கொண்டார்.

அந்தப் பெண்ணின் உயரம் அப்படி ஒன்றும் குள்ளம் அல்ல என்று இப்போது தோன்றியது. ஒரு குதிரைக்குட்டியைப் போன்ற

உயரம். அதற்கென்ன நன்றாகத்தானே இருக்கிறது என்று நினைத்த போதே, அவருக்குக் குதிரைக் குட்டியைப் பின்னால் தட்டிக்கொடுக்கும் குறுகுறுப்பு உண்டாயிற்று. 'கையில் ஏந்தியிருந்த அகல் இவ்வளவு பெரியதாக இருக்கவேண்டியதில்லை. சிறியதாக இருந்தால் போதும். வெளிச்சம் தானே முக்கியம்' என்பதை ஒரு ரகசிய உரையாடல் போல அந்தப் பெண்ணிடம் நிகழ்த்தினார். கிளி மட்டும் தோளில் இல்லாமல் இருந்திருந்தால், காதுப் பக்கம் குனிந்து, 'கூடுதல் குறைவு எதிலும் இல்லை. அளந்துவைத்தது போல இருக்கிறது' என்று சொல்லியிருப்பார். அப்படிச் சொல்ல நினைத்ததே, சிதம்பரத்திற்குத் தொண்டையை உலரவைக்கும் விருப்பமாகச் சுட்டது.

யாரிடமாவது தனக்கு வந்த கனவை இம்மி பிசகாமல் அப்படியே சொல்லவேண்டும் என்று தோன்றிவிட்டது. ஒவ்வொரு முறை அதை நினைக்கும் போதும் தானாகவே அது மெருகேறுவதாகவும், அந்தப் பெண்ணின் தாழம்பூச் சூடிய பின்னல் முன்னிலும் வளர்ந்து, முன்பு லேசாகத் தொட்டுக்கொண்டிருந்த பகுதிகளுக்கும் கீழே அசைவதாகவும், தோளில் அமர்ந்திருக்கும் கிளியின் பாஷையினுடைய அடிப்படைகளை, கையெழுத்து மட்டும் போடுகிற அளவுக்குத் தான் கற்றுக்கொண்டுவிட்டதாகவும் சிதம்பரத்திற்குத் தோன்றியது.

'என்ன தேடுறீங்க பன்னீரு?' என்ற குரலைக் கேட்டு சிதம்பரம் நிமிர்ந்தார். அப்படி ஒரு பெயர் அவருக்கு உண்டு என்று அவருடைய தெருக்காரர்களுக்கு மட்டும்தான் தெரியும். குத்தவைத்து உட்கார்ந்திருந்தவர், அந்தக் கடையின் பக்கவாட்டுத் தடுப்பிலேயே கையை ஊன்றி எழுந்தார். காய்கறிப் பையைக் குனிந்து எடுக்க அவசியம் இல்லாமல், அவருடைய கையில் கொடுத்ததோடு மட்டும் இல்லாமல், கொஞ்சம் தாங்கி அவரைப் பிடித்து உதவிய கைகளில் வளையல்களும் இருந்தன.

'பூனக் குட்டி கூட விளையாடிகிட்டு இருக்கியாக்கும்.' என்று ருக்குமணி அக்கா சிரித்துக்கொண்டு நிற்பாள் என்று சிதம்பரம் எதிர்பார்க்கவில்லை. ருக்கு அக்கா அப்படியே தான் இருந்தாள். இந்த வயதிலும் கண்மை போட்டிருந்தாள். ராக சுதா ஆர்க்கெஸ்ட்ரா போஸ்ட்டர்களில் உஷா உதுப் போல அகலப் பொட்டும் மூக்குத்தியுமாக ருக்கு சௌந்தர் சிரிக்கிற சுவரொட்டிகளின் வெளிறிய பிரதியை அவள் முகம் மிச்சம் வைத்திருந்தது. ஒரு உச்ச நடிகையைப் போலவும் முதல் தரப் பாடகி போலவும் தன்னை மேடையில் அவரால் அப்போது தன்னை உலவவிட முடிந்தது. ஒரு பளபளப்பு நிறைந்த ஃபேன்டா

கலர் புடவையையும் தோள்வரை தொங்கும் பூச் சரத்தையும் ருக்கு அக்கா அவருடைய அடையாளமாக வைத்திருந்தாள். சிதம்பரத்தின் அக்கா பானுமதியும் அவளும் ஒன்றாகப் படித்தவர்கள். ருக்கு அக்காவுக்கு சௌந்தர் எழுதிய கடிதங்களில் ஒன்றிரண்டை வெகு நாட்கள் சிதம்பரத்தின் அக்கா வைத்திருந்தது தெரியும்.

எழுந்திருந்த பிறகும் சிதம்பரத்தின் கைகளை ருக்கு அக்கா பிடித்திருந்தாள். கைகளில் இரண்டு மூன்று சாமிக் கயிறு கட்டி இருந்தாள். இப்போது நிறையப் பேர் சொல்லிக் கொள்வது போல, அவளை அடையாளம் கண்டு விசாரிக்கிறவர்களிடம் 'சாய் ராம்' என்று சொல்லி, இரண்டு கைகளையும் கூப்பி நமஸ்கரித்தாள். 'பானு எப்படி இருக்கா? வந்தாளா?' என்று விசாரித்தாள். கிட்டத் தட்ட பானு அக்காவின் பெண் பெயரை ஞாபகம் வைத்திருந்தாள், 'அர்ஷிதாவா, அஷ்ரிதாவா, அது சாஃப்ட்வேர் முடிச்சிட்டுதா?' என்று கேட்டாள். சரஸ்வதியை ருக்கு அக்கா சரசா என்று சொல்வாள். சரஸ்வதி தொடர்ந்து ஹிந்திப் பரீட்சைகள் எழுதிக் கொண்டிருந்தது ருக்கு அக்காவுக்குத் தெரியும், 'சரசா ஹிந்தி பண்டிட் ஆகிட்டாளா?' என்று சிரித்தாள்.

இரண்டு பேருமே வெயிலில்தான் நின்றார்கள். ருக்கு அக்கா சிதம்பரத்தைப் பார்த்து, 'ஏன் வெயிலிலே நிக்கே? ஓரமா வா" என்று கூட்டிக்கொண்டு போனாள். அவள் கையிலும் பை இருந்தது. ஆனாலும் சிதம்பரம் கையைப் பிடித்துக்கொண்டு, இரண்டு பேர் நிற்பதற்கு மட்டுமே போதுமாக இருந்த ஒரு குட்டிப் பூவரசு மரத்தின் கீழ் போய் நின்றாள். நிறைய இலைகள் இருந்தன. அதிகம் பூக்கள் இல்லை.

சிதம்பரத்திற்கு ருக்கு அக்காவிடம் எந்தக் கூச்சமும் இல்லாமல், பச்சையாக அப்படியே தன்னுடைய கனவைச் சொல்லலாம் என்று தோன்றிற்று. சரஸ்வதியிடம் போய், ருக்குவிடம் அப்படிச் சொன்னதைச் சொன்னால் கூட, அவள் ஒன்றும் நினைக்கமாட்டாள். சிதம்பரம் ஒரு பூவரசம் பூவை, அதன் இலையோடு வளைத்து, பறிக்காமல் அதன் சொரசொரப்பை வருடிக்கொண்டு, தன்னைச் சேகரித்தபடி இருந்தான்.

அந்தக் கனவைச் சொல்ல ஆரம்பிப்பதற்கான ஒரு புள்ளி, ருக்கு அக்காவுடன் பேசும் போது தானாகக் கிடைக்கும். மெதுவாக நகர்கிற ஒரு ரயிலில் ஏறுவது போல, ஏற்கனவே நடந்துகொண்டிருக்கும் பேச்சின் நீள்வரிசையில் அக்கா சற்று இடம் விட, தான் இணைந்து

வண்ணதாசன் ✦ 21

கொள்ளவேண்டும் என்பது சரியாக இருக்கும். அதற்கான துவக்கம் போல, மிக இயல்பான குரலில் சிதம்பரம் அவள் முகத்தைப் பார்த்து, 'எப்படி இருக்கீங்க அக்கா?' என்றான்.

ஏற்கனவே பிடித்திருந்த சிதம்பரத்தின் கையை மேலும் இறுகப் பிடித்துக்கொண்டு, 'எல்லாமே சொப்பனம் போல ஆயிட்டுது பன்னீரு' என்று எடுத்த எடுப்பிலேயே ருக்குமணி அக்கா அழ ஆரம்பித்திருந்தாள்.

ஜன்னல்
தீபாவளி மலர், 2016

உண்மை, வேறு ஓர் உண்மை

'மழை பெய்யுதா சாந்தி' – கணபதி வலது பக்க ஜன்னலைப் பார்த்துக்கொண்டே கேட்டான். கண்ணைத் திறக்க முடியவில்லை. கண்ணாடியை ராத்திரி புத்தகம் வாசித்த இடத்தில் வைத்திருப்பான். ஜன்னல் வெளிச்சம் ஒரு நீண்ட செவ்வகமாக, மசங்கலாக முன்னே வந்து தெளிந்து, பின்னால் போய் ஜன்னலில் மறுபடியும் ஒட்டிக்கொண்டது.

'என்ன கேட்டீய?' என்று வாயில் பற்பசை நுரையுடன் அடுக்களைப் பக்கம் இருந்து கேட்டாள். வாய் கொப்பளிப்பதற்காக கையில் செம்புத் தண்ணீரோடு சாந்தி அப்படி நிற்கிற தோற்றம் பிடித்திருந்தது. அந்தச் செம்பு கணபதியின் அம்மா உபயோகித்த பித்தளைச் செம்பு. ஒருவேளை அது அம்மாவின் அம்மா உபயோகித்த ஒன்றாகவும் இருக்கலாம். கனத்துக் கிடக்கும். அந்தக் கனமே அதை ஒருவகையில் உபயோகிக்கத் தூண்டுகிறது என்று நினைத்துக் கொள்வான்.

சாந்திக்கு அந்தச் செம்பை ரொம்பப் பிடிக்கும். பிளாஸ்டிக் கப்புகளைத் தவிர்த்துவிட்டு, எதற்கெடுத்தாலும் அதையே உபயோகிக்கிற வழக்கம் அவளுக்கு. ஒரு சமயம், 'மாமியா ஞாபகத்துக்கு அதை எப்பவும் கூடவே வச்சுக் கிடுதியாக்கும்?' என்று கணபதி கேட்பான். இன்னொரு சமயம், 'குண்டூஸ், அம்மா செம்பும் நீயும் ஒண்ணு போலதான் இருக்கீங்க.' என்று அவளைக் கொஞ்சுவான்.

நிஜமாகவே சாந்தி இப்போது கொஞ்சம் குண்டாகிவிட்டது போலத்தான் இருந்தது. இப்படியே எழுந்து போய் அவளைக்

கட்டிக்கொண்டால் நன்றாக இருக்கும். கணபதி இடுப்பில் கட்டியிருந்த சாரத்தை, உள்ளங் கையால் உணர்ந்தபடி நீவிவிட்டுக் கொண்டான். அவனுக்கு மறுபடி மழை நினைவு வந்தது.

சொப்பனத்தில் அப்படி ஒரு மழை பெய்துகொண்டு இருந்தது. நல்ல ஐப்பசி கார்த்திகை அடை மழை. அடிக்கிற வேகத்திற்குக் குறையாமல் தெறிக்கிற வேகம் இருக்கிறது. தரையில் தெறிக்கிறதை விடவும் அந்த வாள் மேல் பட்டுத் தெறிக்கிறது ஒரு வெள்ளிக் குமிழ் உடைவது போல் மினுமினுக்கிறது. ஆமாம். வாள் தான். கணபதி அப்படி ஒரு வாளைப் பார்த்ததே இல்லை. அப்படி ஒன்று என்ன, இதுவரை ஒரு வாளை, சினிமா தவிர, வேறு எங்கேயும் பார்த்ததே இல்லை.

ஒரு பாகம் நீளத்திற்கு மேல் அது உறையிலிருந்து சற்று முன் யாரோ உருவியது போல, மழை வந்த அவசரத்தில், ஒரு பிடியளவு உருவியதை அப்படியே விட்டு விட்டுப் போய்விட்ட தோற்றத்தில், அப்படி உருவிய தூரத்திற்கு மட்டும் வாளின் கூர்மை பளபளத்தது. உறையின் மேல் செய்யப்பட்டிருக்கும் பூ வேலையும், கைப் பிடியின் நெளிவுகளும் பார்த்தால், வடக்கத்திக்காரி மாதிரி இருந்தது. சாந்தி தான் அப்படிச் சொல்வாள். பஸ்ஸில், ரயிலில் போய்விட்டு வந்தால், 'எங்கே பார்த்தாலும் இப்போ வடக்கத்தி சனம் கூடிப் போயிட்டுது' என்பாள். கல்யாண வீட்டிற்குப் போய்விட்டு வந்து, "பொண்ணு நல்லா, வடக்கத்திக்காரி மாதிரி செக்கச் செவேல்னு மூக்கும் முழியுமா இருக்கு, சேட்டுவீட்டுப் பிள்ளை கணக்கா" என்று அவள் வர்ணிக்கும் போது கணபதிக்கு உடனே அவனை இரண்டாகக் கீறி வகிர்ந்தது போல இருக்கும்.

அவனுக்குள் இருந்து வெடித்துக்கொண்டு ஜீவ ரத்னம் வெளி வருகிற மாதிரி இருக்கும். எத்தனை வருடம் ஆனாலும், எப்படி மூடி முடித் தையல் போட்டு வைத்தாலும் ஜீவா அவனுக்குள் இருந்து கிழித்து முன்னால் வந்து நின்றுவிடுவாள். ஜீவாவுக்கு முதன் முதலில் இருந்தே ரஜபுத்ரக் களை என்று கணபதிக்குத் தோன்றும். இத்தனைக்கும் அவன் எந்த ரஜபுத்ரப் பெண்ணையும் படத்தில் கூடப் பார்த்தது கிடையாது. சரித்திரப் புத்தகத்தில் ரோஜாப் பூவை வைத்திருக்கிற நூர்ஜஹான் தவிர கணபதி யாரைக் கண்டான்.

ஆனாலும் ஜீவாவின் சுருட்டை முடி, எப்போதும் கண்ணீரில் மிதக்கிறது போல அகன்று இருக்கும் அவள் கண்கள், எப்போதும் சற்றுக் குனிந்து நெஞ்சோடு நாடியை அழுத்தி, ஏற்கனவே சிறியதான உதடுகள் கீற்றாக உள்மடங்க, உட்கார்ந்துகொண்டு அவள் பார்க்கிற

விதம், சராசரியை விடச் சற்றுக் குறைவான உயரத்தில், முன்னும் பின்னும் இறுகித் திரண்டிருக்கும் அவளுடைய உடம்பு வாகு எல்லாம் ஜீவா ஏதோ ஒரு நூற்றாண்டில் ராஜபுதன அரண்மனையில் இருந்து இடுப்பில் வாள் செருகி, குதிரையேறித் தாவி இந்த நூற்றாண்டுக்கு, அதுவும் கணபதி இருக்கும் தெருவுக்கு வந்து சேர்ந்துவிட்டவள் ஆகவே தோன்றும். 'என் சோகமான இளவரசிக்கு' என்று துவங்கும் ஒரு கடிதத்தைக் கூட கணபதி ஜீவாவுக்கு எழுதியிருக்கிறான். மிக நெருக்கமான, சந்தோஷமான, 'மாலையில் யாரோ மனதோடு பேச' பாடலை அவள் பாடி முடித்து அவன் கிளர்ந்திருந்து மூடிய கண்களில் முத்தம் இடும்போது, 'இந்தக் கண்ணு ரெண்டும், சோகமா, ஆழமா என்னமோ பண்ணுது, இப்போதான் ஒதுங்கின சிப்பி மாதிரி, ஈரமா இருக்கிறது ரொம்பப் பிடிச்சிருக்கு' என்று ஜீவாவை இறுக்கியிருக்கிறான்.

ஜீவா அப்போது யாருடைய சிபாரிசிலோ அறநிலையத் துறை அலுவலகத்தில் தற்காலிகமாக வேலை பார்த்துக்கொண்டு இருந்தாள். அறநிலையத் துறை அலுவலகம் பெரிய தேரடிக்குப் பக்கத்தில் இருக்கும். அனேகமாக அவளை அந்தத் தேரடியில் வைத்தே சந்தித்துப் பேசியிருக்கிறான். தேரின் எண்ணெய் மக்கு வாடையும், முழு நாளும் வெயிலில் கிடந்த, வளைவு வளைவான தேர்க்கூரைத் தகட்டு வாசனையும் சேர்ந்தே ஜீவாவின் ஞாபகம் அவனுக்கு வரும்.

கணபதிக்கு வேலையில்லாமல் இருந்தது. அவள் அவ்வப்போது ஆல் இந்தியா ரேடியோவில் அறிவிப்பாளர் ஆகப் போய்விட்டு வருவாள். அறநிலையத் துறையில் வேலைக்குப் போவாள். மெல்லிசைக் குழுக்களில் அவளுடைய அக்காள் பாடமுடியாமற்போன, அவசரங்களை நிரப்ப, பாடிவிட்டு வருவாள். 'போறாளே பொன்னுத் தாயி, பொலபொலவென்று கண்ணீர் விட்டு' என்ற பாட்டுக்கு நிறையக் கை தட்டல் வாங்கியிருக்கிறாள். அப்புறம் அவளை ஸ்வர்ணலதா பாடல்களைப் பாடுவதற்கென்றே கூப்பிட்டார்கள். ' காதல் ஓவியம், பாடும் காவியம்', 'ஆசையக் காத்திலே தூது விட்டு' என்று பாடச் சொல்லி நிறையச் சீட்டுகள் வரும் அளவுக்கு அவள் ஒரு கட்டத்தில் பிரபலம். கணபதிக்கு அதையெல்லாம் விட, 'எவனோ ஒருவன் வாசிக்கிறான், இருட்டில் இருந்து நான் யாசிக்கிறேன்' பாட்டை அவள் பாடும் போது மழைச்சத்தம் கேட்கிற மாதிரி இருக்கும். இருட்டில் இருப்பது போலவும் பக்கத்தில் தண்ணீர் புரண்டு ஓடுவது போலவும் இருக்கும்.

சட்டென்று ஏதோ அவிழ்ந்தது போல இருந்தது கணபதிக்கு. அந்தக் கனவில் இப்போது எந்தப் புதிரின் முடிச்சும் இல்லை.

அப்படி ஒரு பிடி உருவிய வாள் போல, மழையில் நனைந்து கிடந்தது ஜீவாவாகத் தான் இருக்கும். இருக்கும் என்ன? ஜீவாவே. கொஞ்சம் கொஞ்சமாக, சுவரில் தொங்கும் ஃபோட்டோச் சட்டத்தைப் பெருவிரலில் உன்னி நின்று தூசி துடைத்தது போல, அந்தக் கனவு அதன் கருப்புவெள்ளையைத் துல்லியமாக்கி மேலே வருகிறது. அப்படி மழை பெய்த முற்றம் கூட, கணபதியின் அப்பா, பெரியப்பா, சித்தப்பா, அத்தை எல்லாம் இருந்த பூர்வீக வீட்டு முற்றம் போலத் தெளிவு கொண்டது. நான்கு வீடுகள், நான்கு வீட்டு வாசலிலும் அரை வட்டம், அதைவிடச் சிறிய அரை வட்டம் என இறங்கும் கல் படிகள்.

ஜீவா, அப்படி எனில் நீ ரஜபுத்ரப் பெண்ணே தானா? உன் உடைவாளை இப்படிக் கொட்டும் மழையில் தவறவிட்டுவிட்டு எங்கே போனாய்? இந்த வாளை ஒரே ஒரு பிடி மட்டும் உருவியிருக்கிறாய். முழுவதும் உருவி ஒரே போடாய் அந்த ராஜேந்திரனைச் சாய்த்திருக்க வேண்டியதுதானே. ஒருவேளை அப்படிச் சாய்த்துவிட்டேன் என்று சொல்லத்தான், உன் வாளை எங்கள் வீட்டு முற்றத்தில் எறிந்துவிட்டுப் போயிருக்கிறாயா?

கணபதி மறுபடியும் கதவு கதவாகத் திறந்து கொண்டே போய், மழை தெறிக்கக் கிடக்கும் வாளை எடுக்கக் குனிந்தான். எடுத்துவிடுவது போல, கைக்குள் வந்துவிடுவது போல, விரல்களுக்கு வெகுதூரத்திற்கு வாள் நகர்ந்துகொண்டே இருந்தது.

“என்னத்தை அப்படி, பல்லு கூடத் தேய்க்காமல், கட்டிலுக்கு அடியில் குனிஞ்சு குனிஞ்சு தேடிக்கிட்டு இருக்கியோ? கண்ணாடியவா? அதுதான் ஒண்ணுக்கு ரெண்டு, மேசையில ஒண்ணு தலை மாட்டிலே ஒண்ணுண்ணு காவலுக்கு இருக்கும்லா.

‘சாந்தியின் குரல் கணபதியின் பக்கம் வந்துகொண்டு இருந்தது. ஈர நைட்டியின் வாசத்துடன் நிற்கிற அவளைக் கணபதி ஏறிட்டுப் பார்த்தான். ஏதோ இவன் கண்ணாடியைத்தான் தேடுகிறான் என்பது போல, அவள் கையில் அந்தக் கருப்பு ஃப்ரேம் கண்ணாடியை நீட்டிக்கொண்டு நின்றாள். இவன் அதை எட்டி வாங்கிக் கொண்டதும், ‘எந்திருச்சு வந்து முகத்தைக் கழுவுங்க’ என்று நகர்ந்தாள். அவள் இடம் பெயர்ந்த இடத்தில் கணபதி பக்கம் இருந்த காற்று தன்னை உருவிக்கொண்டு போய்ச் சேர்ந்துகொள்வது ஒரு சருகு அரூபமாக நகர்வது போல இருந்தது.

எல்லாம் சருகு நகர்வாகத்தான் போய்விட்டது. துளிர்த்தது தெரிந்தது. பழுத்ததும் உதிர்ந்ததும் தெரியவில்லை. ஜீவா ராஜேந்திரனுடன் போய்விட்டாள். அப்படித்தான் சொல்லவேண்டும். ராஜேந்திரன் பாங்கில் வேலை பார்க்கிறான். நிறையச் சம்பளம் வாங்குகிறான். எல்லாம் சரி. ஆனால் ஜீவாவின் அக்காவைக் கட்டியவனே இவளையும் தன்னோடு கூப்பிட்டுக்கொள்ள எப்படிச் சம்மதித்தாள். இவளும் அதே வீட்டில் இருக்கிற அளவுக்கு ஜீவாவின் அக்காவுக்கு எப்படி முடிந்தது? தன்னுடன் இருந்த நெருக்கம் பொய்யில்லை. உண்மை என்று கணபதிக்குத் தெரியும். ஜீவா உண்மையாகத்தான் இருக்க முடியும்.

இந்த உலகத்தில் ஒரு உண்மை மட்டும் தானா உண்டு? வேறு வேறு உண்மைகளும் உண்டு அல்லவா? ஜீவா இந்த உண்மையில் இருந்து வேறொரு உண்மைக்கு நகர்ந்துவிட்டாள் போல. கணபதி வெகு சுருக்கமாக அப்படி முடித்துக் கொண்டான். அவனுக்கு அவனுடைய ராஜம்மா அத்தைதான் ஞாபகம் வந்தாள். ராஜம்மா அத்தை தமிழ் டீச்சர். கோபால் மாமா கணக்கு சார். வீடு எல்லாம் கட்டிப் பால் காய்ச்சிவிட்டார்கள். அத்தைக்கு நாற்பது வயது கூட இருக்கும். அத்தை ஒரு முழுப் பரீட்சை லீவில், பஸ் டிரைவராக இருக்கும் அவளுடைய அப்பாவு அத்தானோடும் அக்காவோடும் போய் இருந்துகொண்டாள்.

இந்த இடத்தில் கேள்வி கேட்பதற்கு எதுவும் இல்லை என்று கணபதிக்குப் புரிந்தது. இது கேள்வி இல்லை. இதுதான் விடை. என்று தெரிந்த பிறகு அவனுக்குப் பெரிய குழப்பம் ஒன்றுமில்லை. கஷ்டமாகத்தான் இருந்தது. கணபதி விஷயம் அவன் அக்கா மூலமாக அம்மாவுக்குத் தெரியும். அம்மாவுக்குத் தெரிகிற போது அப்பாவுக்குத் தெரியாமல் இருக்குமா? தெரியும். “எல்லாம் இருக்கும் டே உலகத்தில. விடு. அதுக்காக, இப்போ அவ எங்கே இருக்கா, என்ன பண்ணுதா? சிரிக்காளா, அழுதாளாண்ணு ஊர் ஊராத் தேடிக் கிட்டு இருக்காதே. அதுக்கு அப்படி அமைஞ்சுது, நமக்கு இப்படி அமைஞ்சுதுண்ணு வச்சுக் கோ” என்று நேரடியாகவே சொல்லிவிட்டார்.

தேடி ஊர் ஊராக எல்லாம் போகவில்லையே தவிர, ஜீவா எப்படி இருக்கிறாள் என்பதை அவன் விசாரித்துக்கொண்டுதான் இருந்தான். இவன் விசாரிக்கவிட்டால் கூட, யாராவது தகவல் சொல்லத்தான் செய்தார்கள். “ராஜேந்திரன் அந்தப் புள்ளைய ரொம்பப் படுத்துதானாம். பிள்ளை உண்டாகியிருக்கும் போல இருக்கு. கலைச்சுரச் சொல்லிட்டானாம். இது கண்ணுக்குக் கீழே கருப்பு அடிச்சு

என்னமோ போல இருக்கு. பாவம்" என்று கேள்விப்பட்ட போது கணபதிக்கும் சர்வீஸ் கமிஷன் எழுதி வேலை கிடைத்திருந்தது.

கணபதிக்கு வேலை கிடைப்பதற்கு முன்பே பெண் தரத் தயாராக இருந்தார்கள். கமர்ஷியல் டாக்ஸ் ஆபீஸ் வேலை என்று தெரிந்ததும் நிறையப் பேர் வந்தார்கள். கணபதி பெண்ணை நேரில் எல்லாம் பார்க்கவில்லை. 'அக்காவும் நீயும் பார்த்துட்டே இல்லே. போதும்' என்று அம்மாவிடம் சொல்லிவிட்டான். சாந்தியைக் கட்டி ஒன்றரை வருஷம் இருக்கும். சாந்தியை கணபதிக்கு ரொம்பப் பிடித்திருந்தது. சமயத்தில் ஜீவா ஞாபகம் வரும். அதுவும் மழைக்காலத்தில், அல்லது ஸ்வர்ணலதா பாட்டுக் கேட்கையில் அப்படியே உள்ளுக்குள் குடையும். "என்ன ஒரு மாதிரியாக இருக்கீங்க" என்று கூடச் சாந்திக்குக் கேட்கத் தெரியாது. எப்போது எல்லாம் இப்படித் தவிப்பு வருகிறதோ, அன்றைக்கு எல்லாம் அவன் சாந்தியுடன் ரொம்ப சந்தோஷமாகக் கழித்திருக்கிறான் என்றுதான் சொல்ல வேண்டும். மறு நாள் காலை யோசித்துப் பார்த்தால், கணபதிக்கு, 'இது இப்படித்தான் போல' என்று நிம்மதியாகக் கூட இருக்கும்.

இன்றைக்குக் காலையும் அப்படி நிம்மதியாகத்தான் இருந்திருக்க வேண்டும். அந்தக் கனவு, கோவிலுக்குப் போகிற போது தேரடியைப் பார்க்கிற மாதிரி, தென்காசி பஸ் ஸ்டாண்டில் குற்றாலம் போக நிற்கிற போது ஜீவாவைப் பார்க்கிற மாதிரி இருந்திருந்தால் கூட, பெரிதாக ஒன்றும் இருந்திராது. இப்படி ஒரு கனவு வினோதமாக, முன்னும் பின்னும் இல்லாமல் வந்தது யோசிக்கவைக்கிறது. ஒரு வாள். லேசாக யாரோ உருவி இருக்கிறார்கள். மழையில் நனைந்துகொண்டு கிடக்கிறது. அதுவும் ஊரை விட்டு, அப்பா பங்கு வீட்டை எல்லாம் விற்றுக் கிரயம் பண்ணிய பிறகு, அந்த வீட்டு வாசலில் கிடக்கிறது.

கணபதி கட்டிலிலேயே உட்கார்ந்திருந்தான். ஜீவா ஒரு வாள் போல மழையில் கிடக்கிறதாகவே மறுபடி மறுபடி தோன்றியது. குனிந்து எடுத்து, அதன் கூர் நுனியில் ஒரு முத்தம் கொடுத்து, சினிமாக்களில் வருவது போல, கையை முழுதாகத் தோளோடு உயர்த்தி, வாளை ஏந்த வேண்டும் என்று நினைத்தான். நிஜமாகவே கையை உயர்த்தியிருக்க வேண்டும்.

'என்ன கையையும் காலையும் உக்கார்ந்த இடத்திலே ஒசத்திக்கிட்டு' சாந்திக்கு இவனுடைய செய்கை சிரிப்பை உண்டாக்கி இருந்தது. அவள் சிரித்தபடிதன்னை நோக்கி வருவது கணபதிக்கு மிகுந்த கிளர்ச்சியை உண்டாக்கியது. 'என்ன கருவேப்பிலை வாசம் அடிக்கு?' என்று கரகரவென்ற குரலில் கேட்டான். அவளுக்கு அந்தக் கரகரப்புப்

புரிந்திருந்தது. 'ஆங். கொத்தமல்லி வாசனை அடிக்குது' என்று பக்கத்தில் வராமல் அங்கேயே நின்றாள். கணபதி எழுந்திருந்து போய் அவளை அப்படியே அணைத்துக் கொண்டான். தொண்டைக் குழி வரைக்கும், அந்த வாளின் ஞாபகம் வந்து, 'ரஜபுத்ரி' என்ற சொல் முண்டியது.

'என் ராஜாத்தி' என்று கணபதி மூச்சு முட்டச் சொன்னான்.

மலைகள்.காம்

ஜூன், 2016

புழுவாய்ப் பிறக்கினும்

சுலோச்சனா தனக்கு முன்னால் நீட்டப்பட்ட அந்தத் துணிப் புழுவைப் பார்த்துக்கொண்டே இருந்தாள்.

இதுவரை பச்சை விழும் வரை ஒவ்வொரு வாகனமாகப் போய்க் கெஞ்சிக் கொண்டிருந்த அவளின் கையில் இருப்பது என்ன பொம்மை என்று சுலோச்சனாவால் யூகிக்க முடியாமல் இருந்தது. தன்னுடைய இருசக்கர வாகன தூரத்தில் இருந்து பார்க்கும் போது, அந்தப் பெண் மேடிட்ட வயிறோடு இரண்டு வரிசைக் கார்களுக்கும் இடையே, உதிரும் ஒரு தைல மர நீண்ட இலை போல, அலைவது மட்டுமே தொந்தரவு செய்தது. உண்டாகி ஆறு ஏழு மாதங்கள் கூட இருக்கும். வயிறு புடைத்து இறங்கியிருந்தது.

சிக்னல் விழுந்து, வாகனங்கள் நகர்ந்து, ஒரு தீவு போல சுலோச்சனா மட்டும் இரண்டு கால்களில் நின்று, எதிர்ச்சாரி நடைபாதையில் நிற்கும் அவளைக் கையசைத்து அங்கேயே நிற்கும்படி சொன்னாள். ஒரு சிறிய குன்று போலக் குவிந்துகிடக்கும் இளநீர்க் காய்களுக்கும், அதே அளவுக்குக் குடித்து வீசிய காய்களுக்கும் இடையில், அவள் தன் பொம்மைகளுடன் நிற்கிற தோற்றம் ஒரு நிழற்படத்திற்கு உரியது. சுலோச்சனா இங்கிருந்தே தன்னுடைய மொபைலில் இரண்டு மூன்று படங்கள் அவசரமாக எடுத்துக் கொண்டாள். இங்கிருந்து கிளம்பி ஒரு யூ அடித்துத் திரும்பிவருவதாக, அவளிடம் காற்றில் ஒரு மாலை போலச் சுழற்றிக் காட்டினாள். இந்த நகரத்தின் சைகைகள் அத்துபடியாகியிருந்தது எதிரே நிற்கும் அவளுக்கு. சுலோச்சனா சிக்னல்

தாண்டிப் போய்ச் சுற்றிவருவதை உடனடியாகப் புரிந்துக்கொண்டாள். புரிந்ததை இவளுக்குச் சொல்வதே போல, அவளும் அதே திசையில், காற்றில் வளையமிட்டுச் சிரித்து, தான் அங்கேயே இருப்பதாகக் கையைத் தணித்துக் காட்டினாள்.

சுலோச்சனா அப்படித் திரும்பி வந்து வாகனத்தின் வேகம் குறைத்து ஒதுங்குகையில், இளநீர் விற்கிற பெண், அவளை அறியாத அனிச்சையில் ஒரு இளநீர்க்காயை இவளுக்காகக் கையில் ஏந்தி, வெட்டுவதற்கு வாகாக உருட்டினாள். அவளையும் தாண்டிப் போய் வண்டியை நிறுத்தவும், கையில் இருந்ததைக் குவியலில் இட்டு, 'போணி பண்ணுங்க மேடம். பிள்ளைத் தாச்சி' என்பது போலச் சைகையுடன் சுலோச்சனாவைப் பார்த்துச் சிரித்தாள். சுலோச்சனாவுக்கு இந்த ஊர் பாஷையெல்லாம் அத்துபடியாகிப் பத்து வருடங்களுக்கு மேல் இருக்கும் என்றாலும், இதுவரை அவள், அந்தப் பொம்மை விற்கிற பெண், இந்த இளநீர்க்காரி யாரும் இதுவரை ஒரு வார்த்தை கூடப் பேசிக்கொள்ளாததும், எல்லாம் சைகைகளிலேயே நிகழ்ந்தது என்பதும் பிடித்திருந்தது.

தானும் இந்த ஊர்க்காரி என்று தெரிவிப்பது போல, இளநீர்க்காரியிடம், உபசாரமாக 'இளநீர் விலை எப்படி? என்று கேட்டு, ஒரு மன்னிப்பு பாவத்துடன், பொம்மை விற்கிறவரிடம் நகர்ந்தாள். அவளுடைய பங்குக்கு ஒரு சிறு நகர்வு உண்டாக்குவதே போல, சுலோச்சனாவைப் பார்த்துச் சிரித்தபடி, கைகளை நீட்டி உயரத்திற்குக் காட்டியபடி, 'நானே அந்தப் பக்கம் வந்திருப்பேனே மேடம்' என்பதை அவளுடைய மொழியில் சொன்னாள். ஆட்களையும் சூழ்நிலையும் புரிந்துவிட்டால், பாஷை கூட இன்னொரு சைகைதான் என்று சுலோச்சனா, அவளுடைய வயிறைப் பார்த்துக்கொண்டு. காற்றில் கையை மேடாகத் தடவி, 'எத்தனாவது மாதம்?' என்று கண் சுருக்கிக் கேட்டுக்கொண்டு போய், நேரடியாக அவள் வயிற்றிலேயே கை வைத்தாள். சுலோச்சனாவின் கை வெதுவெதுப்பாக இருப்பதாக அவளுக்கும், அவள் வயிறு வெதுவெதுப்பாக இருப்பதாக சுலோச்சனாவுக்கும் தோன்ற, குழறுவது போன்ற குரலில் அந்தப் பெண் தன் இடது கையை சுலோச்சனாவின் கை மேல் வைத்து வயிறு எக்கி, சகோதரியே என்பது போல ஒரு சொல் சொல்லியது. வலது கை சுலோச்சனா முன் அந்தப் பொம்மையுடன் நீண்டு இருந்தது.

அந்தப் பொம்மை துணிப் புழுவாக நெளிந்தது. ஆறு ஏழு நிறங்களில் கண்ணி கண்ணியாக, பக்க வாட்டில் தொய்வான கால்களுடன் அது அந்தப் பெண்ணின் முழங்கையிலிருந்து மேல் புஜம்

வரை ஊர்ந்துகொண்டு இருந்தது. தலை ஒரு இலைப்பச்சை நிறத்தில், துருத்திக்கொண்டு இரண்டு உணர் கொம்புகள். மினுமினுவென்று கருப்புப் பாசிக் கண்கள். அதையெல்லாம் விட, சிவப்பு உருண்டையாகத் துருத்திய மூக்குக்குக் கீழ் சுலோச்சனாவைப் பார்த்து அப்படி ஒரு சிரிப்புச் சிரிக்கிற வாய்.

அந்தச் சிரிப்பை சுலோச்சனாவுக்கு உடனே பிடித்துப் போயிற்று. அந்தத் துணிப் புழுவை, எதிரே இருந்த கையில் இருந்து தன்னுடைய கைக்கு வாங்கிக் கொண்டாள். கனமே இல்லை. இது இவ்வளவு கனம் இருக்கும் என்று யூகித்து வாங்குவோமே, அந்தக் கனம் கூட இல்லை. 'காத்தாக இருக்கு' என்று சுலோச்சனா சொல்லிக் கொண்டாள். என்றைக்கு அவள் காற்றைத் தூக்கிப் பார்த்தாள். எல்லோரும் அப்படித்தான் சொல்கிறார்கள். முக்கியமாக சுலோச்சனா அம்மா சொல்வாள். 'காத்தா இருக்கு. இதுக்கா இவ்வளவு விலை?' என்று கேட்பாள். அல்லது 'ஓலையா இருக்கு. கனமே இல்லை' என்பாள்.

போன முறை, இதே போல ஒரு ஆமை பொம்மை வாங்கிக் கொண்டு போகும் போது அப்படித்தான் அம்மா சொன்னாள். அதை இங்கே இவளிடம் வாங்கவில்லை. சுலோச்சனாவின் அலுவலகம் பக்கத்து சிக்னல் அது. இப்போது இந்த நகரத்தில் எல்லா சிக்னல்களிலும் இப்படிப் பொம்மைகள் விற்கிறவர்கள் நிற்கிறார்கள். ஒரேதினத்தின் செய்திதாளின் அடுத்தடுத்த பிரதிகள் போல் ஒன்றாக இருக்கிறார்கள். ஆமை பொம்மை விற்றவர் இந்தக் பெண்ணின் சகோதரனாக, கணவனாக, அடுத்த கூடாரத்துக் காரனாக இருக்கலாம். பூனைக் கண்களுடன் நேர்த்தியான முகக் களை. நன்றாக இப்போதும் சுலோச்சனாவுக்கு மறக்கமுடியாததாக இருக்கிறது, மேல் பொத்தான்கள் திறந்து கிடந்த முடியற்ற அவனுடைய நெஞ்சுக் காம்பும், ஒதுங்கிக் கிடந்த ஒரு தாயத்துக் கயிறும்.

மான் இல்லை, மான்குட்டி, கரடி இல்லை கரடிக் குட்டி இரண்டையும் வலது இடது தோள்களில், சாய்ந்துவிடாத நிலையில் எந்த ஆதாரமும் இல்லாமல் ஒரு வித்தையுடன் நிறுத்திவைத்திருந்தான். ஆமை பொம்மை மட்டும் பெரியதாக இருந்தது. நிஜ ஆமை போல, இப்போதுதான் கிணற்றுப் பாசிக்குள் இருந்து நீட்டின தலையுடன் இருப்பதைப் பார்த்ததும் சுலோச்சனாவுக்கு அதை வாங்கத் தோன்றியது. அப்போதும் ஒரு நிஜ ஆமையின் உத்தேச எடையில் இருக்கும் என்று கையில் வாங்கியவளுக்கு, அதன் எடையற்ற தன்மை ஆச்சரியமாக இருந்தது... உள்ளங்கையில் வைத்து மேலும் கீழும் இரண்டு அங்குலம் வீசி, அது மீண்டும் உள்ளங்கையில் எடையற்று

இறங்குவது பிடித்திருந்தது. பின் பக்கம் திருப்பிப் பார்த்தாள். அடிவயிற்றில் ஒரு ஸிப் இழுத்து மூடின பற்களுடன். சுலோச்சனாவுக்கு விளக்கம் சொல்வது போல, அவனுடைய பாஷையில் அது பஞ்சினால் செய்யப்பட்டது என்று சொல்லி, 'காட்டன், காட்டன்' என்று சிரிப்புடன் முடித்தான். மிக நேரடியாக அவளைச் சந்திக்கும் அந்தக் கண்களை சுலோச்சனா மிக விரும்பினாள். விரும்பினாள் என்றால் அதன் ஈரமான பளபளப்பு அவளுக்குப் பிடித்திருந்தது.

ராமநாதனின் கண்கள் சுலோச்சனாவுடன் வாழ்ந்த அத்தனை நீண்ட வருடங்களிலும் இப்படி ஒருமுறை கூட ஈரமாக இருந்ததில்லை. மிகவும் அந்தரங்கமான நேரங்களில், அவளையும் அறியாமல் முகடுகளில் ஏறி இறங்கிய மிகச் சில பொழுதுகளிலாவது அந்தப் பளபளப்புத் தெரிந்துவிடாதா என சுலோச்சனாவுக்குத் தோன்றும். வெற்று வெளியிலிருந்து ஒரு நல்ல வெளிச்சத்தை அகல் போல வாங்கி, அவனுடைய ஏதாவது ஒரு அசைவு சுடரும்படி செய்து ஒரு திரியை ஏற்றிவிடப் பிரயாசைப் பட்டிருக்கிறாள். ஒரு போதும் முடிந்ததே இல்லை. இறுக்கிப் பிழிந்த சக்கை மாதிரியே பார்வை உலர்ந்து கிடக்கும். வெளியூருக்குப் போகும் போது கம்பிக் கொடியில் மறந்துவிட்டுவிட்டுப் போன துணி, மழையில் நனைந்து, காற்றில் ஒதுங்கிச் சுருண்டு, வெயிலில் மொடமொடத்துக் கிடப்பது போலப் பழுப்படித்த சிரிப்பு. கணினி அலவலகத்திற்கு வெளியில் எஞ்சும் அன்றாடத்தில், சென்செக்ஸ், நிஃப்ட் புள்ளிகளின் ஏற்ற இறக்கங்களைப் பொறுத்து சதா மாறிக்கொண்டே இருக்கும் அவனுடைய தினங்களின் வானிலையோடு சுலோச்சனாவால் ஒத்துப் போகவே முடியவில்லை.

ராமநாதனைப் பார்க்கும் போது எல்லாம் ராமநாதனின் அம்மா ஞாபகம்தான் முதலில் இருந்தே வரும் அவளுக்கு. ராமநாதனின் அம்மா வேறு யாரும் இல்லை. சுலோச்சனாவின் அப்பா கூடப் பிறந்த தங்கைதான். சுலோச்சனா பார்க்க, வில்லிசேரியிலிருந்து ஹெட்மாஸ்டர் ஆகப் பதவி உயர்வில் அம்பாசமுத்திரத்துக்கு வந்ததில் இருந்து, அத்தை இப்படி எப்போதும் ஆடிக்கொண்டும் சுவரைப் பார்த்துக் கெட்ட வார்த்தையில் திட்டிக்கொண்டும் தான் இருந்திருக்கிறாள். சுலோச்சனா தன்னுடைய அம்மாவிடம் 'சாலா அத்தை வீட்டு மாமா எங்கே ம்மா?' என்று கேட்ட பொழுது, 'யாருக்குத் தெரியும்?' என்று மிகச் சுருக்கமான பதில் மட்டுமே வந்தது.

இருக்கிறாரா, இல்லையா?' என்று சுலோச்சனா மேலும் கேட்டால், 'அப்படியும் வச்சுக்கிடலாம். இப்படியும் வச்சுக்கிடலாம்' என்று சொல்லும் சுலோச்சனாவின் அம்மா முகம் கல் போல இறுகிக் கிடக்கும். மறுபடியும் அம்மாவே ஆரம்பிப்பாள், என் கிட்டே

கேட்டால் இல்லை . ஹெட்மாஸ்டர் கிட்டே கேட்டா இருக்கு. அவங்க அவங்க கணக்குக்கு, அவங்க அவங்களுக்குத் தோதுப்பட்ட விடை' என்று சிரிப்பாள். 'அது என்னம்மா? ஹெட் மாஸ்டர். அப்பாண்ணு சொல்ல மாட்டியா?' என்று சுலோச்சனா கேட்டால், 'அப்பா அப்பாவா இல்லாவிட்டால் ஹெட் மாஸ்டர் தானே' என்று அம்மா நகர்ந்து போய் புறவாசல் பக்கம் நிற்பாள். அம்மா அப்படித் தனியாய்ப் போய் நிற்கிற நேரம் எல்லாம் சுலோச்சனா அழுதிருக்கிறாள்.

அந்த அழுகை சுலோச்சனாவுக்கு ராமநாதனையே கட்டிக்கொடுக்க முடிவு செய்த போது ரொம்பவும் அதிகமாயிற்று. அப்பா பிடிவாதமாக இருந்தார். ராம நாதனை அவர், நாதன் என்றுதான் சொல்வார். 'நாதனுக்கு என்ன குறைச்சல்? அவன் என் கூடப் பிறந்த தங்கச்சி மகன், எனக்கு மருமகன் என்கிறதை எல்லாம் கூட விட்டிருவோம். பிலானியில போய்ப் படிச்சு, ஒண்ணுக்கு ரெண்டு பட்டம் வாங்கிட்டு வந்திருக்கான். படிச்சிட்டு வந்து பெட்டியைக் கீழே வைக்கக் கூட இல்லை. அப்பாய்ண்ட்மெண்ட் ஆர்டர் கூடவே வந்துட்டுது. நான் இன்னியத் தேதிக்கு ரெவென்யூ ஸ்டாம்ப் ஒட்டிக் கையெழுத்துப் போடுகிற சம்பளத்தை விட அவன் சம்பளம் ஜாஸ்தி. நம்ம பிள்ளைக்கு இதைவிட நல்ல இடம் அமையுமா? எங்கேயாவது ரெடியா இருந்தால் நீயே சொல்லு. முடிச்சிருவோம்.' என்று தான் கிட்டத்தட்ட ஜெயித்துவிட்டது போன்ற சிரிப்புடன் அம்மா பக்கம் திரும்பினார்.

சுலோச்சனா அம்மா, எப்போதும் போல சுருக்கமாக, 'வேண்டாம்னா வேண்டாம்' என்றாள்.

'உனக்கு சாலாச்சி'ண்ணா பிடிக்காது. அவளுக்கு புத்திக்குச் சரியில்லை என்கிறது ஒண்ணு மட்டும் தான் உனக்குத் தெரியும். நீ ரெண்டடி தள்ளி நிண்ணது போதாதுண்ணு உம் மகளை எட்டடி தள்ளி நிக்கச் சொல்லீட்டே. நாதன் அப்படியா? பதினஞ்சு வருஷத்துல இருந்து இன்றையத் தேதி வரைக்கும் அம்மையைக் குளிப்பாட்டுததிலே இருந்து சீலை கட்டி விடுகிறது வரைக்கும் அவன் தான் பார்த்திருக்கான்;' இதை ஒரு கடுமையான குற்றச் சாட்டுப் போன்ற கனத்த குரலில் சொல்ல ஆரம்பித்தவர், கடைசியில் குரல் கம்மி, நாற்காலி முதுகில் கிடந்த துண்டை எடுத்து, மூக்கைத் துடைத்துத் தோளில் போட்டுக் கொண்டார்.

'நீ கொஞ்சம் உள்ளே போ. இல்லை. பத்து நிமிஷம் வெளியிலே எங்கேயாவது போயிட்டுப் பொறவு வா" என்று சுலோச்சனாவிடம் சொன்னதும் 'எதுக்கும்மா?' என்று திருப்பிக் கேட்டவளிடம். 'சொன்னால் கேளு' என்று அம்மா மறுபடி சொன்னாள்.

சுலோச்சனா. இதுவரை யாரும் கேட்காமல் உள்ளே பாடிக்கொண்டு இருந்த ரேடியோவை நிறுத்திவிட்டு வெளியே வந்தாள். அவள் வீடு தான். அவள் தெரு தான். தினசரி பள்ளிக் கூடத்திற்கு, ரயில்வே ஸ்டேஷனுக்கு, பாபநாசம் காலேஜிற்கு எல்லாம் எத்தனையோ தடவை போய்வந்த பாதைகள் தான். எல்லாத் திசைகளையும் அவளைச் சுற்றிலும் உருவி எடுத்துவிட்ட மாதிரி நடையிலேயே நின்றாள்.

'கடைசல்காரர் வீட்டிலே இரி. நான் சத்தம் கொடுத்த உடனே வா' என்று அம்மா உள்ளே இருந்து சத்தம் கொடுத்தாள். உலகத்தில் இருக்கிற எல்லாச் சத்தங்கள் அகன்று போய், சுலோச்சனாவின் அம்மா சத்தம் மட்டும் இருப்பது போல வீட்டுச் சுவர்கள் அதிர்ந்தன. சுலோச்சனாவுக்கு அப்பாவைத் திரும்பிப் பார்க்கவேண்டும் போல இருந்தது. கடைசல் பட்டறையில் இருந்து கிச் கிச் என்று இயந்திரம் ஓடுவது மர வாசனை கலந்து வந்தது.

'சொல்லு. உம் மக போயாச்சு' என்றார். துண்டு இன்னும் தோளில் கிடந்தது.

'என்னத்தைச் சொல்ல? எல்லாத்தையும் தான் நீங்களே சொல்லிட்டீங்களே. குளிப்பாட்டுகிறதில இருந்து உடுத்திவிடுகிறது வரைக்கும் உங்க மருமகன் தான் செய்து விடுதான்னு, அப்புறம் நான் வேறு என்ன சொல்லக் கிடக்கு'

'தலையும் இல்லாம வாலும் இல்லாம எதையாவது சொன்னா, மனுஷனுக்கு என்ன விளங்கும்'

'தலையும் இல்லாம, வாலும் இல்லாம, முண்டமாப் போயிறக் கூடாதுண்ணுதான் நானும் அடிச்சுக்கிடுதேன்'

சப்பென்று இரண்டு கையையும் கூப்பி, உயரத்திக் கும்பிட்டு, ' தாயே. சத்தியமா எனக்கு ஒண்ணும் புரியலை' என்று சொல்கையில் துண்டு நழுவிக் கீழே விழுந்தது.

சுலோச்சனாவின் அம்மா குரலில் இதற்கு முன்னால் இருந்த படபடப்பு அடங்கிச் சாணை பிடித்தது போல ஆகியிருந்தது. 'பெத்த அம்மையாவே இருக்கட்டும். மகனாவே இருக்கட்டும். அந்த மனுஷி ஒரு பொம்பளை, இவன் ஒரு ஆம்பிளை. ஒரு பொம்பிளைக்கு உள்ளது எல்லாம் பொம்பிளைகிட்டே இருக்கும். ஆம்பளைக்கு உள்ளது ஆம்பளை கிட்டே'

'கண்டு பிடிச்சுட்டியாக்கும் பெருசா?'

‘ஆமங்க கண்டு பிடிக்கணும். கண்டு பிடிக்கக் கண்டுபிடிக்கத்தான் இந்தக் கை எவ்வளவு பெருசு, காலு எவ்வளவு பெருசு எதிராளிக்குத் தெரியும்’ இதைச் சொல்லும் போது சேலையைச் சற்று விலக்கி ஆடு சதை வரை காலைக் காட்டுவாள் என்று அவர் எதிர்பார்க்கவில்லை. சுலோச்சனா அப்பா தான் அவமானப் படுத்தப்பட்டது போல உணர்ந்தார். முகத்தில் வென்னீர் ஊற்றியது போல இருந்தது.

‘உனக்கு என்ன கிறுக்கு,கிறுக்குப் பிடிச்சுட்டுதா?’ என்றார்.

‘கிறுக்குப் பிடிச்சிருகிறவளைக் குளிப்பாட்டி, கிறுக்குப் பிடிச்சுறவளுக்குத் தலை துவட்டி, உடுத்தின ஈரச் சேலையை அவுத்துப் போட்டு, மாத்துச் சேலையை உடுத்திண்ணு பத்து வருஷம் பாடு பார்த்த ஒரு பையனுக்கு, உலகத்தில இது பெருசு அது பெருசுண்ணு ஏதாவது தோணுமா? அவன் அவ்வொ அம்மைக்குச் செஞ்சதெல்லாம் புண்ணிய காரியம். நான் இல்லைண்ணு சொல்லலை. ஆனால், எதுத்தாப்ல வருகிற ஒரு பொம்பளை சேலை லேசா விலகுச்சுண்னா அவனுக்கு ஏதாவது புதுசா இருக்குமா? கொஞ்ச நேரத்துக்கு முந்தி, நான் காலை உசத்திக் காட்டினதும், என்னமோ போல உங்களுக்கு ஆச்சுல்லா. அது அவனுக்கு ஆகுமா.? என்று அடுத்தடுத்துக் கேட்டவள், கொஞ்ச நேரம் அமைதியாக இருந்தவள், ஒரு தீர்மானம் போடுகிறது போல,

‘இருக்கும்ங்க. எல்லாப் பொட்டச்சிக்கும் கட்டின ஆம்பிளை புதுசு புதுசா தன்னைக் கண்டு பிடிக்கணும்னு ஆசை இருக்கும்ங்க. ஒருத்திக்கு கூட, ஒருத்திக்குக் குறையா இருக்கும். ஆனா இல்லாமல் போகாது’ என்று முடித்தாள்.

சுலோச்சனாவின் அப்பாவுக்கு முதுகில் கைவைத்து அவரையே இருட்டுக்குள் குப்புறத் தள்ளிவிட்ட மாதிரி ஆயிற்று. ஒரு காட்டெருமை பின்னால் வெகுதூரம் நகர்ந்து குனிந்துகொண்டே வேகமெடுத்துப் போய்க் கொம்புகளால் தூக்கி எறிய வேண்டும் என்று ஆத்திரம் வந்தது.

‘நாதன் கண்டு பிடிக்காவிட்டால் என்ன? நீ கண்டு பிடிச்ச மாதிரி உம் மகளும் கண்டுபிடிச்சுட்டுப் போகிறா? உன்னை விட நிச்சயம் உம் மக கெட்டிக்காரி தான்’ என்று அவர் சொல்லி முடிப்பதற்குள், அவருக்கு எதிரே இருந்து நகர்ந்து நகர்ந்து புறவாசல் நடைப் பக்கம் சேலை விசிறல் போயிருந்தது.

அவர் நினைத்தபடியே சுலோச்சனாவுக்கும் ராமநாதனுக்கும் கல்யாணம் நடந்ததே தவிர, கல்யாணத்திற்குப் பின் நடந்தது எல்லாம், கிட்டத்தட்ட, சுலோச்சனா அம்மா சொன்னது போலத்தான்.

அலுவலகத்தில் நல்ல பெயர் இருந்தது. ஆனால் இவனைத் தேடி வருகிற நண்பர்களோ, இவளும் அவனுமாகப் போகிற நண்பர்களோ யாரும் இல்லை. தனியாக இருக்கையில், சில சமயங்களில் இவள் ராத்திரி எழுந்து போய்விட்டு வந்து படுக்கும் போது கூட, உதட்டைக் கடித்துக்கொண்டு உட்கார்ந்து இருந்திருக்கிறான். அதிகாலை புரண்டு படுக்கும் போது கூட அவன் உட்கார்ந்திருந்த கோணம் மாறவில்லை. மறுநாள் அம்மாவைக் கூப்பிட்டுச் சொன்னாள். அம்மா பதில் சொல்லாமல் அழுதாள். அல்லது அழுகிற மாதிரி சுலோச்சனாவுக்குப் பட்டது. 'நூத்துல, ஆயிரத்தில ஒரு புஸ்தகத்தில, ஏழெட்டுப் பக்கம் அச்சடிக்காம வெள்ளையா விடுபட்டிருக்கும். நாம யூகிச்சுக்கிட்டு மேற்கொண்டு கதையைப் படிச்சுட்டுப் போக வேண்டியது தான்' என்று அம்மா சொல்வது கேட்டது.

ராமநாதன் வேலை பார்த்த நிறுவனம் ஒரு நாள் குப்புற விழுந்தது. பெருத்த மோசடிகளில் ஈடுபட்டிருப்பதாக எல்லாச் செய்தித் தாட்களிலும் தொலைக் காட்சிகளிலும் அந்த நிறுவன இயக்குநர்கள் பெயர்களும் படங்களும் அடிபட்டன. ராமநாதனுடன் வேலை பார்த்த சகாக்கள் சிலர் உடனடியாக வேறு வேலைகளுக்குப் போனார்கள். ராமநாதனால் அந்தச் சரியான முடிவை எடுக்க முடியவில்லை. அவனுடைய எல்லா நேர்கோடுகளும் தண்ணீரில் விழுந்து நெளிவதைக் கண்டு அவன் பயந்திருக்கிறான் என்பது சுலோச்சனா மேல் படும் எரிச்சலில் தெரிந்தது. நான்கு வருடங்களுக்குப் பிறகு சுலோச்சனாவுக்குக் கருக் கலைந்தது அப்போதுதான். அவளாகத்தான் மருத்துவ மனை போகவேண்டியது இருந்தது. அதற்கான மருத்துவச் செலவைச் செலுத்திவிட்டு வந்து, ஒரு உயர் ரகக் கோப்பாகக் கொடுக்கப் பட்டிருந்த மருத்துவ ஆலோசனைகளைப் படுக்கை அறையில் வீசிப் பறக்கவிட்டான். சுலோச்சனை அதை அப்படியே பொறுக்காது சிதறிக் கிடக்கவிடத் துவங்கியது அப்போதுதான். அதற்குப் பின் எதையுமே என்று சொல்ல வேண்டும்.

ராமநாதனை வெளியே போ என்று அலுவலகம் நேரடியாகச் சொல்லவில்லை. போகவைக்கிற நடவடிக்கைகளாக அவை இருந்தன. அவனுடைய சம்பளம் கணிசமாகக் குறைக்கப் பட்டது. அடுத்த கட்டத்தில் அவனுக்கு எந்தப் பொறுப்பும் இல்லாமல், ஆனால் சகல அலுவலகக் கண்ணியத்தோடும் அவனுடைய அறையில் இருத்திவைக்கப் பட்டிருந்தான். இதற்குள் ராமநாதனின் நடவடிக்கைகள் வெகுவாகக் குலைந்திருந்தன. தன்னைச் சுற்றி ஒரு சுத்தமின்மையை அவன் உருவாக்கிக் கொண்டான். அவன் உபயோகித்த கழிப்பறைகளை சுலோச்சனாவால் சுலபமாக உபயோகிக்க முடியவில்லை.

இன்னொரு படுக்கையறையை அவன் தனியாக உபயோகிக்க ஆரம்பித்ததைக் கூட சுலோச்சனா அனுமதித்தாள். அம்மாவிடம் சொல்லாமல் இதைத் தானே எதிர்கொள்ள வேண்டும் என்ற முடிவை மட்டும் எடுத்தாள். தஞ்சாவூர் ஓவியங்கள் வரையும் பயிற்சி வகுப்பில் சேர்ந்தாள். மிகச் சில வாரங்களில் ஊஞ்சலில் உட்கார்ந்து ஆடும் கிருஷ்ணன் ருக்மணியை அவளால் வரைய முடிந்தது. அதை ராமநாதனிடம் காட்டத் தோன்றிற்று. தோன்றியிருக்க வேண்டாம்.

ராமநாதன் கணினித் திரையில் மிக வெளிப்படையாக எல்லாம் நிகழ்ந்துகொண்டிருக்கும் ஒரு காட்சியின் அசைவில் ஒன்றியிருந்தான். அவனுடைய உடைகள் விலகியிருந்த விதம், அந்தக் காட்சியில் அவனும் ஒரு பகுதியாகிவிட்டவனாக ஆக்கியிருந்தது. சுலோச்சனா அவ்வளவு அருகில் வந்து நிற்கிறதை அவன் உணரவே இல்லை.

அதற்குப் பிறகு அவள் ராமநாதன் பக்கத்தில் போகவே இல்லை. வெகுதூரத்திலேயே தன்னை வைத்துக்கொண்டாள். அந்த தூரம் நெடுந்தொலைவாக இருந்தது. கடக்க முடியாதது போன்ற சோர்வை அளித்தது. ஒரு பதினைந்து ஆயிரம் ரூபாய் வருமானத்திற்கு அவள் இரண்டு பஸ் மாறிப் பிரயாணம் செய்து திரும்ப வேண்டியதாயிற்று. தான் விரும்பிய செருப்புக்களை, கைக்குட்டைகளை, வெகு நாட்களாக அணிய விரும்பிய மார்க் கச்சை வாங்க முடிந்தது. நடைபாதைக் கடைகளில் சாப்பிட, உடன் வேலைபார்க்கும் சகாவின் யோசனைப்படி, சில சமீபத்திய மலையாளப் பட குறுந்தகடுகள் பரிமாறிக்கொள்ள, கொட்டித் தீர்த்த மழையிரவு ஒன்றில் ஒரு பிரும்மாண்ட மாலின் படியில் அழுதுகொண்டு நின்று, பின் ஒரு ஆட்டோ பிடித்து வீடு வரும் வரை மேலும் அழுதவளாக, ஓட்டுநரின் பான் பராக் வாசனையை விரும்ப முடிந்தது.

ராமநாதன் குதிப்பான் என நினைத்தாள். அன்றைக்கு அவன் ஒன்றுமே சொல்ல முடியாமல் இவளைப் பார்த்தபடி, பகுதி பகுதியாக உடைந்து கிடக்கிற ஒரு துப்பாக்கிப் பொம்மை போல, அவனுடைய அறைக் கட்டிலிலேயே கிடந்தது சுலோச்சனாவுக்கு ஏமாற்றமாக இருந்தது. ஒரு சொல் ஏறுக்கு மாறாக அவன் கேட்டாலும் தகர்த்துப் பொடித்துவிடவேண்டும் என்று வந்தவளுக்கு, முக்கால் சட்டைக்குக் கீழ் மெலிந்து கிடக்கும் அவனுடைய மயிரடர்ந்த கால்களைப் பார்க்க இரக்கமாக இருந்தது. 'கிட' என்று வன்மமுடன் முனகியபடி, ஈர உடைகளில் இருந்து மிக நேர்த்தியான இன்னொரு இரவாடைக்கு மாறி, மிகக் காட்டமான ஒரு தேநீர்க் கோப்பையுடன், ராமநாதன் கேட்க முடிகிற தூரத்தில், அவளுடைய அலுவலக நண்பனிடம் மிக

உரக்க, ராமநாதனை விட மிக இயல்பாக அவளுக்கு வரும் உள்ளூர் பாஷையில் பேசிச் சிரித்து விட்டு, அவன் எவ்வளவு தூரம் வதை பட்டிருப்பான் என்பதற்கு உள்ளூரத் திருப்தியுடன், அம்மாவைக் கூப்பிட்டு 'அம்மா இங்கே செமை மழைம்மா. ஒரு டீ குடிச்சேன். ஹரி ப்ரசாத் ஃப்லூட் கேட்கப் போறேன். இன்னிக்கு அவரு பிறந்த நாளாம். ஆஃபீசிலே மஞ்சுநாத் சொன்னான்' என்று ஒரு பின்பகுதிப் பொய்யுடன், சத்தமாக உரையாடினாள். ராமநாதன் அவனுடைய அறைக் கதவை அடித்துச் சாத்திக்கொண்டது அவளுக்கு அன்றைக்குப் போதுமானதாக இருந்தது.

சுலோச்சனா அப்பா அடித்துச் சாத்தினாரா என்று தெரியவில்லை. ஆனால் தாழிடப் படாமல் கதவு மூடியிருந்தது. அவர் தூங்குவது போல இருந்ததாகத்தான் எல்லோரும் சொன்னார்கள். ராமநாதனுக்குத் தான் முதலில் தகவல் வந்தது. அலுவலகத்தில் இருந்து ஃபோன் செய்து,'எங்கே இருக்கே?' என்றான். சுலோச்சனா அன்று வீட்டில் இருந்து வேலைசெய்ய அனுமதி பெற்றிருந்தாள். 'புறப்பட்டு ரெடியா இரு. ஊருக்குப் போகணும் ரெண்டு பேரும்' என்றான். அப்புறம்தான் அப்பாவைப் பற்றி, 'மாமாவுக்கு ஹார்ட் அட்டாக்' என்று அழ ஆரம்பித்தான். அழுவதற்கும் சிரிப்பதற்குமான பகுதிகள் இன்னும் ராமநாதனிடம் இருக்கிறது என்பது அவளுக்கு முக்கியமானதாகப் பட்டது. அவளுக்கு சாலாச்சி அத்தை ஞாபகம் வந்தது. உடம்பில் துணியே இல்லாமல் அவள் அப்பாவின் ஃப்ரீசர் பாக்ஸ் பக்கம் உட்கார்ந்து அழுவது போலவும், ராமநாதன் அவளை எழுப்பி உள்ளே கூட்டிக்கொண்டு போய் இடுப்பில் சேலையைச் சுற்றிவிடுவது போல ஒரு காட்சி நகர்ந்தது. சுலோச்சனா தாங்கமுடியாமல் அழ ஆரம்பித்தாள். அது சாலாச்சி அத்தை அல்ல என்றும், தானே அப்படி ஒரு கோலத்தில் கிடந்து அழுவது போலவும் முந்திய காட்சியே சற்றுத் திரிந்து வேறொன்று ஆகிற்று. சுலோச்சனாவின் அம்மா, 'வேண்டாம் வேண்டாம்'னு தலையிலே அடிச்சுக் கிட்டேனே. இந்தக் கதியிலே எம் மகளை உக்காத்தி வச்சுட்டு போய்ச் சேர்ந்துட்டாரே' என்று அழும் இன்னொரு காட்சி மேலே விழுந்து, முந்தின காட்சியை, நகர்த்தியது.

ராமநாதன் தான் பத்துமணி நேரமும் காரை ஓட்டிக்கொண்டு வந்தான். எங்கும் நிறுத்தவில்லை. சாப்பிடவில்லை. வழியில் பெட்ரோல் நிரப்புகையில் இவள் ஒதுங்கிக் கொண்டு திரும்பினாள். ராமநாதன் நாற்கரச் சாலையின் ஆளற்ற ஒரு விளிம்பில் காரை ஓரமிட்டு, இயந்திரத்தை ஓடுகிற நிலையில் வைத்து, ஒரு முள் மரத்தின் பக்கம் நெடு நேரம் நின்று தன்னைத் தளர்த்திக் கொண்டான். ஒரு

பிற்பகல் வெயிலின் பிரதிபலிப்போடு மினுமினுத்துத் தெறிக்கிற ஈரத்தை ஒரு நொடி பார்த்துவிட்டு சுலோச்சனா பின் இருக்கையில் தலையைக் குனிந்துகொண்டாள். கார் தானாகக் கிளம்பித் தன்னை ஊரில் கொண்டுசேர்த்துவிடாதா என்றிருந்தது அவளுக்கு.

பதினாறாம் நாள் வரை அல்ல, பத்தாம் நாள் வரை கூட ராமநாதன் இருக்கத் தயாரில்லை. அவனுக்காக, அடுத்த ஞாயிறு, நேர் எட்டாம் நாள் எல்லாச் சடங்கையும் முடித்தாயிற்று. ராமநாதனின் சின்னம்மை, சுலோச்சனாவின் ஒன்றுவிட்ட அத்தை ஒருத்தி தவிர எல்லோரும் போய்விட்டார்கள். ஒரு பனங்கட்டையைக் குறுக்கே போட்டு, சாலையில் இருந்து வாய்க்காலைத் தாண்டி ஒரு தென்னந்தோப்புக்குள் போவது போல, அந்த அத்தை வெகுநேரம் இரண்டு குடும்பத்தையும் பற்றி பேசிக்கொண்டே இருந்தது, அந்த இரவின் பெரும் ஆறுதலாக இருந்தது. சுக்கு வென்னீர் போட்டு எடுத்துவந்து அந்த அத்தை சுலோச்சனாவின் அம்மாவுக்குக் கொடுத்தாள். காரை எலும்புக்கு மேல் ஸ்படிக மாலை ஒன்று அணிந்து மல் சட்டை போட்டிருந்த அந்த மனுஷியின் முகமும் கூடுபல்லாகக் குவிந்திருந்த வாயில் உதடுகளை இழுத்து இழுத்து மூடி அவள் பேசிய சொற்களும், சுலோச்சனாவை ரொம்ப யோசிக்க வைத்தது. இது போன்ற ஒருத்தி இருக்கும் இதே உலகத்தில் தான் ராமநாதன் போன்ற ஒருவனும் இருக்கிறானா? இவளின் எடைக்காக, அவனுடைய எடைக்குறைவை பொறுத்துக்கொள்ள வேண்டியதுதானா? ஒரே பக்கமாகத் தோண்டிக் கொண்டே போனால், எல்லாம் சரிந்து போகுமோ? அம்மா வரை அதில் குப்புற அந்தச் சரிவின் இடிபாடுகளில் குப்புறக் கிடப்பாளோ? என்று எல்லாம் சுலோச்சனாவுக்குத் தோன்ற ஆரம்பித்தது. தூக்கம் வருகிற பாடில்லை. அம்மாவோ அந்த அத்தையோ கால் கழுவிக் கொள்ளும் போது செம்பைக் கொப்பரையில் அமிழவிட்ட சத்தம் மட்டும் ரொம்ப நேரம் ஞாபகம் இருந்தது.

ராமநாதன் சொல்லாமல் கொள்ளாமல் போயிருந்தான். வாசலில் காரைக் காணோம். அப்பா அறையில் தான் அவன் பெட்டியை வைத்திருந்தான். அதுவும் இல்லை. சுலோச்சனா மட்டும் உணரமுடிகிற அவனுடைய ஒரு புழுங்கல் வாடை சுவரோரம் தொங்கிய ஏதோ ஒரு துணியில் இருந்து வந்து அந்த அறையை நிரப்பியபடி இருந்தது. பட்டாசலுக்கு வந்தாள். முந்தின நாள் சாத்தப்பட்ட மாலை வதங்கலுடன் அப்பா படம் சுவரில் சாய்ந்திருந்தது. வைக்கப் பட்டிருந்த சந்தனமும் குங்குமமும் கிட்டத்தட்ட முகத்தை மூடி, சந்தன விளிம்புக்குள் இருந்து எட்டிப்பார்க்கும் குங்குமமே ஒரு அரூப முகத்தை வரைந்திருந்தது.

'என் கூட வந்திருதீங்களா அம்மா?' என்று கேட்ட போது சுலோச்சனாவின் அம்மா ஒரு சிறு மறுப்பும் சொல்லவில்லை. அம்மாவும் இந்த ஊர்க்காரிதான். இங்கேயே பிறந்து வளர்ந்தவளுக்கு அவ்வளவு சீக்கிரம் இதை விட்டுக் கிளம்பத் தயக்கம் இருக்கும் என நினைத்தாள். 'யாரையாவது பார்த்துச் சொல்லிக்கிட்டு வரணுமா?'. எங்கேயாவது கோயிலுக்குப் போய்ச் சாமி கும்பிட்டுட்டு வரணும் தோணுதா அம்மா?' என்று கேட்டதற்கு எல்லாம் ஒரே நொடியில் வேண்டாம் என்பது போலத் தலையை அசைத்துவிட்டாள். குடும்ப பென்ஷன், அப்பாவுடைய பாங்க் வரவு செலவு என, கூடுதலாக ஒரு இரண்டு மாதத்திற்குப் பக்கம் ஆயிற்று. வேனல் காலம் முடிந்து காற்றுக் காலம் ஆரம்பமாகும் ஒரு தினம் அது.

அம்மா அவளுக்குப் பிடித்த புறவாசல் நடையில் நின்று கொண்டு இருந்தாள். அம்மா, போன பட்டத்துக்குப் போட்டிருந்த, அவரை, பாகல், பீர்க்கு மூன்றுமே காய்ப்பு முடிந்து வாடியும் வாடாமல் கரையான் விழுந்திருக்கும் படவரைக் குழிப் பந்தலில் சொரசொரப்பாக உரசிக் கிடந்தன. இதுதான் கடைசி என்பது போல ஒரே ஒரு கரு நீலக் கொத்தாக அவரைப் பூ அசைந்தது. அம்மா தூரத்து மலைகளையே பார்த்துக்கொண்டு இருந்தாள். பளீரென்ற வெயில் மங்கி, மேக நிழல் மலையில் திட்டுத் திட்டாக நகர்ந்து, மறுபடி வெயில் ஏறுகையில் மலை பாளம் பாளமாக மின்னியது. சுலோச்சனா பக்கத்தில் வந்து பின்னால் நிற்கிறது தெரியுமோ, தெரியாதோ, மலையையே பார்த்து நின்ற சுலோச்சனாவின் அம்மா, 'கைலாசம் மாதிரி இருக்கு' என்று சொன்னாள். சுலோச்சனாவுக்கு அம்மா அப்படிச் சொன்ன விதமும் குரலும் ரொம்பப் பிடித்திருந்தது. இதுவரை இப்படி ஒரு குரலில் அம்மா பேசியதே இல்லை என இடது புறம் ஊன்றியிருந்த கையை எடுத்து அம்மாவின் தோளில் வைத்தாள். அவரைப் பூச்சி வாசம் அடித்தது.

'இந்த வீட்டை விக்க வேண்டாம். சும்மா பூட்டிப் போட்டிருப்போம்' என்று சொன்னவள், 'ஆனால் நாம அவன் கூட அந்த வீட்டில இருக்க வேண்டாம். தனியா ஒரு வீடு பார்த்துக்கிடுவோம். ரெண்டு தட்டு வீடுண்ணாக் கூடப் பரவாயில்லை.' என்றாள். அம்மாவுக்குள் அப்படி ஒரு தீர்மானம் எப்படி வந்தது என்று அவள் கேட்கவில்லை. ஆனால் அவளே சொன்னாள், பெயரை முழுதாக உச்சரித்தே சொன்னாள், 'ராமநாதன் அம்மையும் நானும் ஒண்ணிச்ச வயசு. அஞ்சாம் கிளாஸ் வரை ஒரே பள்ளிக்கூடத்திலே தான் படிச்சோம். என்னைப் பார்த்தா ராமநாதனுக்கு அவ்வொ அம்மை ஞாபகம் வரும். அவனைப் பார்த்தா எனக்கும் சாலாச்சி ஞாபகம் வரும். அவ இடுப்புல எண்ணிக்கு துணி

சேர்ந்தாலே ரெண்டு நிமிஷம் நிண்ணு அவன் பார்த்திருப்பான்? எதுக்கு ஒண்ணா இருந்து, ஒருத்தரை ஒருத்தர் இமுசை பண்ணிக்கிடணும்?'

ஒரு அடுக்ககத்தின் மூன்றாம் மாடியில் வீடு பார்த்துப் போய், எல்லா சாமான்களையும் ஒதுங்க வைக்கையில் சுலோச்சனா தரையில் பரத்திப் போட்டிருந்த பொருட்களைப் பார்த்தபடியே, இதில் எந்த இடத்தில் அம்மா தன்னுடைய கைலாயத்தை இறக்கி வைத்திருப்பாள் என்று நினைத்தாள். கண்கள் நிறைந்துவிட்டது. 'அம்மா எங்கே இருக்கே?' என்று சத்தம் கொடுத்தாள். 'ஏன்ங்?' என்று குளியலறைப் பக்கம் இருந்து சத்தம் வந்தது. சுலோச்சனா 'ஒண்ணும் இல்லை. சும்மா தான்' என்று கன்னத்தைத் துடைத்துக்கொண்டாள். அம்மாவும் உள்ளே போய் அழுதுகொண்டுதான் இருந்திருப்பாள் போல. வந்த கையோடு, 'உனக்கு இம்புட்டுத் தும்பம் வேண்டாம்' என்று மொட்டையாகச் சொல்லிவிட்டு வேறு சுவர்ப்பக்கமாகத் திரும்பிப் போனாள். முகத்தைக் காட்டிக்கொள்ளவில்லை.

அம்மா சுவர்களுக்குத் தக்க தன்னுடைய முகத்தைச் சுலபமாக மாற்றிக்கொண்டாள். கண்ணாடித் தொட்டியை முட்டாமல் எந்த இடத்தில் திரும்பி, எந்தச் சுழற்சியில் நீந்தி, எந்தக் கொப்புளங்களில் இருந்து விலகி மறுபடி அதே கண்ணாடிச் சுவருக்கு வரவேண்டும் என்று அவளால் புரிய முடிந்தது. சுலோச்சனா சொல்லிக்கொடுத்த தஞ்சாவூர் ஓவியங்களை, சுலோச்சனாவை விட வேகமாக அவளால் வரைய முடிந்தது. அவள் சுலோச்சனாவுக்கு முந்திய தலைமுறை என்பதால், அவளுக்கு உருண்டை வடிவ முகங்களையும் அகன்ற கண்களையும் சில அடுக்கடுக்கான நகைகளையும் வரைவதில் ஒரு சுலபம் இருந்தது. சுலபம் என்பதைவிட, அதில் ஒரு முந்திய தலைமுறைச் சாயல் தானாகவே படிந்து விகசித்தது. அம்மாவின் கட்டிலுக்கு அடியில் அவள் வரைந்த மிகப் பெரிய அளவு தஞ்சாவூர் ஓவியங்கள். முற்றிலும் சட்டமிடப்பட்டு அடுக்கப் பட்டிருக்கின்றன. அதை விற்பனைக்கு அனுப்ப வேண்டாம் என சுலோச்சனா தீர்மானித்தாள். ஒரு சிறு அலுவலகப் பயணமாக மைசூர் வரை போய்விட்டு சுலோச்சனா வீடு திரும்பிய ஒரு இரவில், சுவர் ஓரமாக எல்லா ஓவியங்களும் சாத்திவைக்கப் பட்டு இருந்தன. 'மொத்தமா எல்லாத்தையும் எடுத்துவச்சுப் பாக்கணும் போல இருந்துது. நீ வேற இல்லையா?' என்று அம்மா சிரித்தாள். இத்தனை படங்களையும் நகர்ந்து நகர்ந்து பார்த்துக்கொண்டு இருப்பது போல, அந்தப் பாசிப் பச்சை நிற ஆமை எல்லாவற்றிற்கும் நடுவில் இருந்தது. அம்மா ஒரு கடல் போல அந்த அறையில் நிரம்பி இருந்தாள். அந்தக் கடலில் இருந்துதான் அந்த ஆமை வந்திருக்க வேண்டும்.

சுலோச்சனா இன்னும் அந்தத் துணிப் புழுவைக் கையிலிருந்து கை மாற்றி வைத்துப் பார்த்துக்கொண்டே இருந்தாள். இது குழந்தைகளுக்கான பொம்மை என்றால், நிஜமாகவே குழந்தைகளுக்கு இவற்றைப் பிடிக்குமா என்று தெரியவில்லை. ஒரு புழு அருவருப்பைத் தானே யாருக்கும் உண்டாக்கும். அதை எப்படி எல்லோரும் விரும்பும் ஒன்றாக இவர்களால் மாற்ற முடிந்தது. ஒரு வேளை குழந்தைகளுக்கு என்று வாங்கி, பெரியவர்கள் தங்களோடு வைத்துக் கொள்வார்களோ? குழந்தைகள் உலகம் அருவெறுப்பு அற்றது. எடுத்ததுக்கு எல்லாம் சுத்தம் பார்த்துக் கையைக் கழுவுகிறவர்கள் பொதுவாக பெரியவர்கள் தானே. தான் மட்டும் என்ன சின்னப் பிள்ளையா? தனக்கு இது உடனடியாகப் பிடித்துத் தானே போயிருக்கிறது? அது எப்படி? தன் மேல் எப்போதும் இது ஊர்ந்துகொண்டு இருந்தால் கூட நன்றாகத்தானே இருக்கும்? சுலோச்சனா தன் தோளில் இட்டுக்கொண்டு யோசித்தாள்.

ஒரு விளையாட்டே போல, அதை எடுத்து எதிரே நிற்கிற பெண்ணின் சூல் வயிற்றில் இருந்து மார்புவரை ஊரிந்து போவது போல நகர்த்தினாள். அந்தப் பெண் ஒரு குறுகுறுப்போடு நெளிந்து, இவள் கையை விலக்கி, அதைத் தன் கையில் எடுத்துக் கொண்டது. மிக நுட்பமாக அதிரும் மேலுதடோடு அந்தப் பெண் இன்னும் தன் சிரிப்பை வைத்திருந்தது.

'எவ்வளவு சொல்?' என்றாள் .விலைக்காகவும் பேரம் பேசவும் அல்லாமல், அவள் சொல்கிற விலைக்கு ஒரு இருபது ரூபாய் அதிகம் கொடுக்கவேண்டும் என்பதற்காக அந்தக் கேள்வி. இவ்வளவு தூரம் தன்னைத் தொட்டுக்கொண்டு நிற்பவளிடம் வியாபாரம் பேச, அவளுக்கும் மனமில்லை போல. ' கொடுப்பதைக் கொடுங்கள் மேடம்' என்பது போல வெட்கப்பட்டாள். தன் வயிற்று மேட்டில் துணியை இழுத்துவிட்டுக் கொண்டாள்.

சுலோச்சனா பக்கத்தில் இருக்கும் இளநீர் வியாபாரப் பெண்ணையும் இதற்குள் கொண்டு வர விரும்பினாள். உலகம் முழுவதும் இந்தப் புழு ஊர்ந்துவிட்டு வந்திருப்பது போலவும், அல்லது இந்த நொடியில் இருந்து அது உலகம் முழுவதும் ஊர்ந்துசெல்லப் போவது போலவும் சுலோச்சனா நினைத்துக் கொண்டாள். அந்த ஊரின் பாஷையில், 'நீங்களே சொல்லுங்க. எவ்வளவு கொடுக்கலாம் இதுக்கு?' என்று இளநீர்க்காரியிடம் கேட்டாள். 'உங்களுக்குத் தெரியாதா மேடம்?' என்று அவள் கீழே இருந்து முகத்தை உயர்த்திச் சிரித்தாள். அவள் மேலும் புழுவை விடுவது போலப் பக்கத்தில் கொண்டு போய்ப் பின்வாங்கியவளாக, சுலோச்சனா, 'சொல்லு' என்று கேட்டாள்.

கொஞ்ச நேரம் அமைதியாக இருந்துவிட்டு, 'நூற்று அய்ம்பதுக்கு விற்போம். நீ நூற்று இருபது கொடு' என்பது போல, இடக்கை விரல்களை மடித்துக் காட்டினாள். 'நீ இடது கைக்காரியா?' என்று சுலோச்சனா அந்த விரல்களைப் பிடித்துக் கொண்டாள்.

வாகனத்திற்குப் போய் பணம் எடுத்துவந்து கொடுத்தாள். சில்லறை இல்லை என்று இளநீர்க்காரியிடம் சில்லறை கேட்டு அந்தப் பெண் நீட்டியது. ஒரு நிமிடம் அம்மாவிடம் இளநீர் வாங்கிவரட்டுமா என்று கேட்கத் தோன்றியது. தொலை பேசியில் கூப்பிட்டு 'அம்மா, இளநி சாப்பிடுதியா? வாங்கியாரட்டுமா?' என்று கேட்டாள். அம்மா கூடப் பேசும் போது மட்டும் தானாகவே அம்மா ஊர்ப் பேச்சு வந்துவிடும்.

கேட்டுக்கொண்டு இருக்கும் போதே பாக்கிப் பணத்தைத் தராமல் முழுத் தொகைக்கான சில்லறை நோட்டுகளை அந்தப் பெண் நீட்டியது. அவளிடம் அவள் சொன்ன நூற்றைம்பதையே குறைக்காமல் கொடுத்து, கன்னத்தைத் தொட்டு முத்திய கையால், 'இரண்டு இளநீர் முடி போட்டுக் கொடுங்க' என்று இளநீர்க் குவியல் பக்கம் காட்டி விரல்களை அசைத்தாள்.. அவளின் மற்ற அசைவுகள் எல்லாமும் சேர, துணிப்புழு அவள் கையிலிருந்து நழுவிக் கீழே விழுந்தது.

தரையில் ஊர்ந்து செல்வது போலக் கிடந்த அதைப் பின் பக்கத்தில் இருந்து பார்க்கும் போது, ஒரே ஒரு நொடி அவளுக்கு ராமநாதன் ஞாபகம் வந்தது.

எடுப்பதற்காகக் குனிந்த அவளுடைய விரல்கள் ஒரு பாதாளக் கரண்டி போல விரிந்திருந்தன.

அம்ருதா
ஆகஸ்ட், 2016

நீலப் பாலம்

சிற்சபேசன் கரை ஏறட்டும் என்று காத்திருந்தது போல, அந்த நாய் தண்ணீருக்குள் இறங்கி நீந்த ஆரம்பித்தது. 'இந்த உலகத்தை, ஆற்றை, சூரியனை எல்லாம் எவ்வளவு பார்த்திருக்கிறேன். நீ எல்லாம் என்ன?' என்ற சிரிப்பு அதன் கடைவாயில் இருந்தது. வில் போல வாலை உயர்த்தி, அந்த ஆற்றில் அதற்கென்று அது போட்டுவைத்திருந்த ஒரு தடத்தில் புகுவது போல, எந்த நீர்ச் சிதறலும் இன்றி முன்கால்களை நீட்டி, இந்தக் கரையையும் இவனையும் அது உதிர்த்துவிட்டுப் போகிற விதத்தையே பார்த்தான்.

மடித்துவிட்டிருந்த கால் சட்டையைப் பிரித்துவிடுவதற்கு முன், கையில் வைத்திருந்த எலும்பைஎங்கேயாவது வைக்கவேண்டியது இருந்தது அல்லது எறிய வேண்டும்... பச்சையாபுரத்தின் கரையில் இறங்கி நான்கு எட்டு ஆற்றுக்குள் வைக்கும் போதே அவன் பாதத்தில் தட்டுப்பட்டது. இது முதல் தடவை அல்ல. பூதத்தான் துறை மயானத்தில் எரிந்து சாம்பல் கரைத்த எத்தனையோ பேரின் சுடுபட்ட எலும்புகளை இதற்கு முன்னாலும் அவன் எடுத்திருக்கிறான்.

காற்றுக்காலத்தில் என்றால் அதிகம் எலும்பு மிஞ்சாது. வீசி எரிகிற நெருப்பின் சுவாலையில் பஸ்பமாகி இருக்கும். மழைக்காலத்தில் கொஞ்சம் அப்படி இப்படி இருக்கும். ராமகிருஷ்ணன் மாதிரி ஆட்கள் பொறுப்பில் விட்டால், அடைமழை என்றால் கூட அங்கே இங்கே நகராமல் பக்கத்தில் இருந்து பார்த்துக்கொள்வான். கலைத்துக்கூட

விடமாட்டான். 'சுத்தமா இருக்கு. நெத்தியிலே பூசிக்கிடலாம்' என்று காடயத்து வீட்டுக்காரர்களுக்குத் தகவல் சொல்லிவிடுவான்.

ராமகிருஷ்ணன் இப்போது இல்லை. குன்னத்தூர் பக்கம் கிடந்ததாகச் சொன்னார்கள். சுற்றிலும் இஸ்பேடும் கிளாவருமாக மல்லாந்தும் குப்புறவும் கிடந்தனவாம். சீட்டுவிளையாட்டுத் தகராறு இல்லை. விஷயம் வேறே என்று கேள்வி..

'சபேசா. கிட்ணனைப் போட்டுத் தள்ளீட்டாங்களாம்.' என்று கூனம்பத்துவில் வி.ஏ.ஓ ஆக இருக்கும் பூபதிதான் முடிவெட்டுகிற கடையில் வைத்துச் சொன்னான். சிற்சபேசனும் ராமகிருஷ்ணனும் ஒன்றாகப் படித்தவர்கள். சபேசனை விட ராமகிருஷ்ணன் நன்றாகப் படிப்பான். பி.எஸ்.சி முதல் வருஷத்திலேயே படிப்பை விட்டுவிட்டான். போலீஸ் ஆகவேண்டும் என்று அப்படிச் செய்ததாக வெளியே சொன்னாலும், அவனுடைய அம்மாவை இசகு பிசகாக அவன் இரண்டு மூன்று இடத்தில் பார்த்துவிட்டதால், அவளைக் கழுத்தை நெரித்து அவன் கொன்றுவிட்டதாகவும், அவனுடைய அப்பாவும் தெருக்காரர்களும் சேர்ந்து அதை அப்படியே அமுக்கி, வெளியே தெரியாமல் பார்த்து, அவனை கோட்டயம் பக்கம் ஒரு சொந்தக்காரரின் சலூன்கடைக்கு அனுப்பிவிட்டதாகவும் கேள்வி. ரொம்ப வருஷம் கழித்து, அவனுடைய அப்பா இறந்ததை ஒட்டி, அவர் கடையைப் பார்த்துக்கொள்ளத்தான் திரும்பவும் இங்கே வந்தான்.

கையில் வைத்திருப்பது ராமகிருஷ்ணன் எலும்பாக இருக்குமோ என்று சபேசனுக்குத் தோன்றவில்லை. அது இற்றுப் போய், ஒரு கிளை முறிந்தது போல சிராய் சிராயான நுனியுடன் இருந்தது. எடையே இல்லை. அது ஏழு எட்டுப் பிள்ளை பெற்று, நான்கைந்து சாகக் கொடுத்து வெம்பாடு பட்டு எல்லோரையும் ஆளாக்கி, பிட்டி எலும்பு தேயக் கடைசி காலம் வரை உயிரைக்கொடுத்த ஒரு வயசாளி மனுஷியுடையதாக இருக்கும் என்றே அவன் நினைத்தான். ஆற்றின் அக்கரையில் இருந்து, இக்கரை வரும்வரை, எந்தக் கசத்திலும் தான் இறங்கிவிடாமல், சொரி மணலில் புகுந்துவிடாமல் அதுவே துணை இருந்தது என்று இரண்டு கைகளுக்கு உள்ளேயும் அதை வைத்துக் கண்ணில் ஒற்றினான். தலைக்கு மேல் கையை உயர்த்திக் கும்பிட்டு, அதை மீண்டும் ஆற்றுக்குள் வீசினான். அரை வளையமிட்டு வெயிலில் அதுவரை துள்ளிக்கொண்டு இருந்த அந்தர மீன் ஆற்றில் தன்னை மீண்டும் செருகிக் கொள்வது போல எலும்புத்துண்டு தண்ணீரில் நீந்தி அமிழ்ந்தது.

அந்த நாய் தலையை தூக்கி, கூடுதல் குறைவற்ற ஒரு விசையுடன் நீரை வகிர்ந்து எதிர்க்கரையின் பாதியை நெருங்கி இருந்தது. அது பின்னால் விட்டுச் சென்றிருந்த ஆற்றில் ஒரு நாணல் திட்டு பச்சை அசைவில் ஒளிர்ந்தது. சபேசன் வந்த பாதையை விட்டு விலகி, அதற்கென்று ஒரு நீர்த்தடத்தை அது வைத்திருக்கிறது என்றும் தனக்கு அந்த நாணல் திட்டு வாய்க்கவில்லை என்றும் நினைத்தான். பிடுங்கின நாணலின் கீழ் முண்டு கூட எலும்பு முடிச்சுப் போல்தான் இருக்கும் என்றும் சபேசனுக்குத் தோன்றிற்று. திரும்பத் திரும்ப, இன்று தான் எலும்பைப் பற்றியே யோசிக்கிறவனாக இருப்பது என்ற போக்கை தவிர்க்கவேண்டும் எனில் எல்லாவற்றையும் களைந்து குளித்துவிட்டால் போதும். சபேசன் அப்படி ஒரு தீர்மானத்திற்கு வந்ததும் உடைகளை அகற்ற ஆரம்பித்தான்.

இடுப்பு அளவு தண்ணீரில் ஆற்றில் வரும்போது மிகுந்த சூட்டு உடம்போடு நீர் பிரிந்திருந்தது. உள்ளாடையையும் அலசிவிட்டால் நல்லது. சிற்சபேசன் சுற்றி முற்றிப் பார்த்தான். யாரும் இல்லை. காற்றில் லேசாக சுருட்டு வாடை வந்தது. மேலக் கடைசியில் யாராவது ஒதுங்கி உட்கார்ந்திருக்கவேண்டும். அதற்கான இடமாகவே அது இருக்கிறது. பாறையும் மணலும் மேடும் பள்ளமும் இருப்பதால், குத்தவைத்து உட்கார வசதி. ஆற்றில் குளித்துக்கொண்டு இருக்கிறவர்களுக்கு, தலை துவட்ட எழுந்திருந்து நின்றால் கூட, அதிகம் போனால் குனிந்திருக்கிற தலை தெரியும். தலை தெரிவதெல்லாம் ஒரு விஷயமா?

இடுப்பில் இருந்து கழற்றி வீசின இடத்தில் ஒரு துண்டு பீடி கிடந்தது. பீ உருட்டி வண்டு ஒன்று ஒரே கவனமாக உருட்டிக்கொண்டு போவதையே சபேசன் பார்த்தான். கூனன் பட்டறையில் இருந்து வினாயகா தியேட்டர் பக்கமாக, சாலை ஓரமாக டயர்களை உருட்டிப் போகும் ஒர்க் ஷாப் ஆட்கள் ஞாபகம் அவன் சின்ன வயதில் நிறைய உண்டு. இப்போது அதைக் காணோம். நாளா வட்டத்தில் இப்படிச் சில அழகான காட்சிகளைக் காலம் தன்போக்கில் அடித்துக்கொண்டு போய்விடுகிறது.

ஏன் இந்த வண்டு உருண்டு போகும் இடத்தில் ஒரு பழுப்பு நிறக் குதிரை, ஒரு தடவை உச்சி வெயில் வறுபட்டுக் கிடந்த சுடுமணலில் நான்கு கால்களையும் மேலே தூக்கி, உலகத்தில் இருக்கிற அத்தனை திசைகளுக்கும் தன் அடிவயிற்றை, அடிவயிறு சார்ந்த அனைத்தையும் காட்டுகிறது போல, ஒரு பெரும் பரவசத்தின் அத்தனை நொடிகளிலும் புரண்டுகொண்டு இருந்ததைப் பார்த்திருக்கிறான்.

இந்த இடத்தில் சபேசனுக்கு உடலில் ஒரு கிளர்ச்சியும் திமிறலும் உண்டாகியது. கடைசி உடுப்பு வரை கழற்றி இருக்கவேண்டாம் என்று தோன்றியது. காற்றுப் புகுந்து புறப்படுகிற, பாறைகள் எல்லாம் சுடுகிற ஒரு குகையில் எப்போதோ அவன் பார்த்த சிவலிங்கமும், மஞ்சளும் சிவப்புமான வழிபாட்டுப் பூக்களும் நெல் பொரிகளும் சிதறிக்கிடந்த வரிசையான பலிக்கற்களும் ஒரு ஓடை போல வெளியே இறங்கி வடிந்திருந்த தண்ணீரின், கல் தளக் குழிவுகளில் மினுங்கிய வெளி வெளிச்சமும் இப்போது தெரிந்தது. முன்னிலும் தான் ரத்த ஓட்டம் மிகுந்தவனாகிவிட்டதைக் குனிந்து பார்த்தபடி சபேசன் ஆற்றுள் இறங்கினான். பாதங்களால் ஆழத்தின் அளவை நிதானித்தான். முதல் மீனும் அடுத்தடுத்த மீன்களும் அவனிடம் வருவதை உணர்ந்து, மறுபடி மறுபடி அந்த முதல் மீன் கடிக்கு தன் உடல் முழுவதையும் கொடுத்துவிட விரும்பினான். எல்லா மீன்களும் முதல் மீனாகி அவன் கால்களை மொய்க்கத் துவங்கியது.

ஒரு முங்கு முங்கி தண்ணீர் மட்டத்திற்கு மேல் முகம் எம்பிய போது சிற்சபேசனின் கண்கள் எரிந்தன. கண்களின் கீழ் விளிம்புகளைக் கண்மை இடுவதற்கு இழுத்துப் பிடித்து அதில் காந்தலும் எரிச்சலும் உண்டாக்கும் ஒரு களிம்பைத் தடவிவிட்டது போல இருந்தது. மரத்துப் போயிருந்த கண் ரெப்பைகளுக்கு தண்ணீருக்குள் அமிழ்ந்ததும் உயிர் வருவதை உணர்கிறவனாக மேலும் மேலும் முழு உடலையும் தாழ்த்தினான். மேலே இருந்த சுழிப்பும் ஓட்டமும் அடியில் இல்லை. மணலில் கையை ஊன்றிய நிலையில் படுக்கை வசத்தில் சபேசனின் உடல் ஒரு துணி போல நெளியும் உருவம் அடைந்தது. வெயிலை வடிகட்டினது போல ஒரு பழுப்பு வெளிச்சத்தில் மணல் படிவுகளுக்கு மேல் நீர் நகர்ந்து அவனைத் தாண்டிச் செல்வதை, ஒரு செம்பருத்தி இலையின் நகர்வில் அறிய வாய்த்தது. ஒரு பெரும் குளிர்ந்த நிசப்தத்தில் அந்த இலை பாடிக்கொண்டே தகடு போல் விரைவதன் காட்சியோடு, இதுவரை அடங்கின மூச்சு அவனை விசையோடு வெளியே எறிந்தது. வாயில் வைத்திருந்த தண்ணீரைப் பீச்சி, தலைமுடியை வழித்துப் பின்னுக்குத் தள்ளிய போது முதல் வேட்டுச் சப்தம் கேட்டது.

முதல் வேட்டைத் தொடர்ந்து அடுத்தடுத்த வேட்டுகள் அதிர்ந்தபோது அவன் பச்சையாபுரம் கரைப் பக்கம் திரும்பிப் பார்த்தான். அந்த நாய் இப்போது கரையில் ஏறிச் சடசடவென்று காதைச் சிலுப்பி, சற்று மேடாக இருந்த மணல் திட்டில் இருந்து சரிந்துகொண்டிருந்த வெயிலைப் பிளந்து ஒற்றையடித் தடத்தில் ஓட ஆரம்பித்தது.

சிற்சபேசனுக்கு இப்போது ஒரு வேட்டுக்கும் இன்னொரு வேட்டுக்கும் இடையில் எடுத்துக்கொள்ளும் நேரம் பிடிபட்டிருந்தது. அவன் யூகிக்கிற சரியான நொடியில் மூன்றாவது வேட்டு வெடித்தது.

சின்ன முத்தாரம்மனும் பெரிய முத்தாரம்மனும் சப்பரத்தில் ஊருக்குள் வரத்துவங்கியிருப்பார்கள். ஒவ்வொரு வருஷமும் சீனி வேளார் தான் பெரிய முத்தாரம்மன், சின்ன முத்தாரம்மன் உருவத்தைச் செய்கிறார் என்றும் அவருக்குப் பிறகு அதைச் செய்யச் சுத்துப்பட்டில் ஆள் கிடையாது என்றும் திருஞானம் சொல்லுகிறான். உருமியும் நையாண்டி மேளமுமாக, குளத்து மேடு ஓரமாக, தென்கரையில் வேளார் வீட்டிலிருந்து, இரண்டு பக்கமும் தீப்பந்த வெளிச்சத்தோடு எடுத்துக்கொண்டு வருவது புரட்டாசித் திருவிழாவில் ஒரு துடியான கட்டம். வரும்போது சுடலைகோவில் பக்கம் சாமிகொண்டாடி மஞ்சள் சாயவேட்டியும் இறுக்கிக் கட்டிய பச்சைத் துண்டுமாக துள்ளின துள்ளும் போட்ட கூப்பாடும் சிற்சபேசனை முதுகு உதற வைத்தது. விரல்கள் அகல உள்ளங்கையை விரித்துக்கொண்டு ஓடுகிற தண்ணீரில் அறைந்தது போல, சுளீரென்று உடல் முழுவதும் வலித்தது.

அதற்குப் பிறகு சபேசனால், முத்துவைரம் பக்கம் திரும்பவே முடியவில்லை. இத்தனைக்கும் முத்துவைரம் அதே இடத்தில் முன் வரிசையில், திருஞானத்தின் சம்சாரம் பெருமாக்கா கூடத்தான் நிற்கிறாள். கும்பிட்ட கை கும்பிட்ட மாதியே இருக்கிறது. பக்கத்தில் புது திருவிழா ட்ரெஸ் போட்டு வைரத்துடைய பெண் அவளுடைய இடுப்பை ஒட்டினது போல. சின்னவன் வைரத்தின் மாமியார் மடியில் தூங்குகிறான். ஜெனெரேட்டர் ஓடுகிற சத்தத்தில் பலவேச மூப்பனார் போட்டிருக்கும் பந்தல் கால் மூங்கில் எல்லாம் அதிர்கிறது.

திருஞானம்தான் சிற்சபேசனுக்குச் சொல்லியிருந்தான். முத்து வைரம் குடும்பத்தோடு இந்த வருஷம் திருவிழாவுக்கு வருகிறாள். தசராவுக்கு வந்துவிட்டுத் தீபாவளி வரைக்கும் இருந்தாலும் இருப்பாள். ஊர் முழுக்க, முத்துவைரத்துடைய மாமியார்க்காரிதான் ‘எட்டு வருஷத்திற்கு அப்புறம் மகன், அண்ணன் தம்பிகளோடு ராசி ஆகி, இந்த வருஷம் திருவிழாவுக்கு குடும்பத்தோடு வருகிறான். பேரன் கருப்பா இருப்பானா, சிவப்பா இருப்பானா என்று கூடத் தெரியாது. பொட்டப் பிள்ளைக்குக் காது குத்தினதோடு, இனிமேல் இந்தத் திசையை எட்டியே பார்க்கமாட்டேன் என்று சண்டையும் சச்சரவுமாக ஏரோப்ளேன் ஏறினவர்கள். இப்போதுதான் முத்தாரம்மன் நல்லபடியாக உத்தரவு கொடுத்திருக்கிறாள்’ என்று சொல்லிக்கொண்டு இருந்தாள் என்று வாகனக் காப்பகத்தில் பைக்கை எடுத்துக்கொண்டே சொன்னான்.

தன்னுடைய வண்டி சீட் கவரில் பறவை எச்சத்தைச் சுரண்டிக் கொண்டு இருந்த சிற்சபேசன் 'ப்ச்' என்று மட்டும் சொன்னான். சீட்டை ஓங்கித் தட்டிவிட்டுவிட்டு, சென்டர் ஸ்டாண்டை எடுத்து விட்டான். தன்னுடைய வண்டியின் கனம் முழுவதும், கரண்டியில் இருக்கும் வழுவழுப்பான தின்பண்டம் நகர்வது போல, விடுபட்டு ஒரு கணம் காற்றில் எடையற்று மிதப்பதை அவன் இன்றும் அனுபவித்தான். 'சும்மா வந்து எட்டிப் பார்த்துட்டுப் போ. எதையும் யோசிக்காதே சபேசு' என்று திருஞானம் சொல்லும் போது அவன் தோள்ப்பட்டைப் பக்கம் ஒரு பழுத்த வேப்பிலை உதிர்ந்துவந்து உட்கார்ந்தது.

திருஞானத்துக்கு எல்லாம் தெரியும். திருஞானமும் முத்துவைரம் கல்யாணம் கட்டியிருக்கும் திருப்பாற்கடலும் சொந்தக்காரர்கள் தான். அவர்கள் இரண்டு பேருக்கும் பேசி முடிக்கப் போகிறார்கள் என்பதைச் சபேசனிடம் சொன்னவனும் அவன் தான். 'உங்களுக்கு உள்ளே ஆயிரம் இருந்திருக்கு. பாத்தீங்க. பழகுனீங்க. சிரிச்சீங்க. கொண்டீங்க. எனக்கும் தெரியும். உனக்கு ரெண்டு தெரியும்னு நினைச்சுக்கிட்டு இருப்பே. ஊருக்கு நாலு தெரியும். என்கிட்டே எல்லாத்தையும் சொல்லீட்டேன் என்று நீ சத்தியம் பண்ணுவே. ஆனால் சொல்ல வேண்டியதைச் சொல்லி இருக்க மாட்டே... ரோட்டு ஓரத்தில, கரியும் கலர் சாக்பீஸும் வச்சு வரைகிறவன் கடைசியிலே படத்துக்கு கண்ணைத் திறப்பான். பார்க்கிறவன் முதலிலேயே கண்ணைத் திறந்துக்கிட்டு தானே பார்ப்பான். இது உள்ளது தானே' என்று திருஞானம் சொல்வதைச் சிற்சபேசனால் மறுக்க முடிந்ததில்லை.

திருஞானம் பேசிக்கொண்டே போனான். 'இந்தா பாரு சபேசு. எல்லாருக்கும் வயசும் பொழுதும் போயிக்கிட்டே இருக்கு. எனக்கு ரெண்டு பொண்ணு ஒரு ஆணு. உனக்கு ரெண்டும் ஆம்பிளைப் பிள்ளை. சந்தோஷம். அதே மாதிரி வைரத்துக்கும் இருக்கும். உனக்கு கடவாப் பல்லு சூத்தை ஆயிருந்துதுண்ணா, எனக்கு ரெண்டு வருஷத்துல மூணு கண்ணாடி மாத்த வேண்டியது இருக்கு. உன் வீட்டுக்காரி மெலிஞ்சுகிட்டே போறா. பெருமாக்காவுக்கு ஒவ்வொரு விஷேச வீட்டுக்குப் போகிறதுக்கு முன்னாடி, ப்ளவுசைப் பிரிச்சுக் கொடுக்க வேண்டியது இருக்கு. ஆபீசை எடுத்துக்கோ. ஏழு வருஷத்தில நாலு மேனேஜர் மாறுதாங்க. ஒருத்தனுக்கு உன்னைப் பிடிக்கு. ஒருத்தனுக்கு என்னைப் பிடிக்கு, நான் ஹெல்மெட் போடாமல் போனா என்னை விட்டிருதான். எனக்குப் பின்னால வருகிற மூணு பேரையும் ஓரமா வண்டியை விடச் சொல்றான்.

இந்தா பாரு. பைக் டோக்கன் கொடுக்கிற இந்த ஆளு போன மாசம் மார்க்கெட்லே காய்கறி லோட் அடிச்சுக்கிட்டு இருந்தாரு. நாற்காலியைப் போட்டு இங்கே உட்கார்ந்திருக்கிறதைப் பார்த்தா அது தெரியுதா? இப்படித்தான் எல்லாம் இருக்கு'

திருஞானம் சொல்லச் சொல்ல, எல்லாம் தெளிந்து கொண்டே வந்தது. தள்ளுவண்டியில் வேர்க்கடலை வறுக்கிறவனின் கைக்கரண்டி இருப்புச் சட்டியில் படும் போது உண்டாகிற உலோகச் சத்தத்தைச் சபேசன் உன்னிப்பாகக் கேட்டது அதிகம் போனால் ஒரு நிமிஷம் இருக்கும். ஆனால் அந்தச் சத்தம் ரீங் ரீங் என்று அவனைச் சுற்றிக்கொண்டே இருந்தது. அது உலோகச் சத்தம் மட்டும் இல்லை, அதன் கீழ் எரியும் நீலத் தீயின் ஓசையும் என்று சபேசன் எண்ணிக் கண்களை அழுத்தி மூடிய போது, தளதளவென்று ஒரு நீல வட்டம் நாக்குச் சுழற்றியது.

சபேசன் பிடரியில் இருந்து முதுகிலும் முன் நெற்றியில் இருந்து நெஞ்சு முடியிலும் தாரை வழிந்திறங்க, நேற்று விடிய விடிய, முத்துவைரத்தைப் பார்க்கும் போது எல்லாம் அந்த நீலத் தீ எரிந்ததை நினைத்தான். தென்னம் பாளையா, கமுகம் பாளையா தெரியவில்லை. கலசத்தில் முளைத்துப் பூத்தது போல் தந்த நிறத்தில் நாலாபக்கமும் சரிந்து சிரித்தது. அம்மனுக்குச் சாத்திய பன்னீரும் களபமும் ஒருத்தர் மூச்சும் பாக்கிவிடாமல் உள்ளே போய் நிரம்பி வெளியே வந்து, ஒரு வெக்கையாகப் பரவியது. அசையாமல் முத்துவைரம் பக்கம் மட்டுமே பார்த்துக்கொண்டு இருந்தவன் அவள் பக்கம் திரும்பிக்கூடப் பாராமல் விலகிக்கொண்ட இடம் எங்கே உண்டாகியது என்று சபேசனுக்குத் தெரியவில்லை.

எதிர் எதிராக நின்று கொண்டு இரண்டு பேர், பிரம்பும் விரலும் தப்பில் மிகச் சன்னமாகப் பட்டு ஒலிக்க, வரத்துப் பாடிக் கொண்டிருந்தார்கள். அவர்களைத் தவிர, மற்ற எல்லோரும் எல்லாமும் விலகிக் காணாமல் போன மாதிரி இருந்தது. அத்தனை பேரும் பந்தலுக்குள் இருந்தாலும், யாருமே இல்லாதது போல, ஒரு தாழம்பூ பத்தி கொழுத்தின புகை சபேசனுக்குள் ஒரு வாசம் நிரப்பியிருந்தது.

கிழக்குத் தெரு, தெற்குத் தெரு, மேலத் தெரு, வடக்குத் தெரு என்று சச்சவுக்கமாக இல்லாவிட்டாலும் நெளிந்துநெளிந்து தீச்சட்டியும் பால் குடமும் முளைப்பாரியும் போகப் போக, யாருக்கும் தனித்தனிக் கால்கள் இல்லாமல் மொத்தமாக ஊரே நகர்ந்ததில் யார் சபேசன், யார் திருஞானம், பெருமாக்கா, யார் முத்துவைரம் என்ற அடையாளம் காணாமல் போயிருந்தது.

சாமிகொண்டாடி கப்பரையில் இருந்து திருநீறை அள்ளி முத்துவைரம் வீட்டுக்காரர் நெற்றியில் பூச, வாயில் விரல் வைத்துப் பொத்தியபடி பக்கத்தில் வைரம் கண்ணை மூடி நின்ற காட்சிமட்டும் இன்னும் இருக்க, சபேசன் ஒன்றுமே பேசாமல் நடந்தான். ஊர்க்கட்டில் ஆக்குப்புரை போட்டு விநியோகத்த மல்லிக் காஃபி வாசனைக்கு மத்தியில், கறவை எருமைகளோடு சொசைட்டிக்குப் போய்க்கொண்டு இருந்த ஒருவர் சபேசனையும் திருஞானத்தையும் பார்த்து உபசாரமாகச் சிரித்தார்.

செக்கடி தாண்டி, கையில் ஐந்து செல் டார்ச் லைட்டை அடித்தபடி திருஞானம் பஞ்சாயத்து வாட்டர் டேன்க் வரை வந்தான். சபேசன் அதற்கு மேல் திருஞானம் வரவேண்டாம் என்று சொல்லிவிட்டான். கொஞ்சம் தனியாக நடக்க விரும்பினான். நீர்க்கருவைகளுக்கு ஊடாக விழுந்து கிடந்த ஒற்றையடிப் பாதைகளில் எதை முடிவு செய்தாலும் ஆற்றில் கொண்டுபோய்விட்டு விடும் என்று தெரியும். வீட்டுக்குப் போகிற பாதையைப் போல ஆற்றுக்குப் போகிற பாதையும், யாரையும் வழிதப்ப விடாத ஒரு மாயத்தை வைத்திருக்கின்றன என்று நினைத்தபடியே சபேசன் ஆற்றைப் பார்க்க நடந்தான். மிச்சம் இருக்கிற இரவின் கடைசித் துண்டை வீசுவது போல, கருவைகளுக்குள் இருந்து ஒரு மயிலின் கனத்த அகவல் கேட்டது.

அதே மயிலின் அகவல் இப்போதும் கேட்பது போல இருந்தது. முத்துவைரம் சத்தமாகச் சிரிக்கையில் ஒரு கட்டத்தில் குரலின் இனிமை உடைந்து, இப்படிச் சொரசொரப்பாக மாறிவிடுவதுண்டு. தண்ணீரில் இருந்து மணலோடு மணலாய்க் காலை இழுத்துக்கொண்டு கரைப்பக்கமாகக் கணேசன் நடந்தான். முழங்கால்களின் அசைவில் தண்ணீர் கிழிகிற சத்தம், மீண்டும் தண்ணீரிலேயே விழுந்து கிழிசலைத் தைத்துக்கொண்டது.

தண்ணீருக்கும் கரைக்கும் ஒட்டின பாறையில் அப்பியிருந்த நத்தைக் கூட்டை, இவனுடைய பாதங்கள் உண்டாக்கிய நீரலைகள் அலம்பியதில் ஒரு பாசி நிறச் சிமிழ் போல நத்தை நகர ஆரம்பித்தது. சிற்சபேசன் மிகுந்த நிறைவோடு, ஒரு நாள் தன் பையன்கள் இருவரையும் ஆற்றங்கரைக்குக் கூட்டி வந்து இப்படி ஒரு நத்தையைக் காண்பிக்க வேண்டும் என விரும்பினான். இடுப்பு வளைந்து குனிந்து, மேல் நோக்கி உணர்கொம்பு அசைத்து நகரும் நத்தையைப் பார்த்துக்கொண்டே இருந்தான்.

சுருட்டு வாசம் அடித்தது. சுருட்டு வாசமே சம்பங்கிப் பூ வாசமாக மாறுவது போலவும் இருந்தது. கரண்டைக்கு மேல் கட்டிய காவி

வேட்டியும் காவித் துண்டும் தாடியுமாக ஒருத்தர் வந்துகொண்டு இருந்தார். கத்தரிக்கப்படாத தாடி. ஆனால் நெஞ்சுவரை இறங்கவில்லை. வயிறு இறுகி, முதுகுத் தண்டோடு ஒட்டிக்கொண்ட வகை. நகக் கீற்றுப் போல நாபி. சாணமிட்டு மெழுகிய தரை மாதிரி ஒரு முடி இல்லை. முண்டு இல்லை. கையில் ஒரு தம்பூரா. பூசணிக் குடுக்கையா, காட்டுப் பழத்தின் குடுக்கையா தெரியவில்லை. குடுக்கை முகப்பில் வட்ட வடிவில் செப்பு நாணயங்கள். அதிக நீளமில்லாத மூங்கிலில் ஒரே ஒரு நாதக் கம்பி. தோளில் தொங்குகிற ஒரு கனத்துப் புடைத்த காவிப் பை.

இவனைப் பார்த்துச் சிரித்துக்கொண்டே வந்தார். பேசவில்லை. நத்தை ஊர்ந்துகொண்டிருந்த உருட்டுப் பாறைப் பக்கம் வந்தார். அபிஷேகம் செய்வது போல, கரண்டைக் கால் தண்ணீரில் நின்று, இரண்டு கைகளாலும் தண்ணீரைக் கோதிவிட்டுப் பாறையைக் கழுவினார். ஏற்கனவே பாறையில் கிண்ணம் போல ஒரு குழிவு இருந்தது. தோள்ப் பையில் இருந்த திருவோட்டை எடுத்து அப்படியே தண்ணீரில் முக்கி, நீர் வடிய வடிய அந்தப் பாறைக்குழிவில் தட்டினார். கிழக்கே பார்த்துக் கும்பிட்டார். வாய்விட்டு எதையும் முணுமுணுக்கக் கூட இல்லை. சிரிப்பு மட்டும் அவ்வப் போது கூடவும் குறையவும் செய்தது. ஒரு கட்டத்தை அடைந்தது போல, இரண்டு உள்ளங்கைகளையும் மாறி மாறித் தேய்த்து, மூன்று முறைகள் வலது கை விரல்களால் இடது உள்ளங்கையில் வெயிலில் காட்டுசெடிகளின் நெற்று வெடிப்பது போல் மெல்லிய சத்தம் உண்டாக்கி, வலது கையை பாறையில் கொட்டிய சாதத்தின் மேல் சுழற்றி, ஆற்று நீரை விளாவினார். எங்கிருந்து வந்தது என்று தெரியாமல், கிக் கிக் கிக் கீ என்று சத்தமிட்டபடி ஒரு பச்சைக்கிளி வந்து பாறையில் உட்கார்ந்தது. மிஞ்சிப் போனால் ஐந்து பருக்கை இருக்கும் அளவுக்கு ஒரு கவளம் திரட்டி அதன் முன் வைத்தார். அது அலகு சரிந்து சரிந்து அதை எடுத்ததும், உள்ளங்கைக் குழிவில் தண்ணீர் ஏந்தினார். கிளி அவர் கைக்கு வந்து உட்கார்ந்து, அலகு தோய்ந்து கழுவி, மறுபடி கிக்கிக் கீ எனப் பறந்துவிட்டது.

சிற்சபேசன் பார்த்துக்கொண்டே இருந்தான். அவரும் பேசவில்லை. இவனும் பேசவில்லை. சாப்பிடும் போதும் அவர் சிரித்தபடியே இருந்தார். மல்லி அரும்பைத் தொடுப்பதற்குக் கொட்டியது போல, திருவோட்டுச் சோறு வெள்ளை வெளேர் என்று மலர்ந்து கிடந்தது. ஒரு கைப்பிடிக்குச் சற்றுக் கூடுதலாக இருக்கும் போது, கை கொள்ளும் அளவு அள்ளி, பாறைக்குப் பக்கம் மணல் தெரிகிற தெளிவில் கிடக்கிற

வண்ணதாசன் ❖ 53

தண்ணீரில் பொரி தூவுகிறதாக உதிரி உதிரியாகப் பருக்கைகளாகத் தூவினார்.

அவ்வளவு நேரம் எங்கே இருந்தன என்று தெரியாத அளவில் கூட்டம் கூட்டமாக விரல் பருமனில் மீன்கள் வந்து பருக்கைகளைக் கவ்வின. அடிபிடி இல்லை. ஒன்றின் மேல் விழுந்து ஒன்று புரளவில்லை. எல்லாம் அதனதன் பருக்கை நிச்சயிக்கப்பட்டது போல் நிதானமாக, வாலடிப்பற்ற ஒரு மிதப்பில் கூடி நின்றன. அதை விடப் பெரும் ஆச்சரியம் அவை நீல நிறத்தில் இருந்தன. எல்லாம் தீ நீலம்.

சிற்சபேசன் அவனை அறியாமல் அவரைக் கும்பிட ஆரம்பித்திருந்தான். அவர் இவனைப் பார்க்கவே இல்லை. சாப்பிட்ட திருவோட்டைக் கழுவிப் பையில் இட்டார். சாப்பிட்ட பாறையைக் கழுவினார். மறுபடி உச்சிக்கு இருகைகளையும் உயர்த்திக் கண் மூடி நின்றார். குனிந்து ஆற்றில் மூன்று சொட்டு நீர் அள்ளி உச்சிச் சிகையில் தெளித்துக்கொண்டார். சிரித்துக்கொண்டே தோள்பையை எடுத்துமாட்டிக்கொண்டு தண்ணீரில் இறங்க ஆரம்பித்தார்.

எந்த இடத்திலும் திகைக்கவில்லை. பாறை இருக்கிறதா மணல் இருக்கிறதா எனத் தயங்கவில்லை. ஆழம் கூடுதலா, குறைவா என்று யோசிக்கவில்லை. கரண்டை, முழங்கால், பெருந்தொடை, இடுப்பு என்று நனைந்துகொண்டே போனார். இவ்வளவு தண்ணீர், இவ்வளவு ஆழம் தான் வரும் போது இல்லையே என்று சபேசன் ஆற்றையே பார்த்தான். ஆறு அமைதியாக இருந்தது. அது ஓடிக்கொண்டு இருப்பதற்கான எந்த அடையாளமும் இன்றி பெரும் வேகத்தில் எந்தத் தோட்டத்தில் வெட்டிவீசியதோ, ஒரு வாழைக் கன்றைச் சுழற்றி இழுத்தது. இரண்டு சின்னஞ் சிறிய இலைகளும் பச்சையாக இழுபட, ஒரு சிறகுவிரித்த பறவையாக அது தண்ணீர் கொத்திப் பறந்தது. அவர் நடு ஆற்றை அடைந்திருந்தார்.

சபேசனுக்கு அவர் கையில் தம்பூரா இல்லையே என்று கவனம் வந்தது. திரும்பிப் பார்த்தால், அது அவர் வைத்த இடத்தில் வைத்தது போல, அப்படியே பாறையை ஒட்டிய மணலில் சாய்ந்திருந்தது. ஹோய் ஹோய் என்று சிற்சபேசன் சத்தம் இட்டான். உச்சிக்கு இரண்டு கைகளையும் உயர்த்தித் தட்டினான். இவன் கூப்பிடலும் கைதட்டலும் கேட்காத தூரத்தில் அவர் தோள்பட்டையும் தலையும் தெரிந்தது.

இன்னும் பச்சையாபுரம் கரைக்கு எவ்வளவு தூரம் இருக்கிறது போல, சபேசன் வெயிலுக்கு விரல்களைத் தடுப்பு வைத்துப் பார்த்தான்.

இடுங்கின கண் அகன்று வெயில் கூச்சம் தெளிந்தபோது இன்னும் நான்கு எட்டில் கூடக் கரை வந்துவிடும் என்று உறுதியாயிற்று. அவர் கரையேறிச் செல்லும் வரை சபேசன் பார்த்துக்கொண்டே நின்றான். ஒரு காவி நிற அசைவாக அவர் மேலே ஏறிக்கொண்டு இருந்தார்.

அவர் ஏறின காட்சி உறுதி ஆவதற்குள், அந்தக் கரையிலிருந்து மிக நேர்த்தியான பாய்ச்சலில் முன் கால்களை நீட்டி வால் உயர்த்தி நாய் ஆற்றில் இறங்கியிருந்தது.

சபேசனுக்கும் அந்த நாய்க்கும் பாலமிட்டது போல ஆறு இடையில் கிடந்தது.

மலைகள்.காம்
17.10.2016

ஒரு பிரப்பங் கூடையும் மூன்றாவது முட்டையும்

பரமன் பிரப்பங்கூடையில் சுருணையாக மூடியிருந்த பழஞ்சேலையை ஒரு ஓரமாக நகர்த்திவிட்டு எத்தனை முட்டைகள் இருக்கும் என்று பார்த்தான். ஒரு ஏழு எட்டுக்குக் குறைவில்லை. மூன்றை விட்டுவிட்டு ஐந்தை மட்டும் எடுத்துப் பழைய பேப்பரில் பொதிந்துகொண்டான். மூன்றாவது முட்டையைக் கொஞ்ச நேரம் கையில் எடுத்துவைத்த சமயம் உலகம் மொத்தத்தையும் தூக்கி உள்ளங்கையில் வைத்த மாதிரி பாரமாக இருந்தது.

அது பாண்டியம்மாள் அடைவைத்துப் பொரித்த கோழிக்குஞ்சு வளர்ந்து இட்டு வருகிற முட்டை. மற்றக் கோழிகள் இடுவதை விட எப்போதுமே சின்ன சைஸில் இருக்கும். நிறம் கூடத் தனி. கெட்டி டீ ரெங்கில், தண்ணீர் கலக்காத பாலை விட்டால்,கொஞ்சம் தெளிந்த பிறகு உண்டாகும் தாமிர நிறத்தில் தோடு இருக்கும்.

சன்னல் பக்கத்தில் இவனுடைய சாரத்தைப் போட்டு மூடி வைத்திருக்கும் தையல் மெஷினைப் பரமன் பார்த்தான். பாண்டியம்மாள் அங்கே உட்கார்ந்து தான் தைப்பாள். வெளிச்சம் சரியாக இருக்கும். தைக்கக் கொடுக்கிறவர்கள் கூட எல்லாம் சிரித்துச் சிரித்துக் கெட்டிக்காரத்தனமாக எல்லாம் பேசுவாள். இன்றைக்கு இல்லை. இரண்டு நாள் கழித்து வாங்கிக்கொள்ளுங்க என்று முறை சொல்லிச் சமாதானம் சொல்வாள். ஆனால் வீட்டுக்குள் கூப்பிடவே

மாட்டாள். எல்லாம் அந்த சன்னல் கம்பி வழியாகத்தான் துணியைச் சுருட்டி வாங்குவது, தைத்ததைக் கொடுப்பது எல்லாம். ஒரு மாசம் கழித்து என்றாலும் எந்த ஜவுளிக்கடைப் பையில் புதுத் துணி வந்ததோ, அதே பையில் தைத்த உருப்படி திரும்பப் போகும். மாறவே மாறாது. 'அது அதுக்கு ஒரு ஜாடை இருக்கு அல்லவா. துணி ஜாடை தைக்கிறவளுக்குத் தெரியாட்டி எப்படி?' என்று அவள் சொல்வாள்.

'இன்னும் எதுக்கு சுப்பையா, அதை மூலையில வச்சுக் கும்பிட்டுக்கிட்டு இருக்கே. ஊரு உலகத்தில உனக்குத் தெரிஞ்ச பேரு எத்தினி இருப்பாங்க. கஷ்டப்பட்டவன் நஷ்டப்பட்டவன் இருந்தால், வச்சுப் பொழச்சுக்கச் சொல்லித் தூக்கிக் கொடுத்திர வேண்டியது தானே. கடலு வத்திப் போன இடத்தில எம்பூட்டுக் காலம் உப்பைக்கொட்டி வச்சுப் பார்த்துக்கிட்டு கிடப்பே.' பரமனின் அம்மா அவ்வளவு வருத்தத்திலும் அப்படித்தான் இப்படி ஏதாவது ஜாடையாகச் சொல்வாளே தவிர, பாண்டியம்மாளைப் பற்றி இதுவரை இந்த இரண்டு சொச்ச வருடத்திலும் இவன் காது பட அசிங்கமாக எதுவும் சொன்னதில்லை.

ஒரு தடவை எங்கே பார்த்தாலும் ஊருக்குள் படை படையாகக் குரங்கு நடமாட்டம் இருந்தது. சாவடிப் பக்கம், சதுரக் கிணற்றுப் பக்கம் உள்ள அரச மரத்தில் எல்லாம் குடும்பம் குடும்பமாக குரங்கு உட்கார்ந்து இருந்தது. வீட்டுக் கதவைத் திறந்து போட முடியவில்லை. வெயில் அடிக்கிற இடத்தில் ஒரு நல்லது பொல்லதைக் காய வைக்கமுடியவில்லை. எல்லாச் சுவர் ஓரத்திலும் ஒரு குட்டியும் தாயும் உட்கார்ந்து போகிறவர் வருகிறவர் முகத்தையே பார்த்தது. ஆனா விலக்கில் இருக்கிற எந்த டீக்கடையிலும் வாழைத்தாரைத் தொங்கவிட முடியவில்லை. முட்டைக் கோஸையும் காரா வடையையும் வெளியே வைக்க, யாராவது ஒருத்தர் குச்சியோடு காவல் காக்க வேண்டியது ஆயிற்று.

காதில் சிவப்புக் கல் வைத்துக் கடுக்கன் போட்டிருக்கிற நாராயணத் தாத்தா, உட்கார்ந்த இடத்திலேயே ஒன்றுக்குப் போன ஈரத்தரையைப் பார்த்துக் குனிந்தவாக்கில், 'இது எல்லாம் நல்லதுக்கு இல்லை. கேடு காலத்துக்கு அடையாளம்' என்றார். பரமனின் அம்மா காதிலும் இது விழுந்தது. அவள் அதை அப்படி எல்லாம் எடுத்துக்கொள்ளவில்லை. புறவாசலில் கிடந்த அம்மியைக் கொத்த வந்திருந்த ஆசாரியிடம் இரண்டு வெற்றிலை பாக்கைக் கொடுத்துத் தானும் போட்டுக்கொண்டு, அந்த ஆசாரி பெயரைச் சொல்லி, 'இப்போ

உன்னையே எடுத்துக்கிடுவம் திருப்பதி. உன் வீட்டு முன்வாசலில் அள்ளிக்குடிக்கித மாதிரி கம்பங் கஞ்சி வாய்க்கா மாதிரி ஓடிட்டுக் கிடந்ததுண்ணா, நீ எதுக்கு இப்படி சுத்தியும் உளியும் சாக்குல முடிஞ் சுகிட்டு வேனா வெயிலிலுல வந்து இப்படி ஒத்தை வீட்டுப் புறவாசல் பக்கம் குத்த வச்சு அம்மியைக் கொத்தப் போறே? குரங்கு ஊருக்குள்ள வருதுண்ணா, அதுகளுக்கு என்ன கஷ்டமோ? அது காடு மேடுண்ணு கண்ணுக்குத் தெரியாம அலையுத ஜீவராசி. காயைப் பறிச்சோம் கனியைத் திண்ணோம்னு அது பாட்டுக்கு மலையிலே கிடந்ததுக. மண்ணுல அடிக்கிற வெயிலே இப்படி. இருக்கு . பாறையில அடிக்கிற வெயில் தீ மாதிரி இருக்கும். தரைக்கும் தண்ணிக்கும் தான் எப்பவுமே பாசம் ஜாஸ்தி. இங்கேயே பத்தடி தோண்டினால் கூட, கம்மாக் கரையில ஈர மண்ணைப் பார்க்க முடியில. அம்புட்டு உசரத்தில, அய்யானார் ஊத்தில எப்படித் தண்ணி இருக்கும்? ஈரக் குலையில காத்து இருந்து தண்ணி இல்லாட்டா, அதுக என்ன பண்ணும்? தொண்டக்குழியை நனைக்க கீழே இறங்கி, நம்ம கிட்டே தான், நீ என்ன கொடுக்கப் போறேன்னு வரும். அன்றைக்குப் பாரு திருப்பதி. மூணு நாளாச் சாப்பிடாத மாதிரி குட்டியை அப்பிடியே காம்போடு வாயோடு சேத்துக்கிட்டு, பூதத்தான் மடத்துக்குப் பக்கம் ஒண்ணு கிறங்கிப் போயி உக்காந்திருக்கு. துவையலுக்கு மூப்பனார் கடையில வாங்கிட்டு வந்த பொட்டுக்கடலைப் பொட்டணத்தைப் பிரிச்சு அது முன்னால வச்சு, சாமிண்ணு கும்பிடு போட்டுட்டு வந்தேம்னா பார்த்துக்க.'

பரமன் அம்மாவைப் பார்த்தான். கழட்டிப் போட்ட பாம்புச் சட்டைப் போல சுருங்கிக் கிடந்தாள். முள்ளில் வால் சுத்தி உருவிப் போடுவதற்கு முந்திய நெளிவும் பளபளப்பும் அப்படியே அவளிடம் இருந்தது. பரமனின் அப்பா சாகிறவரை யாரைக் கொத்தலாம் என்கிற மாதிரிப் படத்தைத் தூக்கிக்கொண்டு திரிந்தாள். அப்பாவுக்கு அம்மா மேல் பிரியம் ஜாஸ்தி. அவர் கடுமையாகப் பாடுபடுகிறவர்தான். ஆனால் எல்லாம் அம்மாவின் ராசி என்றே நம்பினார். தொடர்ந்து மிளகாய்ச் செடி தவிர அவர் வேறு எதையும் பயிர் வைத்தது இல்லை. விவசாய ஆபீசர் வந்து ஊர் முழுதும் பருத்தி போடச் சொல்லி, அம்பாரம் அம்பாரமாக, எல்லா சம்சாரிகளும் ராஜபாளையத்திற்கும் தேனிக்கும் தாட்டுத் தாட்டாக மூடைபோட்டு அனுப்பிய போதும், அப்பா மிளகாய் வற்றல் போதும் என்று இருந்துவிட்டார்.

இந்த ஒத்தை வீடு அதில் வந்த வருமானத்தில் கட்டியது தான். 'ஒத்தை வீட்டுக்காரரு வத்தல் பேசும்' என்று வியாபாரிகள் சொல்வார்கள். நிறமே அப்படி இருக்கும். சிவப்பும் இல்லாமல் கருப்பும்

இல்லாமல் தேன் நிறத்தில் கொம்பு முளைத்த மாதிரிக் காம்போடு அது வெயிலில் காய்கிறதை அம்மா நார்க்கட்டிலை வேப்பமரத்தடியில் உட்கார்ந்து பார்த்தபடி இருக்கும் தோற்றம் பரமனுக்கு ஞாபகம் இருக்கிறது.

இன்னொன்றைக் கூட பரமன் அறிந்திருக்கிறான். சங்கரன்கோவில் தவசுக்கு வண்டி கட்டிப் போவதற்கு முதல் நாள் இரவு அது. கோமதி அம்மனுக்கு நேர்த்திக் கடன் செலுத்த 'நெத்து மாதிரி' ஒரு மூடை வத்தலைச் சாக்கில் போட்டு ஏற்கனவே கட்டி வைத்தாகிவிட்டது. போன கடைசி வெள்ளிக் கிழமையே நார்ப்பெட்டியில் ஐந்து பக்கா உப்பு வாங்கி விளக்கு மாடத்திற்கு முன்னால் இருக்கிறது. புது நார்ப்பெட்டியும் உப்புக்கல்லின் மினுமினுப்பையும் பார்த்து, பரமன் யாருக்கும் தெரியாமல் கும்பிட்டிருக்கிறான். அப்படிக் கும்பிட்டதை அம்மா பார்த்துவிட்டது மாத்திரம் இல்லை, 'அதுதாம் டா சுப்பையா சரி. கும்பிடத் தோணுனதைக் கும்பிட்டிரணும். நமக்கு எதைக் கும்பிடணும்னு தோணுது பாரு, அந்தச் சமயத்துக்கு அது தான் நமக்கு சாமி. உப்பு சாமி தான். சரியாத்தான் கும்பிட்டு இருக்கே' என்று அவளும் கன்னத்தில் போட்டுக்கொண்டது உண்டு.

அப்பேர்பட்ட அம்மாவைத்தான் வத்தல் மூடை எல்லாம் அடைகட்டி அடுக்கி வைத்திருக்கிற முன்கட்டில், சம்மணம் போட்டு உட்காரவைத்து, படைப்புப் போடப் போவது போல அப்பா இடுப்பில் துண்டை இறுக்கிக் கட்டியபடி, குத்துக் குத்தாக இரண்டு கைகளிலும் மிளகாய் வத்தலை அள்ளி அள்ளிப் பூப் போடுகிற மாதிரிச் சொரிந்து, ஒரு சாமிகொண்டாடி போல உச்சந்தலையில், இரண்டு தோள்களில், ஸ்தனங்களில், முழங்கைகளில், மணிக்கட்டுகளில், நாபியில், அரையில் முழங்கால் மூட்டுகளில் பாதங்களில் என்று அங்கம் அங்கமாகச் சாத்தி, நெடுஞ்சாண் கிடையாக விழுந்து கும்பிட்டு எழுந்தார்.

ஒரு பன்னிரண்டு பதிமூன்று வயதில் பரமன் பார்த்த இந்தக் காட்சியை ரொம்ப நாட்கள் யாரிடமும் சொல்லாமல் இருந்திருக்கிறான். அது நிஜமாக நடந்ததா, அல்லது அப்படி ஒரு சொப்பனத்தைத் தான் கண்டோமா என்று பரமனுக்கு பயமும் பதற்றமும் உண்டு. அப்பாவிடமோ அம்மாவிடமோ முந்திய தினம் அப்படி ஒன்று நடந்ததற்கான அடையாளமே இல்லை. அப்பா மிகச் சாதரணமாக வண்டி மாடுகளுக்குக் கடலைப் பிண்ணாக்கையும் தவிடையும் கலக்கித் தண்ணீர் காட்டிக்கொண்டு இருந்தார். முழங்கை வரை உறைபோட்டிருந்த தவிடை கருத்த நாக்கால் சொரசொரப்பாக

வலவன் காளை நக்கியதில் அப்பாவின் முதுகுப் பட்டையில் இருந்த மொத்த முடியும் சிலிர்த்தது. அன்று முதற்கொண்டு, எப்போது பார்த்தாலும் அம்மா அழகாக இருப்பதாகப் பரமனுக்குத் தோன்றிக்கொண்டே இருக்க ஆரம்பித்தது.

'எங்க அம்மா ரொம்ப அழகு இல்லே' என்று பரமன் பாண்டியம்மாளிடம் அந்தரங்கமாகச் சொல்லியிருக்கிறான். 'யாரு இல்லைண்ணாக. அத்தை அழகு தான். சொன்னாலும் சொல்லாட்டாலும் கலெக்டர் மாதிரி ஒரு தோரணையான களைதான் அதுக்கு. அத்தை கால் மேலே காலா, அட்டணைக் கால் போட்டு உக்காந்து நான் இதுவரை பாத்தது இல்லை. அப்படி அது உக்காந்தது என்றால், இந்த ஊரு உலகத்தில இருக்கிற ஆம்பிளை பொம்பிளை அத்தனை பேரும் அப்படியே கையைக் கட்டிக்கிட்டு அத்தை முன்னால் எந்திரிச்சு நிண்ணு வாயைப் பொத்திக்கும். அப்படி ஒரு மாதிரி செதுக்கியிருக்கு அதை.'

பாண்டியம்மாள் இப்படிச் சொல்லும் போது பரமனுக்கு, 'உண்மைதான். அப்பாவே அம்மா முன்னால் அப்படி இடுப்பில் துண்டைக் கட்டிக்கொண்டு நின்று தீபாராதனை காட்டியதைப் பார்த்திருக்கிறேன்' என்று நாக்குவரை சொல்ல வந்துவிடும். ஒன்றும் சொல்லாமல் பாண்டியம்மாளை அணைத்துக் கொள்வான். அவளைச் சுற்றிக்கிடக்கிற வெட்டுத் துணிகளை அள்ளி அவள் உச்சந்தலையில் தோளில் மடியில் எல்லாம் போடவேண்டும் என்று பரபர என்று வரும். எல்லாக் கதவையும் திறந்துவிடத் தோன்றும் போதுதான், முன்னை விடவும் எல்லாக் கதவுகளையும் அழுந்தச் சாத்தி இறுக மூடுவதாக, பரமன் அந்த அணைப்புக்கு இடையில் ஒரு நொடி பாறையாக உறைந்து மறுநொடி இளகுவான். அதற்குள், 'என்ன ஆச்சு?' என்று கேட்டு பாண்டியம்மாள் அவனை இறுக்கியிருப்பாள்.

அப்படிப்பட்ட அப்பாவுக்குத்தான். அவர் தொட்டது எல்லாம் துலங்கிக் கொண்டு இருந்த நேரத்தில், அவருடைய டிராக்டருக்கும் ட்ரக்கருக்கும் இடையில், மழை பெய்கிறது என்று இவரே 'ஏறிக்கோ தாயி' என்று சொல்லி ஏற்றிக்கொண்டுவந்த பிள்ளைகளில் காமக்கா பட்டி வயசுப் பிள்ளை ஒன்று ரெட்டைச் சடையும் பச்சைத் தாவணியுமாக நசுங்கிப் போன இரண்டு மூன்று மாதங்களில் புத்திக்குச் சரியில்லாமல் போய்விட்டது. அப்பா எப்போதுமே பெருந்தீனிக்காரர். இப்போது மூன்று வேளைக்கு ஐந்து வேளை சாப்பிட ஆரம்பித்தார். பேச்சுக் குறைந்துவிட்டது. இடுப்பில்

அருணாக்கயிறும் கோவணமுமாகவே எப்போதும் நடமாடினார். வேப்ப மரப் பட்டைகளில் கீழிருந்து மேலாக ஏறிக்கொண்டு இருக்கும் கரையான் மண்கொடிகளை உடைத்துவிட்டுக்கொண்டு நின்றார். அடுத்தடுத்து இரண்டு மூன்று வளர்ப்புக் கோழிகளின் கழுத்தைத் திருகி, முச்சந்தியில் போட்டுவிட்டு அந்த இடத்திலேயே குத்தவைத்து விடிய விடிய பனிக்குள் உட்கார்ந்திருந்தார்.

அம்மா தன் படத்தைக் கீழே போட்டு, மண் புழு போல ஊர்ந்து துளைத்துத் தன்னைப் புதைத்துக்கொள்ள ஆரம்பித்தது அப்போதுதான். அம்மாவின் முகம் கீறல் விழுந்த ஒரு இசக்கியம்மன் பொம்மை போல ஆயிற்று. தன்னை விட முக்கால் அடி ஒரு அடி வளர்த்தி கூடுதல் உள்ள அப்பாவை இடுப்போடு சேர்த்து, மழையடியில் வேரோடு சாய்ந்த மரத்தைத் தரையோடு தரையாக நகர்த்தி வருவது போல அம்மா வருவதை, பரமன் துயரத்தோடு வீட்டு வாசலில் நின்று பார்த்திருக்கிறான்.

பரமனுக்கு அப்போது இருபத்திரண்டு இருபத்து மூன்று வயது இருக்கும். விவசாயம் அத்துபடியாகியிருந்தது. புறவாசலில், துணிஎடுத்துக் கட்டிப் போட்டுவிட்டு, தூக்குப் போணியில் சாப்பாடு வாங்கிக்கொண்டு இருந்த வண்ணாத்தியிடம், 'எந்த வேட்டி அவுகளோடது, எந்த வேட்டி சின்னையாவோடதுண்ணு வித்தியாசமே தெரியலை. மோந்து பார்த்தா ரெண்டு வாசமும் ஒண்ணு போலத்தான் இருக்கு. சீக்கிரம் ஒரு பொண்ணைப் பார்த்துக் கட்டி வச்சிட வேண்டியதுதான்' என்று சொல்லி, 'ஐயாவுக்கா பொண்ணு கிடைக்காது' பதில்வந்த சமயத்தில், சாப்பாட்டுக்கு இலை அறுத்த வாழையில் பிசின் சொட்டி மினுமினுத்த நேரம் அது. அதற்குள் இப்படி ஒன்று மாற்றி ஒன்று நடந்துவிட்டது.

ரயில் வேலைனை ஒட்டிய, அதியரச நாடார் பனை விளைக்குப் பக்கத்தில் குப்புறக் கிடப்பதாகத் தகவல் வந்துதான் பரமன் ஓடியே போனான். அம்மா பின்னாலே வந்திருப்பாள் போல. முக்கியமான துர்மரணம் அல்லவா? ஆணும் பெண்ணுமாக நிறையப் பேர் சுற்றி நின்றுகொண்டு இருந்தார்கள். அப்போதுதான் பாஸஞ்சர் வண்டி தாண்டிப் போயிருந்தது. இன்னொரு ஜென்மத்தில் இருந்து ரயில் சத்தம் கேட்டது. அந்தச் சத்தத்தின் முரட்டுக் கயிற்றை அறுத்து, எதிர்த் திசையில் ஒரு கருத்த பசு மாடு உடல் அதிரத் தண்டவாளத்திற்கு மத்தியில், முகத்தை நிமிர்த்தி வாலை உயர்த்திப்போனது. ஓடிவருகிற பரமனைப் பார்த்ததும் பஞ்சாயத்துப் போர்டில் வேலை பார்க்கும் காமாட்சி நாயனாதான், ஒரு கையை நீட்டித் தடுத்து நிறுத்தினார்.

இறந்து வெகு நேரம் ஆகியிருக்க வேண்டும். பிருஷ்டம் மற்றும் தொடைப் பக்கம் நாயோ நரியோ குதந்து வைத்திருந்தது.

வசதியில் ஒன்றும் குறைச்சல் இல்லை என்றாலும், இதற்குப் பிறகு இரண்டு மூன்று வருடங்களுக்குப் பிறகுதான் பரமனுக்குப் பெண் அமைந்தது. முதலில் பார்க்கும் போது எந்தக் காரணத்தாலோ நடக்காமல் போய், அப்புறம் எங்கெங்கோ சுற்றி, 'விதிகாரி இவள்தான் என்றால் எப்படி விட்டுப் போகும்?' என்று அதே பெண்ணோடு நடக்கும் அல்லவா, அப்படித்தான் அவனுக்குப் பாண்டியம்மாளைக் கட்டிவைத்தார்கள். பரமனை விடப் படித்த பெண். ப்ளஸ் டூ பாஸ் பண்ணியிருக்கிறாள். தையல் தெரியும். சைக்கிள் ஓட்டத் தெரியும். அம்மா இல்லாமல் வளர்ந்த பெண். அப்பா ஈ.பி. லைன் மேன். மோட்டார் ரீவைண்டிங்கில் ஏகப்பட்ட வருமானம்.

காதில் விழுந்த விஷயம்தான். பள்ளிக்கூடத்தில் படிக்கும் போதோ, தையல் படிக்கும் போதோ ஒரு பையன் கூடப் பார்த்திருப்பதாகச் சில பேர் சொன்னார்கள். பரமனின் அம்மா பரமனிடமே இது பற்றி நேரடியாகக் கேட்டுவிட்டாள், 'இங்க பாரு சுப்பையா. உலை வாயை மூடினாலும் ஊர் வாயை மூட முடியாது. இந்தப் பிள்ளையைப் பத்தி உன் காதுலேயும் விழுந்திருக்கும். என் காதுலேயும் விழுந்திருக்கும். அப்படி விழுகிறதை அப்படியே எடுத்துக்கணுமா? நாலு விழுந்தா ரெண்டை எடுக்கணுமா? அல்லது எடுக்கவே வேணாமாண்ணு நீயும் நானும்தான் முடிவு பண்ணனும்.' என்று ஆரம்பித்தாள்.

பரமன் ஒரு முழுச் சோளத்தட்டையைக் கையால் உருவிவிட்டபடி, அதன் வழவழப்பு, கணுப்பக்கத்துச் சோகையின் ரம்பம் எல்லாவற்றையும் அந்தந்த இடம் சார்ந்து உணர்ந்தவனாக இருந்தான். எதிரே, அம்மா எப்போதும் உட்கார்கிற மர முக்காலியில் இருந்தாள். அவளைச் சுற்றிச் சுற்றி வந்து முறையிட்டபடி ஈற்றுக்கு வயிறு கனத்திருந்த பூனையையே பரமன் பார்த்தான்.

'இதுக்கும் அதுக்கும் முடிச்சுப் போடுகிறதாக நினைச்சுக்கிடாதே சுப்பையா. முடிச்சுப் போட வேண்டிய இடத்திலே முடிச்சுப் போட்டுத் தான் ஆகணும். அவுக்க வேண்டிய இடத்துல அவுத்துத்தான் ஆகணும்' பரமனுக்கு அம்மாவின் குரல் பிடித்திருந்தது. ஒரு முக்கியமான தீர்மானித்ததை எடுக்க வேண்டிய நேரம் என்று அவள் நினைத்திருக்க வேண்டும். அம்மா நெற்றியில் இன்றைக்குத் திருநீறு வைத்திருந்தாள். தன்னை மேலும் தளர்த்தி லகுவாக வைத்துக்கொள்ள நினைத்தாளோ என்னவோ, பூட்டியிருந்த கை விரல்களை நெருக்கி, சுடக்கு எடுத்தாள்.

'என்ன முடிச்சு?' என்று பரமன் கேட்கவில்லை. அந்தப் பிள்ளை, அந்தப் பிள்ளை என்று சொல்லிக்கொண்டு வந்தவள் இப்போது பெயரைச் சொல்லிப் பேச்சை ஆரம்பித்தாள்.

'பாண்டியம்மாவுக்கு ஒரு கட்டத்தில் யார் கூடவோ பழக்கம் இருந்ததுண்ணா, உனக்கும் அப்படி இருக்கத்தான் செய்தது. உனக்கும் வையம்மாவுக்கும் இருந்ததை, அப்படிப் பூசுனாப்பில, பொத்துனாப்பில 'பழக்கம்'னு நீயோ நானோ லேசுலே சொல்லிட்டுப் போயிர முடியாது. நீ ஆம்பிளை. சொன்னாலும் சொல்லுவ. நான் அப்படிச் சொல்ல முடியாது. ஒரு ஆம்பிளைப் பிள்ளையும் பொம்பளப் பிள்ளையும் எம்புட்டுப் பழகமுடியுமோ அம்புட்டுப் பழக்கம் உங்க ரெண்டு பேருக்குள்ள. சொல்லப் போனா, யாரு ஆம்பிளை யாரு பொம்பிளை என்கிற சூச்சுமம் கூட ரெண்டுபேர் கிட்டேயும் அத்துப் போச்சு. அவ்வளவு ஒட்டுதல். அதுவும் தெரியும்.' ஒட்டுதல் என்று சொல்லும் போது மடியில் இருந்த இரண்டு கைகளையும் பரமனுக்கு எதிரே நீட்டி ,பத்துவிரல்களையும் இறுகக் கோர்த்துக் காற்றில் உதறினாள். சினைப் பூனை அவளுடைய மடியில் ஏறிப் படுத்திருந்தது இப்போது.

'பாண்டியம்மாவுக்கு வயசு கம்மி. தெளிச்சல் இருந்திருக்க வாய்ப்பில்லை. ஆனா, சுப்பையா உனக்கு அப்படி இல்லை. வையம்மாவுக்கும் வெயில்னா என்ன, மழைன்னா என்னண்ணு தெரியும். குடத்தில மொண்டு வீட்டுக்குக் கொண்டுக்கிட்டு வரலையே தவிர, அங்கினே கோரி அங்கினேயே குடிச்சுக்கிட்ட ஆளுக தான் ரெண்டு பேரும். அவ அப்பங்காரன் சரிண்ணு சொல்லி இருந்தால் நல்லதாப் போச்சுண்ணு நானே முடிச்சு வச்சிருப்பேன். என்னமோ ரயில் புறப்பட்டுப் போயிரும்கிற மாதிரி, அவசரம் அவசரமா ஒரு பையனைப் பார்த்துக் கட்டி வச்சான். இண்ணையத் தேதி வரைக்கும் வையம்மா கண்ணைக் கசக்கிக்கிட்டு வரலை. நீ தான் தெக்கே போகச் சொன்னா வடக்கே போகட்டுமாண்ணு கேட்டுக்கிட்டு இருக்கே. அந்தப் பிள்ளைக்குப் பிடிபட்ட லெக்கு உனக்குப் பிடிபடலை. ஒரு தடவைக்கு நாலு தடவை நீயே யோசிச்சுப் பாரு. அடுத்தவங்க கிட்டே யோசனை கேக்கிற விஷயம் இல்லை இது.'

பாண்டியம்மா அப்புறம் இந்த வீட்டுக்கு வந்தாள். ஒரு தையல் மெஷினும் இரண்டாம் கையாக வாங்கியிருந்த ஒரு பள்ளிக்கூடப் பிள்ளையின் பச்சை சைக்கிளுமாக வந்தாள். புரட்டாசித் திருவிழாவுக்கு அவள் வாசலில் போட்டிருந்த கோலத்தை எல்லோரும் நின்று பார்த்துவிட்டுப் போனார்கள். கொஞ்சம் கொஞ்சமாகத் தையல் தைத்துக் கொடுத்தாள். மூன்று வாரம் தூரம் வராமல் இருந்து

வந்ததற்கு அழுதாள். அவள் வந்தபிறகு பரமன் கேபிள் போட்டுக் கொடுத்தான். பாண்டியம்மா டி.வி கூட அதிகம் பார்க்கவில்லை. எஃப். எம் ரேடியோவில் பாட்டுக் கேட்டுக்கொண்டே வேலை செய்தாள். மீனை ருசியாகச் சமைக்க அவளுக்குத் தெரிந்திருந்தது. வளர்ப்புக் கோழிகளிடம் ஒரு டீச்சரைப் போல எப்போது சாப்பிடவேண்டும், எங்கே முட்டை இட வேண்டும் என்று சொல்லிக்கொடுத்திருந்தாள். தாமிர நிறத்தில் இடப்படும் முட்டைகள் அவளுக்குப் பிடித்திருந்தது.

எல்லாம் சரியாகத் தான் இருந்தது. எல்லாம் சரியாக இருக்கையில் எல்லாம் தப்பாகப் போகக் கூடாது என்று இருக்கிறதா என்ன? மூன்றாவது கிலோ மீட்டரில் ஒரு எக்ஸ்போர்ட் கார்மெண்ட்ஸ் ஆரம்பித்தார்கள். நல்ல சம்பளம் தான். பாண்டியம்மாளிடம் சைக்கிள் இருக்கிறது. முதலில் தைக்கிறவளாகச் சேர்ந்தவள், வெட்டுகிறவள், மேற்பார்வையாளர் என்று ஆகவும் பரமன் முதலில் அவனுடைய டி.வி.எஸ் எக்செல்லில் கொண்டுபோய்விட்டான். ஒரு கட்டத்தில், இவளுக்காக மட்டும் ஒரு பிக் அப் வண்டி வந்தது. அப்புறம் இன்னொரு நாள் பாண்டியம்மா திரும்பி வீட்டிற்கு வரவே இல்லை.

அவ்வளவு சொன்னால் போதும் என்கிறபடிதான் எல்லாம் இருக்கிறது. பரமனும் பரமனின் அம்மாவும் அந்த அறுவடைக்குப் பின், அடுத்த பருவத்திற்கான விவசாய வேலைகளை ஒத்திப் போட்டார்கள். 'சுப்பையா, எங்கேயாவது கோவில், குளம்னு போய்விட்டு வருவோமா அய்யா?' என்று பரமனின் அம்மா கேட்டபோது அவனுக்குக் கண் கலங்கியது. அவள் இப்போது எல்லாம் பேச்சைத் துவங்கும் போது அல்லது முடிக்கும் போது, அப்பா என்றோ, அய்யா என்றோ சொல்வது அவனைத் தொந்தரவு செய்தது. பாண்டியம்மாளைத் திருமணம் செய்துகொள்ளும் முடிவைத் தன்னால்தான் பரமன் எடுக்க நேர்ந்ததோ என்ற குறுகலில், அப்படிச் சொல்லிச் சொல்லி அம்மா தன் முன் குனிந்து நிற்கிறாளோ என்று தவித்தான்.

'பேசாம, என்னை முன்ன மாதிரி வெறுமனே பேர்சொல்லி மட்டும் கூப்பிட்டா போதாதா?' என்று ரயிலில் போய்க்கொண்டு இருக்கும் போது அம்மாவிடம் கேட்டான். அவள் அதற்குப் பதில் சொல்லாமல், அவன் என்னமோ அவளிடம், இதற்கு முன் நீ ரயிலில் போயிருக்கிறாயா என்று கேட்டது போல, 'சுப்பையா. உங்க அப்பா கூட நான் ரெண்டு தடவை திருச்செந்தூர்க்கு ரயிலில் போயிருக்கேன். அதோடு சரி' என்றாள். சற்று நீண்ட ரயில் பயணங்களில் பேசும் போதும், கோவில் பிரகாரங்களில் உட்கார்ந்து பேசும் போதும், பிந்திய இரவுகளில் பெரிய நகரங்களின் பஸ் ஸ்டாண்டுகளின் மஞ்சள்

வெளிச்சத்தில் காத்திருக்கும் போதும் பேசின பேச்சுக்கள் வழியாகவும் ஒரு மகனாகவும் ஒரு அம்மாவாகவும் இதுவரை புரியாத எல்லாமும் புரிந்துவிட்டதாகவும் இரண்டுபேருக்கும் தோன்றியது.

இத்தனை பிரயாணங்களுக்கு இடையிலும் ஒரே ஒரு சிறிய தூரத்தைத் தான் அவர்கள் படகில் சென்று அடையவேண்டியது இருந்தது. அந்தக் கோவிலில் வரிசை வரிசையாகப் பந்தியில் அமர்ந்து சாப்பிடும் போது, பரமனின் அம்மா, 'திரும்பிப் போகும் போதும் படகில் போக முடியாதா?' என்று ஒரு குழந்தையைப் போல் கேட்டாள். 'நமக்கு எதிரே வந்த படகில் வையம்மா இருந்தது போல இருந்தது.' என்று சொன்னாள். 'அதனால் தான் சொல்கிறேன். படகில் திரும்பிப் போனால், இன்னொரு எதிர்ப் படகில் பாண்டியம்மாளைப் பார்க்க முடியலாம்' என்று சொன்ன குரல் ஒரு மழைத் துளி போல இருந்தது.

ஊருக்குத் திரும்பி வரும்போது நல்ல மழைக்காலம். அந்த வீட்டின் பராமரிப்புப் பொறுப்பில் இருந்த பெண். ஒரு சிறிய லாந்தர் விளக்குடன் கதவைத் திறந்த காட்சி பரமனுக்குப் பிடித்திருந்தது. 'கரண்ட் இல்லை' என்று சொல்லி சாவிக்கொத்துகளை அங்கிருந்த ஒரு மர பெஞ்சில் வைக்கும் போது உண்டான சத்தத்தைப் பரமனின் அம்மா மிகவும் விரும்பினாள். அந்தச் சத்தத்தில் அவளுடைய இதுவரையிலான மொத்த வாழ்வின் குரலும் ஒன்று சேர்ந்திருந்தது.

முகத்தில் வந்து மோதும் ஈசல்களை ஒரு கையால் ஒதுக்கிக் கொண்டே அந்தப் பெண்ணிடம் விபரங்கள் சொல்லவும் கேட்கவும் ஆரம்பித்தார்கள். வயதில் சிறிய அந்தப் பெண் அவர்கள் இருவரும் பேசிக்கொண்டு இருக்கும் போதே தன்னை அறியாமல் தூங்கிவிட்டது.

பரமன் கொஞ்சம் எழுந்து போய் அதன் பக்கத்தில் உட்கார்ந்து அதன் தலைத் தட்டிக்கொடுக்க ஆரம்பித்தான்.

அன்றைக்கு இரவு மிகவும் எதிர்பாராத விதமாக, செவலைப் பசு தன்னுடைய மூன்றாவது ஈற்றில் ஒரு கிடாரியைப் பெற்றது. பரமன் தான் பேறுகாலம் எல்லாவற்றையும் பார்த்துக்கொண்டான். கன்றுக்குட்டியை ஏந்தி வாங்கிக் கீழே விட்டதும், இரண்டு கைகளையும் முகத்தில் பூசிக்கொள்வதை நடையில் உட்கார்ந்து கவனித்த பரமனின் அம்மா, 'இனிமேல் நம்ம பூமியில் பூஞ் செடி போடலாம்' என்றாள்.

வயலை பூமி என்று சொன்னதும், பூஞ்செடி போடலாம் என்று சொன்னதும் பரமனுக்குப் பிடித்திருந்தது.

மறுநாள் சீம்பாலில் பரமனின் அம்மா கடம்பு கிண்டினாள். தூங்கிக் கொண்டு இருந்த அந்தப் பிள்ளையை எழுப்பி உமிக்கரி டப்பாவையும் செம்பையும் நீட்டியபோது, அது பரமனின் அம்மாவைப் பார்த்து, 'வையம்மா அக்கா வந்திருக்கு. அண்ணனைக் கேட்டுச்சு' என்று சொல்லிச் சிரித்தது. பரமனின் அம்மா அதைக் கேட்டதும், 'இங்கே வா. பல்லு அப்புறம் தேச்சுக்கிடலாம்' என்று அவளைத் தன் பக்கம் இழுத்து, ஒரு விள்ளல் கடம்புவை அவள் வாயில் இழுவி, அதற்கு முத்தம் கொடுத்தாள். பரமன் அங்கே இருக்கிறானா என்று பார்த்தாள். தொழுவத்திற்குப் போயிருக்கவேண்டும். மாறி மாறி அடி வயிற்றில் இருந்து கூப்பிடும் கறவைகளின் குரல்கள் கேட்டன.

அவளும் பரமனும் சுண்ணாம்புக்காரத் தெரு வழியாகப் போய், வயல் தெருவுக்கு வந்தார்கள். வரப்பு வழியாகவே நடந்து அவர்கள் வயலை அடைந்தார்கள். போன பூவுக்குப் பிறகு விதைக்காமல் போட்டிருந்த வயல் பூராவும் மழையில் முழுகிக் கிடந்தது. சுற்றி இருக்கும் வயல்கள் எல்லாம் முடிவற்ற தண்ணீர்ச் சதுக்கங்களாகக் கிடந்தன. 'சுப்பையா, இங்கே வா அய்யா' என்று பரமனின் அம்மா கூப்பிட்டாள். பக்கத்தில் போனதும், 'அப்பா கிட்டே உத்தரவு வாங்கிக்க. இனிமே பூஞ்செடி போடப் போகிறோம்னு' என்று தெற்கே பார்க்க நின்று கும்பிட்டாள். ஒரு பெருங்கீறலாக வானத்தின் உச்சியில் பிளந்து வரப்பு வரை ஒரு மின்னல் இறங்கியதில் அவளுக்கு ரொம்ப திருப்தி.

அந்த முகத்தோடு அதைச் சொல்லவேண்டும் என்று தோன்றியது போல. 'தெரியுமா. வையம்மா வந்திருக்காம். உன்னைக் கேட்டுச்சாம்' என்று பரமனிடம் சொன்னாள்.

"உண்டாகியிருக்கு போல" பரமன் வயலைப் பார்த்தபடி சொன்னான்.

'போய்ப் பார்த்துட்டு வா.'

'நானும் அப்படித்தாம்மா நினைச்சேன்'

'ஒருத்தரும் ஒண்ணும் சொல்ல மாட்டாங்க. சொன்னால் சொல்லிட்டுப் போகட்டும்'

இப்படி ஒரு வார்த்தை இரண்டு வார்த்தைகளாகப் பேசிக்கொண்டே வயலின் சச்சவுக்கத்தையும் சுற்றிப் பார்த்தார்கள். தன் தளத்திற்குத் தண்ணீர் கிடந்த கிணற்றை எட்டிப் பார்த்தார்கள். உள்ப் படிக்கட்டில் தண்ணீர்ப் பாம்பு தலையை உயர்த்திக்கொண்டு கிடந்தது. அதை விட

ஆச்சரியம். நாலைந்து தட்டுத் தட்டாக இலையும் ஒரே ஒரு சிவப்பு அல்லிப் பூவும் பூத்திருந்தது.

'அம்மா. இதுக்கு முந்தி நம்ம கிணத்துலே அல்லி கிடையாது இல்லே?' பரமனின் கேள்விக்குத் தான் பதில் சொல்லாமல், பரமனின் அப்பாவிடம் நகர்த்துவது போல, 'இதுக்கு முந்தி உண்டாண்ணு கேட்டால், உங்க அய்யா தான் பதில் சொல்லணும்' என்று சொல்லிக்கொண்டே அவரை நினைத்தாள். அவளுக்கு அவரைப் பற்றி எது எதுவெல்லாமோ ஞாபகம் வந்தது. பரமனின் அம்மா சற்று உரக்கவே சிரித்தாள். ஏன் சிரிக்கிறீர்கள் என்று பரமன் கேட்பான் என்று எதிர்பார்த்தது போல அவளே, 'உங்க அய்யா ஒரு கிறுக்கன். சரியான கிறுக்கன் சுப்பையா' என்றாள். மறுபடியும் மறுபடியும் மிகுந்த சந்தோஷத்துடன் அந்தச் சொல்லை அம்மா சொல்வதை பரமன் கேட்டுக்கொண்டு இருக்கும் போதே, 'அந்தப் பிள்ளையை எட்டிப் பாத்திரு' என்றாள். 'மழையும் தண்ணியுமா இருந்திருக்கு. இன்னிக்கு விட்டிரு. நாளைக்குப் போயிட்டு வா. அதுக்குள்ளே நாமளும் ஊருக்குள்ளே இருந்து நாலு நல்லது கெட்டதைக் கேட்டுத் தெரிஞ்சுக் கிடுவோம்' என்று சொன்னதைப் பரமன் ஒத்துக்கொண்டான்.

மழையடிக் காய்தான். இருந்தாலும் இருக்கட்டும் என்று பத்துப் பதினைந்து முருங்கைக் காய் பறித்துக் கொண்டார்கள். பரமனின் அம்மா மடி நிறையப் பிரண்டைக் கொடியைப் பிடுங்கிக் கட்டிக்கொண்டாள்.

வீட்டிற்கு வரும்போதும் ஊருக்குள் வராமல் பின் தெருக்களின் வழியாகவே வந்தார்கள். வெயில் இல்லை. மூடாக்குப் போட்டிருந்தது. பரமனின் அம்மா, பரமன் இருவருக்கும் நிறைவாக இருந்தது.

பரமனும் பரமன் அம்மாவும் நேரே தொழுவிற்குச் சென்றார்கள் பரமனின் அம்மா எல்லாப் பசுவையும் தடவிக் கொடுத்தாள். தொழுவின் உச்சியில் ஓலைப்பெட்டியில் கட்டியிருந்த இளங்கொடிக் கவிச்சு தொழுவை நிரப்பியிருந்தது. பிறந்திருந்த கன்றுக்குட்டியின் வாயில் பெருவிரலைச் சப்பக் கொடுத்து, 'எப்படி விருட்டு விருட்டுண்ணு உறுஞ்சுது பாரு' என்று அதன் இரண்டு காதுகளையும் நுனி வரை நீவிவிட்டாள்.

"நான் கொஞ்சம் குறுக்கைச் சாய்க்கிறேன் அய்யா" என்று தலை வாசல்படிக்கு நேரே படுத்தாள். நன்றாகத் தூங்கிவிட்டாள். பரமன் தான் அன்றைக்கு சமைத்தான். அவன் அடுப்படியில் கம்பஞ்சோறு பொங்கிக்கொண்டு இருக்கும் போதுதான் அந்தச் சிறுபெண் வந்தது.

‘என்ன அண்ணன். நீங்க அடுப்புக்கு முன்னாடி நிக்கீக?’ என்று உதவிக்கு வந்தது. ஒவ்வொரு டப்பாவாகத் திறந்து பார்த்து வறுத்த காணப் பருப்பு இருக்கிறதா என்று பார்க்கச் சொன்னான். ரொம்ப நாள் திறக்காமல் மழைக்கால ஈரச் சிக்குப் பிடித்த டப்பாக்களைத் திறந்து பார்த்துக் கண்டுபிடிப்பது ஒரு விளையாட்டுப்போல ஆகிவிட்டது, ‘உப்புப் புளி வச்சு அம்மியில் லேசா நகட்டிக் கொடுக்கியா சீமாட்டி?’ என்று நாடியைப் பிடித்து முத்தினான்.

அரைத்து ஒரு நார்த்தங்காய் அளவுக்கு உருட்டித் தட்டில் வைத்து அம்மியைக் கழுவி விட்டதும் பரமனின் பக்கத்தில் வைத்தது. ‘நான் காளான் பொறுக்கிக்கிட்டு வாரேன். நீங்க குழம்பு வெக்கிறீங்களா?’ என்றது. பரமனுக்கு அந்த யோசனை பிடித்திருந்தது. ஆனால் நேரம் இல்லை. டி.வி.எஸ் எக்செல்லை உதைத்துப் பார்க்கவேண்டும். துடைக்க வேண்டும். அம்மா நாளைக்குப் போகலாம் என்று சொல்கிறாள். வையம்மாவை இன்றைக்கே பார்த்தால் என்ன என்று தோன்றியது.

‘அண்ணன் நாளைக்கு வச்சுத் தாரேன். சரியா?’ என்றான். உடனே சரி என்பது போல அது தலையைத் தலையை ஆட்டியது. அடுப்பில் நல்ல கொதி வந்து விட்டது பெருவிரல் நுனியில் நின்று எட்டிப்பார்த்து, ‘வடிச்சு இறக்கீரலாம்’ என்று அவன் இடுப்பில் தொட்டுச் சொன்னது..

பரமன் ஒவ்வொன்றாகச் சரிபண்ணினான். இருக்கிற முருங்கைகளில் ஆறு காயை ஒரு பேப்பரில் சுற்றி ரப்பர் கட்டுப் போட்டான். வடக்கே கோவிலுக்குப் போயிருந்த பையைப் பிரித்து, எந்தக் கோவிலிலோ சீனி உருண்டைகள் மாதிரிக் கொடுத்ததில் கொஞ்சத்தை எடுத்துத் தாளில் மடக்கிவைத்தான்.

அது ஒவ்வொன்றுக்கும் கூடவே வந்து நின்றது. இரண்டு சீனி உருண்டையை வாயில் கொடுத்தால் ஒதுக்கிக் கொண்டது. வண்டியைத் துடைக்கும் போது நடையில் உட்கார்ந்திருந்தது. பரமன் வந்துவிட்டதைத் தெரிந்துகொண்டது போல, வரிசையாக மூன்று பூனைகள் மெதுவாகச் சத்தமிட்டபடி தயங்கி வாசலிலேயே நின்றன. ஓரளவு எல்லாம் துடைத்துச் சுத்தம் செய்து, உள்ளே இருந்த பாட்டிலில் இருந்த பெட்ரோலை ஊற்றி உதைத்த சத்தத்தில் பெரிய பூனையைத் தவிர மற்ற இரண்டும் பதறி இடம் மாறின.

அம்மா முழித்துவிட்டாள், ‘சும்மா ஸ்டார்ட் பண்ணிப் பார்த்தேன்’ என்று பரமன் சிரித்தான். ‘அசந்து தூங்கிட்டேன்’ என்று படுத்திருந்த இடத்தை சேலைத் தலைப்பால் தட்டிவிட்டாள்.’ அவங்கவுங்க

வீட்டுக்கு வந்துட்டோம்னு உடம்புக்குத் தெரியும் போல' என்று பூனைக்குட்டிகளைப் பார்த்தாள். 'இந்தப் பட்டாளம் எப்போ வந்தது?' என்று அதைப் பார்த்து அதற்கு என்றே வைத்திருக்கிற குரலில் 'வாஸ்... வாஸ்' என்றாள். ஏதோ தரையில் பாலை ஊற்றிவைத்துவிட்டுக் கூப்பிடுவது போல, தரையை முகர்ந்துகொண்டே அவை பரமனின் அம்மா பக்கம் வந்தன.

"அம்மா முகத்தைக் கழுவிட்டு வா. சாப்பிடுவோம். உன் சின்ன மக காணத் துவையல் அரைச்சிருக்கா" என்று கையில் இருந்த அழுக்குத் துணியால் நடையில் இருந்த பெண்ணின் பக்கம் கொடி போல வீசினான். அவ்வளவு தூரத்தில் இருக்கிற அது, துணி மேலே பட்டது போலத் தலையை உள்ளுக்கு இழுத்துச் சிரித்தது.

அம்மா திண்ணையைப் பார்த்தாள். முருங்கைக் காய், பிரண்டை எல்லாம் எட்டிப்பார்த்துக்கொண்டு இருந்தது. 'இது எல்லாம் நாளைக்குப் போகிறதுக்கு இண்ணிக்கே வாசலில் உக்காந்திருக்கு. வையம்மா வீட்டுக்கு உனக்கு வழி தெரியாதுண்ணு அது முன்னாடி போகப் போகுதாக்கும்' அம்மாவின் முகம் பிரகாசமாக இருந்தது. எதிர்ப்படகில் வையம்மாளைப் பார்த்தது போல, திரும்பும் போது பாண்டியம்மாளைப் பார்க்கலாம் என்று சொன்ன குரல் போலவே இதுவும் இருந்தது.

'இல்லை. இன்றைக்கே போயிரலாம்னு தோணிட்டுது' பரமன் முகத்திலும் அதே வெளிச்சம் இருந்தது. குரல் கூட நதியில் வந்த குரல்.

பரமனின் அம்மா அந்தச் சிறு பெண்ணைத் தன்னோடு இழுத்து இடுப்போடு அணைத்துக்கொண்டு, அவளிடம் சொல்வது போல, அவனிடம் சொன்னாள்,' பார்த்தியா குட்டி. அவன் மாத்திரம் போகப் போகிறானாம். அப்புறம் என்னை யாரு கூட்டிட்டுப் போவாங்க?'

பரமன் தாங்க முடியாத ஒரு பரவசம் போல, கண்ணை இறுக மூடிக்கொண்டு அப்படியே நின்றான். ஒரு சிறிய வடிவத்தில் தாமிர நிற முட்டை மட்டும் தென்பட்டு, கொஞ்சம் கொஞ்சமாகப் பெரிதாகிக்கொண்டே போய், முற்றிலும் அவனை நிரப்பியது.

அம்ருதா

நவம்பர், 2016

இன்னொரு அர்த்தம்

கதிர்ச் சித்தப்பா ஓரளவுக்குத் தெளிவான அடையாளங்களைச் சொல்லி இருந்தார்.

'நீ எதில் வரப் போகிறாய்? ஆட்டோவிலா, டவுண் பஸ்லிலா?' என்ற கேள்விக்கு, சந்தானம் டவுண் பஸ்ஸில்தான் என்று பதில் சொல்லி இருந்தான். 'ரூஃபினாவோடு வரப் போகிறாயா, நீ மட்டுமா?' என்று கேட்காததால் அதற்குப் பதில் சொல்லும் அவசியம் அப்போது ஏற்படவில்லை. ஆனால் அவளோடுதான் வந்திருக்கிறான். குழந்தை உண்டாகியிருக்கும் நேரத்தில் அலைச்சல் அவசியமில்லை என்று அவளிடம் சொன்னான். இல்லை வருவதுதான் சரி என்று புறப்பட்டிருந்தாள். கார்த்திகா ரெசிடென்சியில் அறை எடுத்து அவளை ஓய்வெடுக்கச் சொல்லியிருக்கிறான். ரயிலில் வந்து, அதிகாலையில் தூக்கம் கலையாமல் ஒரு விடுதி அறையில் நுழைவது பிடித்திருந்தது. இன்று வாந்தி எடுக்கவில்லை. ஆனால் படுத்துவிட்டாள்.

'இரண்டாவது ஸ்டாப்பில் இறங்கு. எல் ஷடாய் ஆஸ்பத்திரிப் பக்கமா நடந்து வந்தால். குழந்தை ஏசு மெட்ரிகுலேஷன் ஸ்கூலுக்கு நேரே இரண்டு தெரு வரும். முதல் தெருவில் வலது பக்கம் திரும்பினால் கடைசி வீடு. வீட்டு முன் செம்பருத்தி நிறைய இருக்கும். அதுதான் நம் வீடு. உங்க அப்பா இங்கே தான் இருக்காரு' என்று சொல்லியிருந்தார்.

கதிர்ச் சித்தப்பா செல்ஃபோனில் ஆஸ்பத்திரியில் இருந்து பார்வதிச் சித்திதான் பேசி விபரம் சொன்னாள். கொஞ்சம் தேவைக்கு அதிகமாக உரத்த குரலில், 'சந்தானம் ஒரு நடை வந்து எட்டிப் பார்த்துட்டுப் போயிரு. கோபதாபம், பழசு புதுசு பஞ்சாயத்து எல்லாம் அப்புறம் பார்த்துக்கிடலாம். என்ன இருந்தாலும் அவரு அப்பன், நீ புள்ளைங்கிறது இல்லாமல் போயிராது. எங்க அக்கா புண்ணியவதி. கடைசி வரைக்கும் முகம் கொடுத்து ஒரு வார்த்தை பேசாமல் போய்ச் சேர்ந்துட்டா. கட்டினவ வைராக்கியத்தையும், பெத்த புள்ளை வைராக்கியத்தையும் உச்சி மண்டை தாங்க முடியாமத் தான் இப்படி ரத்தக் குழாய் வெடிச்சுக் கிடக்கு அத்தான். நீ மட்டும் இல்லை. மருமகளையும் கூட்டிக்கிட்டு வா. கையில ஒண்ணு மூக்குல ஒண்ணுண்ணு குழாய் குழாயா சொருகிக்கிட்டு கிடக்காரு. நாங்க எத்தனை பேரு கூட இருந்தாலும், நீ வந்து தலைமாட்டில நிக்கிற மாதிரி இருக்காது. சித்தி நான் கெடுத்த கெடுப்பாவே இருக்கட்டும். வந்துட்டுப் போ.'

சரியாக வந்துவிட்டான். மனம் சில சமயங்களில் சரியாக வழிகாட்டி விடுகிறது. யாரிடமும் அதிகம் விசாரிக்கவில்லை. பச்சை வலையை நான்கு புறமும் அடித்திருந்த மைதானத்துக்குள் இருந்து சரியான இடைவெளிகளில் கேட்ட டென்னிஸ் பந்தின் சத்தம் பிடித்திருந்தது. அளவில் பெரிய பன்னீர் மரம் ஒன்றின் அடித்தூரில், கழுத்தை அரைவாசிக்கு ஒடித்துத் திருப்பி உரசிக் கொண்டு இருந்த மாட்டின் தலையும் கொம்பும் வினோதமான ஒரு தலைகீழ்ப் படத்தைப் பார்க்கவைத்தது. நாட்டுக்கோழி முட்டையை ஒருத்தர் இருசக்கர வாகனத்தில், வழக்கமான வாடிக்கையாளர் வீடுகளில் இரண்டாம் சத்தம் கொடுத்து விற்றுக்கொண்டு போனார். ஒருவீட்டு வாசலில் இரண்டு பேரீச்சை மரங்கள். இஸ்திரிப் பெட்டியின் கபாலம் திறந்து கரிக்குக் கங்கு போட்டுப் பனை ஓலை விசிறியால் வீசிக்கொண்டு இருந்தவர் சந்தானத்தையே பார்த்தார். அவருடன் ஒரு இணக்கம் உண்டாக்கிக்கொள்ளத் தோன்றியது. 'கதிரேசன் சார்வா வீடு இந்தத் தெரு தானே?' என்று கேட்டான். மிகச் சுருக்கமாக, 'அந்த முக்கு வீடு' என்றார். கைகாட்டின திசை முடிவில் செம்பருத்திப் பூ நிறையப் பூத்திருந்தது. அதற்கு முந்திய வீட்டு வாசல் தெளித்த ஈரத்தில் படுத்திருந்த நாய், அவன் விரட்டியது போன்ற பயத்தில் எழுந்து ஓடியது.

கதிர்ச் சித்தப்பா 'வா' என்றார். பைக்கை ஏற்கனவே துடைத்து விட்டிருக்க வேண்டும். நீண்ட காலப் பாராமரிப்பின் மெருகோடு புல்லட் வண்டி கருத்த மினுமினுப்புடன் நின்றது. சைக்கிளின்

பின்சக்கர ரிம்மைத் துணியால் பளபளப்பு ஏற்றிக்கொண்டு இருந்தவர், குழாயில் கை அலம்பிக்கொண்டு ‘பை ஒண்ணும் கொண்டாரலையா?’ என்றார். சும்மா சாத்திருந்த கதவை, லேசாகத் தள்ளி, ‘பார்வதி, சந்தானம் வந்துட்டான்’ என்று கால்மிதியில் பாதத்தை உதறினார்.

சந்தானத்துக்கு நுழையத் தயக்கமாக இருந்தது. செருப்பைக் கழற்றாமல் ஒரு எட்டு உள்ளே வைத்தவன் மறுபடி வெளியே வந்து நடை வரை போய்க் கழற்றிப் போட்டான். எங்கேயோ தண்ணீர்த் தொட்டி நிரம்பிச் சிந்துகிற சத்தம் கேட்டது. அந்தச் சத்தம் அவனைத் தொந்தரவு செய்தது. உயரத்தில் ஒரு நீர்க்கயிறு போல் முறுக்கிக் கொண்டு விழத்துவங்கும் அது ஒரு பனிச்சவுக்கு மாதிரி இறுகி சுளீர் என்று முதுகில் அறைவது போல் இருந்தது. ஒவ்வொரு அறையும் ஒரு தீக்கோடு ஒன்றைத் தோலில் இழுப்பது போலக் காந்தியது. அது அம்மாவின் கடைசிக் காலத்தில், அவள் ஆட்டபாட்டம் அதிகமாகிக் கட்டுப்படுத்த முடியாமல் மாத்திரைகளால் அவளைத் தளர்த்திக் கட்டிலோடு கட்டிலாக வைத்திருந்த நாட்கள் ஒன்றில் துவங்கியது.

தொடர்ந்து இரண்டு மூன்று நாட்களாக அம்மாவின் அருகில் சந்தானம் தூங்காமல் இருக்க வேண்டியது இருந்தது. மிகச் சிறிய மூன்று அறைகளே உள்ள அந்த வீட்டில் அம்மா இருந்த அறையில் சமீபகாலங்களில் ஒரு வினோத வாடை வந்து நிரம்பியிருந்தது. அம்மாவைப் போர்த்தியிருக்கும் பழைய சேலை, அம்மாவின் தையல் மெஷின் மேல், ஒரு கயிற்றுக் கொடியில் களைந்து போடுவது போல் கிடக்கும் துணிகள் இவற்றிலிருந்து அந்த வாடை வருகிறதா என்று சந்தானம் சோதித்து இருக்கிறான். அம்மாவின் தலையணையிலிருந்தும் இல்லை. தாங்கமுடியாத நிலையில் அம்மா தூங்கும் போது குனிந்து அவளைக்கூட முகர்ந்து பார்த்துவிட்டான்.

புளித்த கஞ்சி போல, பெரியாஸ்பத்திரியின் பிரசவ வார்டுக்குப் பிந்திய ஒரு இருட்டின தாழ்வாரத்தில் ஏற்படுவது போல, நேரில் காண்பதையும் விட அதிகம் நொதித்து ஒரு முழுத்தெருவையும் அடைத்தபடி புரண்டு கொண்டு கனவில் வந்த கன்னங்கரிய சாக்கடையின் கொப்புளங்கள் வெடித்து, மூக்கையும் வாயையும் பொத்தி வாந்தி உண்டாக்கும் வாடை தன்னிடம் இருந்து வருகிறதோ என்று கூடச் சந்தானம் கழுத்து நரம்பு தென்னும்படி தன் இடவலமாகக் குனிந்து சோதித்துக்கொண்டான்.

தனரத்னம் வந்தால் அவனிடமே கேட்க வேண்டும் என்று எதிர்பார்த்தான். சந்தானமும் தனரத்னமும் பி.காம் முடித்து ஒருவருஷத்திற்கு மேல் ஆகிறது. இந்த ஊரில் இருந்துகொண்டு வேறு

என்ன செய்ய முடிகிறது? பப்ளிக் சர்வீஸ் கமிஷன் பரீட்சைக்குக் கோச்சிங் க்ளாஸில் சேர்ந்திருக்கிறார்கள். இவன் போவதை நிறுத்திவிட்டு அம்மா பக்கத்தில் இருக்கிறான். தனரத்னம் ரூஃபினாவை அவளுடைய சீனியர் வக்கீல் அலுவலகத்தில் விட்டுவிட்டுத் திரும்பிவரும்போது சந்தானத்தைப் பார்த்துவிட்டுப் போவான். ரூஃபினாவை அக்கா என்று கூப்பிடாமல் எப்போதும் ரூஃபினா என்றே தனரத்னம் சொல்வான். அப்படியே சந்தானத்திற்கும் ரூஃபினா என்று அவளைச் சொல்லப் பிடித்திருந்தது.

இந்த வாடை நிஜமானதா இல்லையா என்று தெரிந்துகொள்ள வேண்டும் என்று சந்தானத்திற்குக் கொதிக்க ஆரம்பித்தது. சைக்கிளை எடுத்துக்கொண்டு தனரத்தினம் வீட்டிற்குப் போய் இறங்கின சமயம், அந்தத் தெருவில் எல்லா இடத்திலும் வாருகாலைச் சுத்தம் பண்ணித் தெருவில் அள்ளிப் போட்டிருந்தார்கள். ஒரு காகம் சிறகு எல்லாம் ஒடுக்கிச் செத்துக்கிடந்தது. சோடா பாட்டில்களைத் திறக்கும் ஓப்பனர் ஒன்று சகதிக்குள் இருந்து எட்டிப் பார்த்தது.

தனரத்னமும் அம்மாவும் இல்லை. 'சர்ச்சுக்குப் போயிருக்காங்க' என்று ரூஃபினா நாற்காலியில் இருந்து எழுந்துவந்து சொன்னாள். சந்தானத்திடம் வாடை பற்றிய கேள்விமட்டுமே இருந்தது. 'இந்த புக்கைப் படிச்சுப் பார். தனா கிட்டே சொன்னேன். நீயே படி அதை எல்லாம் கிறான்' 'என் பெயர் மலாலா' புத்தகம் ரூஃபினா கையில் இருந்தது. சந்தானம் அவளிடம் வெறுமனே கேட்டான், 'ஏதாவது வாடை அடிக்கா?'.

ரூஃபினா அவனையே பார்த்துக்கொண்டு இருந்தாள். அகலமாகவும் உலர்ந்தும் இதுவரை இருந்த அவள் கண்கள் ஈரம்பாய்ந்து சுருங்கி அவனை ஆழமாக நிதானித்தன. சந்தானம் சற்று அவள் இருக்கிற நாற்காலியை இடிக்கிற சமீபம் போய், இடது வலது பக்கவாட்டுகளில் சட்டையை நீவிவிட்டபடி, 'இப்போ?' என்றான். ரூஃபினா வார்த்தையாக ஒன்றும் சொல்லாமல் தலையசைப்பில் இல்லை என்றாள்.

'அம்மா எப்படி இருக்காங்க?' என்றாள். அடுக்களை ஸ்விட்சைப் போட்டு ஒரு டம்ளரில் தண்ணீர் கொண்டுவந்து கொடுத்துக் குடிக்கச் சொன்னாள். ரூஃபினாவுக்கு தனரத்னத்துடன் போய் சந்தானத்தின் அம்மாவைப் பார்த்த தோற்றம் நினைவுக்கு வந்தது. படுத்துக்கிடக்கும் அவருடைய தோற்றத்தை நிமிர்த்தி வைத்தது போல சந்தானம் அவளுக்கு முன் நின்றுகொண்டு இருக்கிறான். மேலிருந்து கீழ் வரை மயிரிழைக் கீறல் விழ ஆரம்பிக்கும் ஒரு சுடுமண் பொம்மையைப் போல இருந்த அவனைத் தொட்டு, 'தனா வந்ததும் வரச் சொல்லவா?'

என்றாள். பதில் ஒன்றும் சொல்லவில்லை. எழுந்து போகும் போது, ஜன்னல் ஓரத்தில் வைக்கப்பட்டிருந்த, நீண்ட நாட்கள் உபயோகத்தில் இருக்கும் ஊதா நிற கோந்து பாட்டிலைத் திறந்து, அந்த பாட்டிலுக்குள் தனரத்னம் இருக்கிறானா என்று உற்றுப்பார்ப்பதாக மூக்கருகில் வைத்து முகர்ந்து பார்த்தான். சரியாக வைக்கப்பட்ட அதைச் சரியாக வைக்கும் முயற்சியில் நகர்த்திவிட்டுச் செருப்பைப் போட்டான். இடது கால் செருப்பில் கவனம் சிதறின காலை நுழைக்க நேரம் அதிகமாயிற்று.

அவன் சைக்கிளை மிக நிதானமான வேகத்தில் ஓட்டிக்கொண்டு செல்வதை நடையில் இருந்து பார்த்துக்கொண்டு இருந்தாள். வீட்டுமுன் கிடக்கும் வாருகால் சகதியில் சந்தானம் நிறுத்திய சைக்கிள் டயர் பள்ளமாக ரேகை இட்டிருந்தது.

தனரத்னமும் அம்மாவும் வந்தவுடன் ரூஃபினா சந்தானம் வந்ததையும் அவன் கேட்டதையும் சொன்னாள். தனரத்னம் அக்கா சொல்வதைக்கேட்டு அப்படியே தலையைக் குனிந்துகொண்டு உட்கார்ந்திருந்தான். ‘அவங்க அப்பா இவங்க ரெண்டு பேரையும் விட்டுட்டு, சொல்லாமல் கொள்ளாமல் அந்த குருவிக்குளத்துக்காரி கூடப் போகும் போது நானும் சந்தானமும் டென்த் படிக்கோம். தீபாவளி முடிஞ்சு அன்றைக்குத்தான் பள்ளிக்கூடம் திறந்திருக்கு. மழைக்கு முந்தின இருட்டுக்குள்ளே க்ளாஸ் ரூமை ஒளிச்சுவச்ச மாதிரி யாரு எங்கே இருக்காங்கண்ணு தெரியலை. வராண்டாவில் லைட்டைப் போட்டிருக்கிறார்கள். ஜேசுமணி சார் பாடம் நடத்தவில்லை. மந்திர மூர்த்தியைப் பாடச் சொல்கிறார்.

சந்தானத்துக்குப் பக்கத்து வீட்டு திரவிய மாமாவும் பியூன் கிருஷ்ண தாஸும் வாசலில் வந்து நிற்கிறார்கள். மந்திர மூர்த்தி அந்தப்பாட்டைப் பாடி முடித்த பின் ஜேசுமணி சார் அவர்களிடம் விபரம் கேட்கிறார். சந்தானத்தைப் பையை எடுத்துக்கொண்டு கிளம்பச் சொல்கிறார். ‘அன்றைக்கு ஆரம்பிச்சுது அவனுக்கு வினை’ என்று தரையைப் பார்த்துக்கொண்டே சொல்கிறான்.

‘என்னமோ எனக்குத் தெரியாதது மாதிரி என்கிட்டேயே சொல்லிக்கிட்டு இருக்கே.’ என்று ரூஃபினா சொல்லும் போது அவர்களுடைய அம்மா பைபிள் வாசிக்கிற சத்தம் கேட்டது. சிவப்பு விளிம்புகள் உள்ள பைபிளில் இருந்து தொங்கும் வாசிப்பு அடையாள நாடாவுக்கும் அம்மாவுக்கும் அதிகம் வித்தியாசமிராத அளவுக்கு அவர் வசனங்களுக்குள் வெகுவாக ஒன்றியிருப்பதே வழக்கம்.

தனரத்னமும் ரூஃபினாவும் சந்தானம் வீட்டிற்குப் போய்ப் பார்க்கும் போது ஒரே கூட்டமாகக் கிடந்தது. உத்தரக் கட்டையில் தூக்குப் போட முயற்சி செய்த சந்தானம் அம்மாவைக் கீழே இறக்கிப் போட்டிருந்தார்கள். வாய் எதையோ விடாமல் முனங்கிக்கொண்டு இருந்தது. மல வாடை அடித்தது. 'செத்தநேரம் எல்லாரும் விலகுங்க. இடுப்புத் துணியை மாத்தணும்' என்று சொல்லும் போது ரூஃபினாதான் உள்ளே போய் மர பீரோவில் இருந்து சேலையை எடுத்துக்கொண்டுவந்து கொடுத்தாள். பீரோவுக்கும் சுவருக்கும் ஊடே உள்ள மூலையில் ஒடுங்கி உட்கார்ந்திருந்த சந்தானத்தை எழுப்பிக் கூட்டிகொண்டுவர தனரத்னத்திடம் சொன்னது அவள் தான்.

தன்னுடைய முதுகுக்குப் பின்னால், வழக்கத்தை விடச் சோர்ந்த அசைவுகளோடு ஒரு ஊமைப் படம் போல தனரத்னத்தோடு சந்தானம் குனிந்துகொண்டே போவது ரூஃபினாவுக்குத் தெரிந்தது. அவள் எடுத்துக்கொண்டுவந்து கொடுத்த புடவையை மாற்றிக் கட்டுவதற்கு, மிக எளிதாக ஒரு பெட்டியைத் திறப்பது போல், சந்தானத்தின் அம்மாவின் இடுப்புத் துணியை அகற்றிய அந்த நடுவயதுப் பெண்ணையே ரூஃபினா பார்த்துக்கொண்டிருந்தாள். அந்தப் பெண்ணின் கைவளையலில் ஒரு ஊக்குக் கோர்க்கப் பட்டிருந்ததை இப்போதும் ரூஃபினாவால் நினைத்துக்கொள்ள முடியும்.

ஏற்கனவே லகுவாக மூச்சுவிடுவதற்காகக் கிழித்துவிடப்பட்ட ரவிக்கை, இப்போது அகற்றப்பட்டிருக்கும் இடுப்புத் துணிகளோடு சந்தானத்தின் அம்மா நான்கு புறமும் தோல் உரிக்கப்பட்ட ஒரு காட்டுப் பழமாகக் கிடப்பதை ரூஃபினா பார்த்தாள். அவள் அப்படிப் பார்த்த முதல் உடலாக அது இருந்து, அவளைத் தொந்தரவு செய்தது. அவளால் அதற்கு மேல் அங்கு இருக்க முடியவில்லை. யார் யாருக்குள்ளோ இருந்து தன்னை உருவிக்கொண்டு வருவது போல அவள் எழுந்துவந்தாள். தவிர்க்க முடியாத ஒரு நிழல் போல, சந்தானத்தின் அம்மாவுடைய வதங்கிய உடல் அவளுடன் இழுபட்டுக்கொண்டே வந்தது.

ரூஃபினாவுடன் அதற்குப் பின் எப்போதும் அந்த நிழல் இருந்தது. தனியாக இருக்கும் போது அந்த நிழல் விழுகிறதா என்று திரும்பிப் பார்த்துக்கொள்ளும் நேரங்கள் கூட அவ்வப்போது வந்தன. வீட்டுக்குள் இப்போது இருக்கும்போது ஒருவேளை அது சுவரில் விழக்கூடும் என்பது போலச் சுவரைப் பார்த்தாள். நம் வீட்டுச் சுவர்களில் உனக்குப் பிடித்த சுவர் எது என்று தம்பியிடமும் அம்மாவிடமும் கேட்கவேண்டும் என்று தோன்றியது.

சாப்பிட்ட கையோடு இரண்டு பேருமே நன்றாகத் தூங்கிக்கொண்டு இருந்தார்கள். அம்மா வழக்கம் போல அவளுடைய ஒடுக்கமான அறையில் அந்த ஒற்றைக் கட்டிலில் படுத்துக்கொண்டிருந்தாள். அது கட்டிலும் அல்ல. பெஞ்சும் அல்ல. இரண்டுக்கும் மத்தியில் ஒரு ஆள் தாராளமாகப் புரண்டு படுக்கிற அகலத்தில் உறுதியான மரத்தில் செய்யப்பட்டது. அதனுடன் ஜோடியாக சேர்க்கப்பட்ட இரண்டு நாற்காலிகளும் உண்டு. நாற்காலிகள் அவ்வளவு கனக்கும். ஏற்கனவெ அதில் ஒருத்தர் உட்கார்ந்திருப்பது போலவும் அந்தக் கனத்தையும் சேர்த்து நாற்காலியைத் தூக்குவது போலவும் தோன்றும். அதை நகர்த்தாமல் அப்படியே யாரும் வந்தால் உட்கார என்று படியேறினதும் உள்ள தாழ்வாரத்தில் போட்டுவிட்டார்கள். அழிக்கம்பிகள் ஊடாக வெயில் வருகிறதற்காக ரொம்ப காலமாக அந்த இடத்தில் 'திக்குப் பச்சையில்' திரைகள். காற்றில் துதிக்கை போல நுனி உயர்ந்து நாற்காலிக் கைப்பிடியில் படப் பட, வெயிலும் நிழலும் மடங்கி, அந்த நாற்காலியை ஒவ்வொரு நேரமும் ஒருவிதமாக்கும்.

அம்மாவின் கட்டிலையும் அப்படித்தான். பண்டிகைக்குக் கூட சமீபத்தில் யாரும் நகர்த்தியதில்லை. அம்மாவின் தலைமாட்டில் நான்கு இலைகள் உள்ள ஒரு கருப்பு விசிறியின் சுழற்சியில் அம்மாவின் நரைத்த தலைமுடிகள் சிலும்பிக்கொண்டு இருந்தன. ரூஃபினா அதே போல எதையும் விரிக்காமல் தரையில் படுத்துத் தூங்குகிற தனரத்னத்தைப் பார்த்தாள். அவனும் அம்மாவைப் போல, படுத்தவுடன் தூங்கிவிடுகிறவன். அவளுக்கு அப்படித் தூக்கம் வருவதில்லை. சந்தானத்தால் இப்படி ஒரு அம்மாவை வைத்துக்கொண்டு படுத்தவுடன் தூங்கமுடியுமா என்று ரூஃபினா நினைத்தாள். காணும் காணாததற்கு, இன்றைக்கு ஏதோ வாடை அடிக்கிறதா என்று கேட்க ஆரம்பித்து இருக்கிறான். போய்ப் பார்க்கவேண்டும் என்று தோன்றிவிட்டது. தனரத்னம் தூங்கினால் தூங்கட்டும் என்று கிளம்பினாள்.

தெருவில் கோரம்பாய் விற்றுக்கொண்டே ஒருத்தர் சைக்கிளில் போனார். எல்லோரும் கொஞ்சம் படுத்துத் தூங்கும் இந்த மத்தியானத்தில் யார் அவரிடம் வியாபாரம் செய்வார்கள். எல்லோர் வீட்டிலும் பாய் இருக்கக் கூடும். ஒரு கிழிந்த பட்டுப் பாயும் இரண்டு கோரம்பாயும் அவள் வீட்டிலே கூட உண்டு. அம்மா அவற்றை அனேகமாக ஒரு காலை நேரத்தில் வாங்கியிருப்பாள் என்றும் ஒரு பத்து, பத்தரை மணிக்கு அடிக்கும் வெயிலை இன்னும் அந்தப் பாய்க்குள் இளஞ்சூட்டோடு சுருட்டி வைத்திருப்பதாகவுமான நினைப்பில் உருளையான ஒரு பாயைத் தரையோடு வீசி அவள் அவிழ்த்து விரித்துக்கொண்டு இருந்தாள்.

எல்லா யோசனையோடும் ரூஃபினா சந்தானம் வீடு இருக்கும் தெருவுக்கு வந்துவிட்டாள். தெருவின் ஆரம்பத்தில் ஒரு எம்.ஜி.ஆர் சிலையும் ராஜீவ் காந்தி சிலையும் இரண்டு மாடங்கள் போல் இருந்தன. இரண்டு சிலைகளிலுமே உத்தேசமாகக் கூட அவர்கள் முகச் சாயல் இல்லை. அதிலும் ராஜீவ் காந்தி சிலையின் கீழ் யார் பெயரை எழுதி இருந்தாலும் அவராக நினைத்துக்கொள்ளலாம் என்று ரூஃபினாவுக்குத் தோன்றியது. அப்போதுதான் அவள் பின்னால் இரண்டு தெருக்கள் தாண்டி கூடவே அந்த நாய் வந்திருப்பது தெரிந்தது. 'உன்னை யார் என் கூட வரச் சொன்னங்க?' என்று ரூஃபின்னா அதனிடம் பேசியது போல், 'சும்மா தான்' என்று பதில் சொல்கிற முகத்துடன் நாக்குத் தொங்க அது சிரித்தது.

பலவேச மூப்பனார் காம்பவுண்டு வீட்டில் இங்கிருந்து போனால் மூன்றாவது வீடு சந்தானத்துடையது. யார் வீட்டு டி.வியில் இருந்தோ 'பாட்டுக்குப் பாட்டெடுத்து நான் பாடுவதைக் கேட்டாயோ' என்ற சுசீலா குரலும் அதற்குப் பிந்திய வாத்தியங்களின் இசையும் உரக்க வந்துகொண்டிருந்தது. அடுத்த துணுக்கை ஒரு வினோத ஒலிவடிவில் அவளுக்குள் இசைத்துக்கொண்டே உள்ளே வந்தாள். குழாயடியில் துணி துவைத்துக்கொண்டிருந்த ஆட்டோக்காரர் சம்சாரம் அவளைப்பார்த்துச் சிரித்துவிட்டு மறுபடி குனிந்து முன்னால் கிடந்த துணிகளைக் கும்ம ஆரம்பித்தது. சந்தானம் அவனுடைய செருப்புக்களைக் கழுவி, காய்வதற்கு சுவரோடு நிறுத்தி இருந்தான். யாரோ நெட்டுக்குத்தாக சுவரில் நடந்துபோவதாக வந்த கற்பனையில் அவளுக்குச் சிரிப்பு உண்டாயிற்று.

சிரித்துக்கொண்டே தான் வீட்டுக்குள் போனாள். சந்தானம் இரண்டு மோட்டார் பேட்டரித் தொட்டிகளில் ரொம்ப காலமாக வளர்க்கிற செடிகளைப் பார்த்தாள். இன்று வரை அது பூக்கவில்லை. அதன் பூக்கள் கருநீலமாக இருக்கும் என்று அவள் நினைத்திருக்கிறாள்.

சந்தானம் அவன் வழக்கமாக ,அம்மாவுடைய கட்டிலிற்கு அருகில் போட்டு, உபயோகிக்கும் ஈஸி சேரில் தூங்கிக்கொண்டு இருந்தான். சந்தானத்தின் அம்மாவும் தூங்கிக்கொண்டு இருந்தார்கள். சந்தானம் சொன்னது போல் தாங்க முடியாத வாடை எதுவும் இல்லை. அந்த இடத்தில் மூத்திர வாடை, ஃபினைல் வாடை அடிப்பது என்பது பழகிய ஒன்றுதான். தன்மேல் வியர்வையைத் துடைக்கப் போட்டிருந்த துண்டால் சந்தானம் அவனுடைய அம்மாவின் முகத்திற்கு நேராக விசிறும்போதே தூங்கியிருக்க வேண்டும். சபரிமலைக்கு மாலை போட்டிருக்கும் போது சந்தானம் உபயோகித்த அது, ஒரு கன்னங்கரிய

பாம்பாக சந்தானத்தின் அம்மா நெஞ்சில் வால் வளைந்து கிடக்க, சரசரவென்று கட்டிலில் இருந்தவாறே சந்தானத்தின் மடியில் ஏறிச் செல்வது போல இருந்தது.

சவரம் செய்துகொள்வதில் சிரத்தை இழந்துவிட்ட சந்தானத்தின் முகத்தை அடர்ந்த தாடியோடு அவளுக்குப் பிடித்திருந்தது. தனரத்னம் ஒரு முரட்டு ஆண்பிள்ளை போன்ற தோற்றத்தை அடைந்துவிட்டதாகவும், சந்தானத்தின் முகம் அவனுக்குள்ள வாதைக்கும் நெருக்கடிக்கும் இடையில் ஒரு இளம் பறவை போல் பாதுகாக்கப்பட்டிருப்பதாகவும் எண்ணிக்கொண்டாள். ஒரே ஒரு முறை சந்தானத்தின் மடியில் ஏறிக்கொண்டிருந்த கருத்த பாம்பு, திசை மாறி, ரூஃபினாவின் உள்ளங்காலில் இருந்து உச்சிவரை ஏறி இறங்கி எங்கோ போய்விட்டதாக அவளுக்குச் சிலிர்த்தது.

சந்தானம் சற்றே உடலைத் திருப்பியிருக்கவேண்டும். துண்டு அவன் மடியில் இருந்து கீழே விழுந்திருந்தது. தன் வேற்று ரூபங்களைக் கலைத்து அது ஒரு துணியாக துணியின் சுருக்கங்களுடனும் மடிப்புகளோடும் கிடந்தது. ரூஃபினா வீட்டிற்குத் திரும்புவதற்கு முன் அவனிடம் ஒரு வார்த்தை பேசி, தான் வந்து போவதைத் தெரிவிக்க விரும்பினாள். அளவுக்கு அதிகமாக வளர்ந்து கிடக்கும் அவனுடைய தலைமுடிகளை விரல்களால் அளைந்துவிட நினைத்ததைக் கட்டுப்படுத்திக்கொண்டாள். சந்தானம் என்று பெயர் சொல்லியபடி அவளுடைய தோளில் கையை வைத்தாள்.

தாக்கப்பட்டது போலச் சந்தானம் பதறி எழுந்தான். எழுந்துநின்று சாரத்தை இடுப்பில் செருகிக் கொண்டு 'மழை பெய்யுதா?' என்றான். பாரமாக இருக்கும் தலையைப் பிடிக்கிறவனாக இரண்டு புறமும் கைகளை உயர்த்தித் தாங்கிக் கொண்டான். ரூஃபினா வந்திருப்பதும் ரூஃபினாவிடம் பேசுவதுமான எந்த அடையாளமும் இல்லை. 'பாளம் பாளமாக அருவி மாதிரி பிடரியில் தண்ணீர் விழுது. கழுத்திலே இருந்து துண்டா தெறிச்சுப் போய் விழுகிற தலையை நான் போய் பொறுக்கி ஒட்ட வச்சுக்கிடுதேன். மறுபடி பாளம் போல தண்ணீர். என் தலையைப் பிச்சு எடுத்துக்கிட்டு அது போகுது' சந்தானம் மிகுந்த மிரட்சியோடு தன் தலையைக் கழுத்தோடு பத்திரப் படுத்திக்கொண்டு இருந்தான்.

ரூஃபினாவுக்கு அவன் தன்னை அடையாளம் கண்டுகொள்ளாதது துக்கம் உண்டாக்கிற்று. சந்தானம்' என்றாள். சற்று இடம் மாறி அவன் வலப் பக்கம் வந்து மறுபடி 'சந்தானம்' என்றாள். அவனை

அணைத்துக்கொள்ளும்படி தான் ஆகிவிடக்கூடாது என்ற கவனத்துடன் அவனுடைய தோளில் கை வைத்து அப்படியே நின்றாள்.

இப்போது சந்தானம், 'தண்ணி விழுதா, ரூஃபினா?' என்றாள். 'நல்லாத் தூங்கிட்டே போலே' என்றாள். அவனுடைய வேர்வை வாசனையாவது அவளுக்குத் தேவையாக இருந்தது. கைகளுக்கு அடியில் அதிகம் வளர்ந்திருந்த முடிகளைப் பார்ப்பதை அவளால் தவிர்க்க முடியவில்லை.

எல்லாம் தவிர்க்க முடியாமல் தான் நிழ்வதாக சந்தானம் நினைத்தான். இங்கே வந்து கதிர்ச் சித்தப்பா வீட்டு வாசலில் செம்பரத்தாம் பூ அசைந்து தணிவதைப் பார்த்துக்கொண்டு நிற்பது கூட அப்படித்தான். 'நடை வரைக்கும் வந்துட்டே. நடையைத் தாண்டி உள்ளே வரதுக்கு என்ன அவ்வளவு பெரிய யோசனை? பூக்குழி மிதிக்கப் போகிற மாதிரி திகைச்சாப் போல அங்கேயே நிக்க?' கதிர்ச் சித்தப்பா கேட்கும் போது சந்தானம் தலையைக் குனிந்துகொண்டான்.

அந்தத் தண்ணீர்ச் சத்தம் அவனுக்குள் ஒடுங்கி மெல்லிய தாரையாக அடங்கி விலகியது. சந்தானத்திற்கு ரூஃபினா விடுதி அறையில் எப்படி இருக்கிறாள் என்று தெரிந்துகொள்ள விரும்பினான். தன்னுடன் அவளும் வந்திருந்தால் தனக்கு இந்தச் சின்ன நடையைத் தாண்டி உள்ளே செல்வதில் இவ்வளவு தயக்கம் வந்திருக்காது.

அவளைப் பார்வதிச் சித்திக்குப் பிடிக்கும். சித்தி இவ்வளவு உரக்கப் பேசுவது கூட அவளுக்கு அப்படி ஒரு மகள் இருப்பதும் ஒரு காரணமாக இருக்கும். வாய்பேச முடியாதே தவிர, சித்தி வீட்டுப் பிரேமாவும் ரூஃபினாவும் அவ்வளவு நெருக்கம். கிட்டத்தட்ட ரூஃபினாவை அப்படியே வரைந்திருந்த பென்சில் சித்திரம் ஒன்றைச் சட்டமிட்டு சந்தானம் வைத்திருக்கிறான். தன் மிக வேகமான சைகை மொழியில் அப்படி ரூஃபினா சிரிக்கிற அளவுக்கு என்ன பரிமாறிவிடமுடியும் பிரேமாவால் என்று தெரியவில்லை. சந்தானம் ரூஃபினாவிடம் தனியாகக் கேட்டான், 'எல்லாரும் கையை நீட்டி வாங்கிக்கிறது மாதிரி, எப்படி உன்னை எல்லாருக்கும் அப்படி அப்படியே கொடுத்துர முடியுது?; ரூஃபினா ஒன்றும் சொல்லவில்லை. 'எந்த சினிமா வசனம் இது?' என்று சிரித்தாள்... உலர்ந்த சருமத்துடன் இருக்கிற அவளுடைய முகம் இப்படிக் குறைவாகச் சிரிக்கிற நேரம் மிகுந்த நெருக்கம் உண்டாக்கும். சந்தானத்திற்கு இந்தச் சிரிப்பு ஞாபகம் வந்ததும் அவளை ரொம்பத் தேடியது. ஒரு வெதுவெதுப்பான முத்தம் திரள்வதை உணர்ந்தான். கதிர்ச் சித்தப்பாவிடம் சொல்லிவிட்டு

ஒருநடை போய் அவளையும் ஒரு ஆட்டோவில் கூட்டிக்கொண்டு வந்துவிட்டால் நல்லது.

ஈரக்கையைத் துடைத்த படியே பார்வதிச் சித்தி வந்தாள். உள்ளே கைச் சோலியாக இருந்திருப்பாள். ஒரு வேலையின் மத்தியில் எழுந்து வருகிற போதும் சித்தி அவளிடம் ஒரு வெளிச்சத்தை வைத்திருந்தாள். சந்தானத்தின் அம்மாவிடம் ஒரு போதும் அறிந்திராத வெளிச்சம் அது. ஒரு வேளை அம்மா முகத்தில் கல்யாணத்திற்கு முன்னால் இருந்ததோ என்னவோ. அப்பா தான் எல்லாவற்றையும் எடுத்துக்கொண்டு போய் அடகுவைத்துச் சீட்டாடி, குடித்து அழித்தது போல, அம்மா முகத்தில் இருந்த வெளிச்சத்தையும் பிடுங்கி நாசமாக்கி இருக்கவேண்டும்.

அம்மா மிகுந்த கஷ்டப்பட்டுக் காப்பாற்ற முடிந்தது அவள் முகத்தில் இருந்த, மூன்றாம் வகுப்பு எடுக்கும் 'சுந்தரி டீச்சர்' களையைத் தான். இவர் படுத்தின பாட்டில், கொஞ்சம் இடையில் இடையில் பிசகினது போலப் பள்ளிக்கூடம் போகும் வரை அது இருந்தது. வேலையை விட வேண்டிய சூழ்நிலை வந்த பின்பு கூட, அம்மா ரிங் வைத்த கொண்டை போட்டுக்கொள்வாள். இரண்டு சின்னக் குடைகள் தொங்குகிற ஆணிகளில் வேறு எதையும் அவள் தொங்கவிட்டதில்லை. நிறம் மங்கிப் பழுப்படைந்த ஒரு ஹிமாலயா பவுடர் டப்பாவிற்குள் அகலமாகவும் மெல்லியதாகவும் இரண்டு வகையான ஹேர்பின்களை அவள் பத்திரப்படுத்தி இருந்தாள். அந்த ஹேர்பின்கள் அளவுக்குக் கூட அம்மா வாழ்வில் எந்த அழகிய வளைவுகளும் நெளிவுகளும் நிகழ்ந்திருக்காது என்று சந்தானத்திற்குத் தோன்றியது. அம்மா இறந்த பின் அதைத் திறந்த ஒரு நாளில் சந்தானம் உள்ளே இருந்த ஒரு ஹேர்பின்னை எடுத்து அந்த வட்ட டப்பா மூடியில் 'சோமசுந்தரி' என்று அம்மாவின் முழுப் பெயரை எழுதியிருக்கிறான். சிறு சிறு துருவல்களாக அந்த மூடியிலிருந்த பெயிண்ட் உதிர்ந்து விழுவதை அவன் ஊதும்போது சந்தானத்திற்கு அவனுடைய அப்பாவின் ஞாபகம் வந்தது.

இவரைப் போய் சித்தி சொன்னாள் என்று எதற்குப் பார்ப்பதற்காக ரயில் ஏறிப் புறப்பட்டு வந்தேன். அதுவும் தலைப் பிள்ளைச் சூலி ரூஃபினாவையும் சேர்த்துக் கூட்டிக்கொண்டு? சந்தானம் வருத்தப் பட்டான்.

சித்தி அவனை வா என்று கேட்டாள். அடுத்த சொல்லில், 'மருமகளைக் கூட்டிக்கிட்டு வரலையா?' என்றாள். சந்தானம் பதில் சொல்லி முடிப்பதற்குள், 'நல்லாத்தான் ரூம் எடுத்து, அவளை அங்க விட்டுட்டு வந்திருக்கே?' என்று திட்டினாள். 'எனக்கு இந்த

ஆளை வந்து பார்க்கவே பிடிக்கலை சித்தி' என்று சொல்லி, 'நீ சொன்னேங்கிறதுக்காகத்தான் வந்தேன்' என்று அவளைப் பார்க்காமல் பேசினான். 'எதுக்குடா எங்க அக்கா மாதிரி தலையைத் தரையில நட்டுக்கிட்டே பேசுதே? நிமிந்து முகம் பார்த்துப் பேசு. நீ பேசுதது சரிண்ணா நீயே நிமிந்து பேசுவியே' என்றாள்.

கதிர்ச் சித்தப்பா அவர்கள் இரண்டு பேரையும் பார்த்துக்கொண்டு நின்றார். உள் அறையிலிருந்து இருமல் சத்தம் கேட்டது. முதலில் ஒற்றையாக, அடுத்து அடுத்து இரண்டு முறை கனத்துக் கேட்ட இருமல் அவனைத் தூக்கி எறிந்தது. அப்பாவின் இருமல் சத்தம் எப்போதும் இதே போலத்தான் இருக்கும். இதே போல இரண்டாம் முறை கனத்து. தொண்டைச் சுவரை உடைத்துச் செங்கலோடு செங்கலாகச் சரிவது போல இருமுவது அவர் மட்டும் தான். அவன் மிகவும் பயப்பட்ட, வெறுத்த சத்தம் இது. இவனுடைய ஏழாம் வகுப்பு ஹிந்திப் புத்தகத்தைக் கிழித்து வீசினது, நன்கு மழை பெய்கிற ஒரு நாளில் அம்மாவை மிக மோசமான கெட்ட வார்த்தைகளில் சண்டை போட்டு ஏசித் தள்ளிவிட்டதில், அவள் தடுமாறி விழுந்தபோது, தரையில் கழுவிக் கவிழ்த்தி வைத்திருந்த பாத்திரங்கள் உண்டாக்கியது, குடித்துவிட்டு வந்து அவசரமாகக் கைச் செலவுக்குப் பணம் வேண்டும் என்று இந்தக் காம்பவுண்டின் கடைசியில் வரிசையாக இருந்த கக்கூசின் தகரக் கதவைத் தடதடவென்று தட்டி அம்மாவை வெளியே வரச் சொல்லிப் போட்ட கூப்பாடு, தெருவாசல் கதவுப் பக்கம் அவருடைய சீட்டாட்ட சகா வேலுப் பிள்ளையோடு பதினோரு மணி இருட்டில் சிகரெட்டு வாடையோடு வருகிற சிரிப்பு, எல்லாவற்றுக்கும் இடையில் இந்த இருமலை அவன் எத்தனையோ தடவை கேட்டிருக்கிறான்.

என்ன என்று பாருங்கள் என்பது போல் பார்வதிச் சித்தி பார்த்தவுடன், கதிர்ச் சித்தப்பா உள்ப் பக்கமாகப் போனார். ஒரு சதுரங்கப் பலகையின் கட்டங்களின் நடுவில், மற்றெல்லாக் காய்களின் நீங்கலாகத் தானும் சித்தியும் மட்டும் நிற்கிற தோற்றத்தை அந்த அறை அளித்தது.

சித்தியும் அவனும் இப்படி ஒற்றைக்கு ஒற்றையாக நிற்கிற நெருக்கடியான நேரங்கள் இதற்கு முன்பும் வந்திருக்கின்றன. அவ்வளவு கூட்டம் ஆணும் பெண்ணுமாக இருக்கிறது. நீர்மாலை எடுத்துவந்து அம்மாவைக் குளிப்பாட்டிப் போட்டிருக்கிறார்கள். எல்லாச் சடங்கையும் செய்யவும் முடியவில்லை. விடவும் முடியவில்லை. சின்ன காம்பவுண்ட். ஆறு வீட்டு ஆட்களும் போகவும் வரவும் அதுதான்

பாதை. நெருக்கி அடித்துக்கொண்டு நிற்கிறார்கள். ஒரு வீட்டிற்குள் இருந்து மிக்ஸி ஓடுகிற சத்தம் கேட்கிறது. எண்ணெய்க் கடைக்காரர் மகள் இரண்டாவது பிரசவம் முடிந்து ஆஸ்பத்திரியில் இருந்து டிஸ்சார்ஜ் ஆகி வருகிறாள். பிள்ளையை நெஞ்சோடு பொத்தி இந்தப் பக்கம் பார்க்காமல் சுவரோடு சுவராக எடுத்துக்கொண்டு போக, யாரும் சொல்லாமல் தானாக வழிவிட்டு, மறுபடியும் விலகி ஒட்டின தண்ணீராகக் கூட்டம் மறுபடி சேர்ந்துகொள்கிறது. ஒரு கிழிசல் துணி போல இங்கே இருந்து வாசல் வரை நனைந்து கிடந்த தரை.

வாசலில் வருகிற ஆட்டோவில் இருந்து சந்தானத்தின் அப்பா இறங்குகிறார். அவருக்கு யார் தகவல் சொன்னார்கள் என்று தெரிய வில்லை.

அம்மாவின் பாஸ் புத்தகத்தை எடுத்துக்கொண்டு போய் அம்மா மாதிரியே கையெழுத்துப் போட்டுப் பென்ஷன் பணத்தை எடுக்கப் பார்த்திருக்கிறார். பாங்கில் உடனே கண்டு பிடித்துத் தகவல் சொல்லி விட்டார்கள். சந்தானமும் தனரத்னமும் போனார்கள். முந்திய நாள் குடியின் வாடை அவரிடம் இருந்தது. சந்தானம் நேரே அவரிடம் போய் சட்டையைப் பிடித்து இழுத்தான். அடி விழுவதைத் தடுப்பது போல அவர் இரண்டு கைகளையும் முகத்துக்கு நேரே உயர்த்தி, உடலைப் பின்னுக்கு இழுத்திருந்தார்.

‘பொது இடம். கையை நீட்ட வேண்டாம்னு நினைக்கேன். மரியாதையா போயிரும். இன்னொரு தடவை இந்தத் திசையில பார்த்தேன், கொண்ணே போட்டிருவேன்’ என்று உலுக்கினான். தனரத்னமும் பாங்க் ஊழியர்களும் விலக்கி விட்டார்கள். தனரத்னம் அங்கே பணம் கட்ட வந்திருந்த வந்திருந்த மூர்த்தி ஒர்க் ஷாப் பையனிடம் ரூபாயைக் கொடுத்து, ‘அவருக்கு ஏதாவது சாப்பாடு பண்ணி, டீ வாங்கிக் கொடுத்து அனுப்பு. சரியா?’ என்று சொல்லிக்கொண்டு இருந்தான். தனரத்னத்தைக் கும்பிட்ட அவருடைய கையை கீழே இறக்கி அவர் தோளை லேசாகத் தனரத்னம் தட்டிக் கொடுத்தான்.

கிட்டத் தட்ட ஒன்றரை வருஷத்திற்கு மேலாக ‘என்ன ஆச்சு, எப்படி இருக்கா என்று இங்கே எட்டியே பாராதவருக்கு என்ன தகவல்’ என்று சந்தானம் திட்டமாக ரூஃபினாவிடம் சொல்லிவிட்டான். அவள்தான் வேண்டியவர்கள் ஒவ்வொருவருக்கும் செல்ஃபோனில் தகவல் சொல்லிக்கொண்டு இருந்தாள். பார்வதிச் சித்தியிடம் சந்தானம் இப்படிச் சொல்வதைப் பேச்சோடு பேச்சாகத் தெரிவித்தாள். அதைக் கேட்டுக்கொண்டு ஒரு நிமிடம் கூடச் சித்தி சும்மா இருக்கவில்லை.

'உன்னைத் தானே சொல்லக் கூடாதுண்ணு சொல்லுதான். என்னைச் சொல்லுததுக்கு அவனுக்கு அதிகாரம் இல்லை. குப்புறக் கிடக்கானோ, நிமுந்து கிடக்கானோ, தாலி கட்டின ஆமக்கனுக்குத் தகவல் சொல்லாமல் விட்டா எப்படி? அக்கா வீட்டு அத்தான் குடிச்சுட்டுப் பேசுனதுக்கும் இவன் குடிக்காம பேசுகிறதுக்கும் என்ன வித்தியாசம் அப்புறம். என்னதான் கெட்டுக் குட்டிச் சுவாராப் போயிருந்தாலும், ஆயிசுல ஒரு நாளாவது, ஒரு தடவையாவது எங்க அக்காவைப் பார்த்து, 'என்ன முள்ளுத் தச்சுட்டுதா? ரொம்ப வலிக்கா' ண்ணு கேக்காமலா இருந்திருப்பாரு?'

'அக்காவை விடு. எங்க பிரேமாவுக்குக் காது கேக்கலைங்கிறதைக் கேள்விப்பட்டதும் பஸ் பிடிச்சு ஓடியாந்து அதை எடுத்துத் தோளில போட்டுக்கிட்டு அழுத அழுகை எனக்கு அல்லவா தெரியும். சீட்டு விளையாடுனாரு. காசை விட்டாரு, தொலைச்சாரு. எல்லாம் சரி. பிரேமாவோட அப்பாவுக்குக் கூடத் தோணலை. அந்த ஆளு அல்லவா பிச்சாண்டிச் செட்டியார் கடையில ஒரு மூணு கால் சைக்கிளை வாங்கிக் கொண்டாந்து, இந்தப் பிள்ளையை உக்காத்தி வச்சு இருட்டுகிற வரைக்கும் கருகருத்த வாசலில் தள்ளிக்கிட்டு இருந்தாரு.'

'தோண்டின உடனே வரலண்ணா ஈரம் இல்லைண்ணு ஆயிருமா. அது பாதாளத்துல இருக்கு அக்கா வீட்டு அத்தான்கிட்டே' சித்தி அந்தப்பக்கம் தொண்டை அடைக்க அழ ஆரம்பித்ததை ரூஃபினாவால் தாங்க முடியவில்லை.

ஆட்டோவில் இருந்து இறங்கி வீட்டுக்குள் வரும் போது, இன்னார்க்கு என்று இல்லாமல் சந்தானத்தின் அப்பா எல்லோரையும் கும்பிட்டுக்கொண்டே வந்தார். அவர் கூட வருகிறவர் யார் என்று தெரியவில்லை. அந்த ஆள் கையில் ஜவ்வுத்தாள் பைக்குள் இருந்த ரோஜாப் பூ மாலையை நடையோடு நடையாக உருவி வெளியே எடுக்கிறார். அளவில் மிகப் பெரிய ஒன்று அது. இதுவரை கையில் வைத்திருக்கிறவர் நெஞ்சில் இருந்து மாலை முழங்கால் வரை வருகிறது. சந்தானத்தின் அப்பா கைக்கு மாறும் நேரம் சட்டென்று எல்லோருடைய பேச்சுச் சத்தம் அமர்ந்து அமைதி ஆகிறது. 'சோமு' என்று அழுகைச் சத்தம் அந்தக் காம்பவுண்ட் முழுவதையும் முட்டுகிறது. கூட வந்தவர் அவருடைய தோளைப் பிடித்துக் கொள்கிறார்.

சந்தானத்தைத் தனரத்னம் அமுக்கிப் பிடித்துக் கொண்டிருந்தான். அவன் பிடியை விட்டுத் திமிறியும் திமிறாமல், அவனையும் சேர்த்து இழுத்துக்கொண்டு முன்னால் போய், 'மாலை கீலை போட்டீரு. பார்த்துக்கிடும்' என்று சந்தானம் அவரை மறித்தான். குளிப்பாட்டிப்

போட்டிருந்த மரபெஞ்சைச் சுற்றி நின்றவர்கள் பதறி நெருக்கி முன்னால் வந்ததில், ஈரத்தோடு கிடந்த உடல் சன்னமாக அசைந்தது. பார்வதிச் சித்தி, சுந்தரி டீச்சர் தலை மாட்டில் இருந்து, கத்தியை உருவினது போல வெளியே வந்து சந்தானத்திடம் கூர்மையாக உத்தரவு போடும் குரலில் சொன்னாள், 'அசையக் கூடாது பார்த்துக்க. அந்த மனுஷன் செய்கிற மரியாதையைச் செஞ்சுட்டுப் போகிற வரைக்கும் நீ ஒரு எட்டு முன்னால எடுத்து வச்சே, நான் சும்மா இருக்க மாட்டேன் அப்புறம்' என்றாள். அவ்வளவுதான் சொன்னாள். மறுபடி போய் தலைமாட்டில் நின்று கொண்டாள். அவள் இடது பக்கமும் வலது பக்கமுமாக ரூஃபினாவும் பிரேமாவும் வந்து நின்றுகொண்டார்கள்.

சந்தானம் பின்னால் போய், இதற்கு முன்னால் தான் நின்ற வரிசையில் மறுபடி இணைந்துகொள்வது போல, தனரத்னத்துடன் நின்றான். அவன் பக்கத்தில் இதுவரை இருந்த கதிர்ச் சித்தப்பா முன்னால் போனார். கூட வந்தவர் ஒரு புறமும், கதிர்ச் சித்தப்பா ஒரு புறமும் நிற்க, சந்தானத்தின் அப்பா மாலையை அணிவித்தார். கும்பிட்டார். கால்மாட்டில் போய் பாதங்களைத் தொட்டார். கீழே தரையில் ஈரத்தில் கிடந்த ஒரு கேந்திப் பூவை எடுத்துப் பாதங்களின் பக்கம் வைத்துவிட்டு அமைதியாக நின்றுவிட்டு மறுபடியும் எல்லோரையும் மொத்தமாகக் கும்பிட்டுக்கொண்டு வெளியே போனார். சந்தானம் குலுங்கிக் குலுங்கி அழ ஆரம்பித்திருந்தான்.

'நீ வந்ததை அது கவனிக்கலை. உள்ளே அண்ணாச்சி பக்கத்திலே இருந்தது. எப்பவும் அங்கேயே தான் இருக்கும். நீ வந்திருக்கே'ண்ணு சொல்லி நாந்தான் கூட்டியாரேன். பாத் ரூமுக்குப் போயிருக்கு. வந்திரும். 'கதிர்ச் சித்தப்பா சொல்லிக்கொண்டு இருக்கும் போதே பிரேமா கை கூப்பிக் கும்பிட்டுக் கொண்டே வந்தாள். முகம் முழுவதும் சிரிப்பாக இருந்தது. சமீபத்தில், செம்மண்ணும் மண்புழுக்களுமாகக் கைகளில் ஏந்திக்கொண்டு சிரிக்கிற மாதிரி முகப்புத்தகத்தில் பார்த்த படத்தில் இருந்த ஒரு முகத்தின் சிரிப்பு இப்படியே தான் இருக்கும். பிரேமா முன்னை விட ஒரு நல்ல பிராயத்தில் இருந்தாள். ஓடுகிற ஆற்றுத் தண்ணீருக்குள் கையை அமிழ்த்திப் பார்க்கும் உள்ளங் கை ரேகையின் துல்லியம் இருந்தது முகத்தில்.

நேரே சந்தானத்தின் பக்கத்தில் வந்து உட்கார்ந்து கொண்டாள். அவ்வளவு பக்கத்தில் பிரேமா இருப்பது சந்தானத்திற்குப் பிடித்திருந்தது. அவள் உடனடியாகச் சைகைகள் மூலமாக ரூஃபினாவைப் பற்றிய கேள்விகளைக் கேட்க ஆரம்பித்திருந்தாள். எதிரே இருக்கிற முகத்தின் கண்கள் மேலும் உதடுகள் மேலும் அவள் பார்வை நகராமல்

இருந்தது. கதிர்ச் சித்தப்பாவும் பக்கத்தில் உட்கார்ந்து சந்தானத்திற்கும் பிரேமாவுக்கும் இடையே நடக்கும் உரையாடல்களை அவ்வப்போது சுலபமாக்கினார். தினசரி அவள் புழங்கும் அவளுடைய அம்மாவின் அப்பாவின் பழகிய உதட்டு அசைவுகளை விடச் சற்றே மாறுதலாக இருக்கும் சந்தானத்தின் உதட்டு அசைவுகள் பிடிபடும் நேரம் வரைக்கும் பிரேமாவுக்கு அவளுடைய அப்பாவின் உதவி தேவைப் பட்டது. அப்புறம் அவளே பேச ஆரம்பித்துவிட்டாள்.

ரூஃபினாவைக் கூட்டிக்கொண்டு வராமல், விடுதியில் விட்டுவிட்டு வந்திருக்கும் சந்தானம் சுத்த மோசம் என்பதை மிகச் சரியாக அவளால் சைகைகள் மூலம் அவனிடம் சொல்ல முடிந்தது. 'நல்லா உரைக்கிற படி சொல்லு உங்க அண்ணன்காரங்கிட்டே' என்று பார்வதிச் சித்தி சிரித்தாள். சித்தியும் சித்தப்பாவும் இப்போது சந்தானத்தைக் கூட அவ்வளவு தூரம் பொருட்படுத்தவில்லை. அவர்கள் இரண்டு பேருக்கும் பிரேமா புதிதாகவும் வேகமாகவும் சிரித்தபடியும் உரையாடும் இந்த முகம் ரொம்பப் பிடித்திருந்தது. அவள் வேறு ஒருத்தி ஆகிவிட்டதை இந்தக் குறைந்த நேரத்தில் அவர்களால் உணரமுடிந்தது. சித்தி கூடக் காட்டிக்கொள்ளவில்லை. கதிர்ச் சித்தப்பா கண்கள் கலங்கி இருந்தது.

சந்தானத்திடம் கேட்பதற்குப் பதிலாக, அவர் பிரேமாவிடம், 'வருகிறாயா, நாம் இரண்டு பேரும் போய் ரூஃபினாவைக் கூட்டிக்கொண்டு வருவோம்?' என்று கேட்டார். சந்தானத்திற்கு அந்த யோசனை சரியாக இருந்தது. ரூஃபினாவைக் கூப்பிட்டு சித்தப்பாவும் பிரேமாவும் வருவார்கள். தயாராக இரு. வரும்போது அவனுடைய சார்ஜரையும் எடுத்துக்கொண்டு வா" என்று சொன்னான். சந்தானத்தின் அப்பா நல்லா இருக்கிறாரா என்று கேட்டிருப்பாள் போல, 'நல்லா இருக்காங்க' என்று சொன்னான். 'பார்க்காமலே நல்லா இருக்கிறதா டூப் விடுதான் பாரு உங்க அண்ணன்' என்று பார்வதிச் சித்தி சந்தானத்தின் தோளில் தட்டினாள்.

ஒரு பத்து நிமிடங்களுக்கு முன், தனக்கும் சித்திக்கும் இடையில் இருந்த இறுக்கம் எல்லாம் முற்றிலும் அகன்றுவிட்டது என்பதை சந்தானத்தால் உணர முடிந்தது. கூடுதலாக யாராவது ஒருவர் வந்து சேரும் போது, அவர்களைத் தவிர இன்னது எனத் தெரியாத வேறு ஒன்றையும் அவர்கள் அழைத்துவருகிறார்கள். பிரேமா செய்திருப்பது அப்படி ஒன்றைத்தான். அதே போல ரூஃபினாவும் இங்கு வந்துவிடுவாள் எனில், அவளுடன் வந்து அமரும் இன்னொன்று இந்த அறையில் இருக்கும் எல்லோரையும் உருக்கி கசடு களிம்பு எல்லாம் போக புதிதாக அவர்களை வார்த்து விடும் என்று சந்தானத்திற்குத் தோன்றியது.

ரூஃப்பினாவோடு தன ரத்னமும் வந்துவிட்டால் இன்னும் நன்றாக இருக்கும். ஏதோ ஒரு கோவில் பிரகாரத்தில் வரிசையாக நின்ற அறுபத்து மூன்று நாயன்மார் சிலைகள் போல. மற்றக் கோவிலில் கருங்கல்லில் இருப்பது அங்கே செப்புத் தாமிரம் பளபள என்று மினுங்க இருந்தது. அப்படி ஆகிவிடும். எல்லாம். சந்தானம் ஒரு கணம் கல் வாசத்தை, தாமிர வாசத்தை நினைத்துக்கொண்டான். எல்லாம் நினைத்துக்கொள்வதில் தான் இருக்கிறது.

தனரத்னம் திடீரென்று தன்னை ஒரு சினிமா இயக்குநர் என்று நினைத்துக் கொண்டான். அப்படி ஒரு திசை இருப்பது அவனுக்கு எப்போது தெரிந்தது? அவனை யார் சினிமாப் பக்கம் திருப்பி, இயக்குநர், உதவி இயக்குநர் என்று போகச் செய்தார்கள்? யாரும் திருப்ப அவசியம் இல்லாமல் எல்லோரும் தாமாகத்தான் திரும்பிக் கொள்கிறோம் போல.

எட்டாம் வகுப்புப் படிக்கிற காலத்தில் இருநது அம்மா இறந்து போகும் வரை, இப்போது கிடைத்திருக்கிற இந்த வேலைக்கு முந்திச் சும்மா இருந்த போன வருஷம் வரை, தனரத்னத்தின் அக்காவாக, அவனுக்குப் போல இவனுக்கும் ரூஃப்பினாவாக இருந்தவள் எப்படி 'சந்தானம், நாம் கல்யாணம் செய்துகொள்ளலாமா?' என்று இவனைக் கேட்கிற அளவுக்கு, 'சரி. செய்துகொள்வோம்' என்று இவனும் ஒப்புக்கொள்கிற இடத்திற்கு வந்தார்கள்? எப்படி தனரத்னம் இதை ஏற்றுக்கொண்டான்? 'அப்பாவுடைய கல்லறைத் தோட்டத்திற்குப் போய் விட்டு வந்துவிடுவோம்' என்றுசொல்லி, தனரத்னத்துடன் போய் வந்ததுடன் சரி. அதன் பிறகு ஒரு வார்த்தையும் மறுப்பில்லாமல் அவனுடைய அம்மா எப்படி இதற்குச் சம்மதித்தாள்? இந்தக் கதிர்ச் சித்தப்பாவும் சித்தியும் கூட ஒன்றுமே சொல்லவில்லையே. ரூஃப்பினாவை விட இரண்டு மூன்று வயது சந்தானம் குறைவு ஒருத்தர் கூடக் குறை சொல்லாதது எப்படி? ஒருவகையில் முதலில் இருந்தே தன்னை விட ரூஃப்பினாவுக்கு வயது கூடுதல் என்பது சொல்லப் போனால் சந்தானத்திற்குப் பிடித்துத் தானே இருந்தது.

புல்லட் வண்டிச் சத்தம் திபு திபு என்று கேட்க ஆரம்பித்தது. கதிர்ச் சித்தப்பா வண்டியில் உட்கார்ந்திருந்தார். பின்னால் பிரேமா உட்கார்ந்திருந்தாள். ஹெல்மெட்டை எடுத்துக்கொண்டு போய்க் கொடுத்த பார்வதிச் சித்தி, 'பிரேமா ரொம்ப நேரமா உனக்கு டாட்டா காட்டுது. நீ கவனிக்காம எதோ யோசனையா இருக்கே' என்று வாசல் இரும்பு கேட் பக்கம் இருந்து சத்தம் கொடுத்தாள். சந்தானம் எழுந்திருந்து வெளியே வந்து நின்று அவளுக்குக் கையைக் காட்டி

வழியனுப்பி அசைத்தான். பின் பக்கமாகத் தெரிகிற பிரேமா வேறு மாதிரி அவனுக்குத் தெரிந்தாள். 'பின்னால இருந்து பார்க்கிறதுக்கு வேறு யாரோ மாதிரி இருக்கு சித்தி' என்று சொன்னாள்.

'நீ இவளைச் சொல்லுதே, வேறு மாதிரி இருக்காண்ணு. உள்ளே போய் அவரு எப்படி இருக்காருண்ணு பாரு.' சித்தி எவ்வளவு அழகாக ஒரு கண்ணியுடன் அடுத்த கண்ணியைக் கோர்க்கிறாள்.

'இங்கே வந்து இவ்வளவு நேரம் ஆயிற்று. என்ன என்ன கதையெல்லாமோ பேசிக்கொண்டு முன் அறையில் உட்கார்ந்திருக்கிறாய். உள்ளே உன் அப்பன் படுத்துக் கிடக்கிறான். அவனை எட்டிப் பார்க்கவேண்டும் என்று உனக்குத் தோன்றவில்லை. நீ என்னவோ பின்னால் இருந்து பார்த்தால், முன்னால் இருந்து பார்த்தால் என்று வியாக்கியானம் செய்துகொண்டு இருக்கிறாய்.' இதை இவ்வளவு சொல்லி நீட்டி முழக்காமல் எவ்வளவு சுருக்கமாகச் சொல்லிவிட்டாள்.

சந்தானத்திற்கு அந்தக் கடிதம் ஒரு பெரிய மதில் போல் இந்த அறையிலிருந்து அடுத்த அறைக்குப் போகவிடாமல் தடுத்துக் கொண்டு இருந்தது, அப்பாதான் எழுதியிருந்தார். வீட்டு விலாசம் தெரியவில்லையோ அல்லது கூடுதலாக அவமானப்படுத்த வேண்டும் என்றோ, ரூஃபினாவின் சீனியர் வக்கீல் அலுவலகத்திற்கு அனுப்பியிருந்தார். எல்லோரும் படிப்பதற்குப் போஸ்ட் கார்டு தானே வசதி. அதில்தான் மிகவும் கொச்சையாக, ரூஃபினா என்கிற கொழுப்பெடுத்தவள், அவளுடைய முப்பத்து மூன்று வயதில் யாரும் கிடைக்காமல், இத்தனை காலம் சும்மா இருந்துவிட்டு, ஒரு நல்ல வேலை கிடைத்ததும் சந்தானத்தை வளைத்துப் போட்டுக் கொண்டாள் என்றும் இப்படி வெட்கமில்லாமல் கூட்டிக்கொடுப்பதற்கு அவள் தம்பியும் உடந்தை என்றும், இந்தக் கல்யாணம் போலக் கேவலம் கிடையாது என்றும் எழுதி அவரே கையெழுத்தும் போட்டிருந்தார். எந்த ஊரில் இருந்தாரோ தெரியவில்லை. போஸ்ட் ஆபீஸ் முத்திரையில் காரியாபட்டி என்று இருந்தது.

கோர்ட் காண்டீனில் ஒரு சமூசாவும் டீயும் சாப்பிட்ட பிறகு ரூஃபினாவே அதைச் சந்தானத்திடம் காட்டிப் படிக்கச் சொன்னாள். 'விலாசதாருக்குக் கிடைத்து விலாசதாரும் படித்த பிறகு, அதன் உள்ளடக்கத்திற்காக ஒரு சமூசாவும் தேநீரும் சாப்பிட்டுக்கொண்டாடிய பிறகு அதன் வேலை ஒன்றும் மிச்சம் இல்லை அல்லவா' என்று ஆங்கிலத்தில் சொன்னபடியே கிழித்துப் போட்டாள். 'உன்னிடம் காட்டாமலே இதைக் கிழித்துப் போட்டிருக்கலாம். காட்டிவிட்டுக் கிழித்துப் போடும் அளவுக்கு நான் அதிகப்படியாகவும் பரிசுத்தமாகவும்

அவரை மன்னிக்கத் தயாராக இருக்கிறேன்' மேலும் இப்படி ரூஃபினா ஆங்கிலத்தில் சொல்லும் போது, மூங்கில் தப்பைகள் குறுக்கு மறுக்காக வைத்துக் கட்டப்பட்ட தடுப்புகள் வழியே சந்தானம் பார்த்துக்கொண்டு இருந்தான். மிகுந்த பளபளப்பான முற்றிய இலைகளை உதிர்த்துக்கொண்டே இருந்த அரச மரத்தின் கீழ் குவிந்துகிடந்த பழைய சருகுகள் அதனதன் தேதிகளுடன் காற்றில் தங்களை நகர்த்தி அடுக்கிக்கொள்வது போல இருந்தது.

சித்தி முன்னால் போனால் தானும் கூடவே போய்விடலாம். உள்ப்பக்கத்தில் இருந்து பிரேமா வந்ததால், அந்த அறை இங்கிருந்து பார்ப்பதற்கு மறைவாகப் பக்கவாட்டில் இருக்கலாம். ஒரே அடியாக ரூஃபினா வந்தவுடனே எல்லோரும் ஒன்றாகப் போய்விட்டால் என்ன?

சித்தியிடமிருந்து அப்பா மோசமாக இருக்கிறார் என்று ஃபோன் வந்ததில் இருந்து அவரை எதற்குப் போய்ப் பார்க்கவேண்டும், அவசியமில்லை என்றுதான் சந்தானத்திற்குத் தோன்றிக்கொண்டே இருந்தது. வழக்கத்தை விடச் சீக்கிரம் வீட்டிற்குப் புறப்பட்டிருந்தான். வந்துகொண்டிருந்த டவுண் பஸ்ஸிலிருந்து பாதி வழியில், சந்தனக் கடை ஸ்டாப்பில் இறங்கினான். தீப்பாச்சி அம்மன் கோவில் பக்கத்தில் அடிக்கும் குங்குமமும் பூவும் கலந்த வாசனை அவனுக்கு எப்போதும் பிடிக்கும். அங்கேயே நின்றான்.

சந்தானத்திற்கு, சின்ன வயதில் ஒரு வேனில் அம்மாவோடு வேலைபார்க்கிற ஒரு சார் வீட்டுக்குக் கல்யாணத்திற்குப் போன சமயம் பார்த்த பட்டராயன் சாமி ஞாபகம் வந்தது. அது ரோட்டு ஓரமாக ஒரு உசிலை மரத்தடியில் இருந்தது. சுற்றி நான்கு புறமும் சவுக்கமாகக் கம்பி அழி போட்டிருந்தார்கள். தனியாகச் சிலை கூடக் கிடையாது. இடுப்பளவு உயரத்திற்கு நிறுத்தின கருங்கல். அதில் காலை அகட்டிவைத்துப் பட்டராயன் வலது கையில் ஒரு கத்தியை உயர்த்திக்கொண்டு இருந்தார். முகம் இடது பக்கம் திரும்பி இருந்தது. வலது கால் பக்கம் ஒரு பெரிய பாம்பு படம் எடுத்துக்கொண்டு நிற்கும். நிறையச் சிவந்திப் பூ மாலையும் குங்குமமுமாக இருந்த அந்தச் சாமியை எல்லோரும் கும்பிட்டார்கள், கொத்துகொத்தாகத் தொங்கின மணியை அனேகமாக எல்லோரும் ஒரு தடவை அடித்தார்கள்.

பக்கத்தில் இருந்த யாரோ ஒருத்தர் சந்தானத்தை இடுப்பில் கைவைத்து உயரத்தில் தூக்கி மணி அடிக்கச் சொன்னார். டாங் என்று பெரிய சத்தம் எல்லாம் வரவில்லை. வீட்டில் தம்ளர் கவிழ்ந்த மாதிரித்

தான். ஆனால் சந்தானத்தின் கைகளுக்குள் அந்த மணியின் நாக்கும் விளிம்பும் வந்துவிட்டுப் போனதும் அப்போது உண்டான சத்தமும் சந்தோஷமாக இருந்தது. தூக்கினவர் உடம்போடு சருகித் தரையில் கால் பாவும்போது சந்தானம் வெட்கப்பட்டான். அம்மா அப்படிச் சிரித்தாள் அவனைப் பார்த்து.

போகப் போக கடைசியில் அம்மா அப்படி எல்லாம் சிரிக்கவே இல்லை. எங்கேயோ இருக்கட்டும், பின்னால் எடுத்துக்கொள்ளலாம் என்று அதைப் பத்திரப் படுத்திவிட்டு, அப்புறம் அப்படி வைத்த இடத்தை அம்மா மறந்தே போய்விட்டாள். வேறு எங்கே வைத்திருப்பாள்? அம்மாவுக்குள் தான் இருந்திருக்கும். தன்னால் கண்டு பிடிக்கமுடியவில்லை. இன்னும் கொஞ்ச நாள் இருந்திருந்தால் ஒருவேளை ரூஃபினாவால் முடிந்திருக்கலாம்.

எல்லாம் அந்த மனுஷன் படுத்தின பாட்டில். எதை எதை எல்லாம் அவர் அடி உதைக்குப் பயந்து அம்மாவால் ஒளித்துவைக்க முடியும்? கொஞ்சம் முத்திப் போன பிறகு அம்மா வீட்டுக்குள் பத்து நிமிஷம் கூட உட்காராமல் சதா ஒவ்வொரு பகுதியாக நடந்து கொண்டே இருந்தாள். அவளையே ஒளித்துவைத்துவிட்டு அவளே தேடுகிற மாதிரி அது. முழு ராத்திரியும் அவளும் தூங்கமாட்டாள். சந்தானமும் தூங்க முடியாது.

சந்தானம் அன்றைக்குத் தூங்கமுடியும் என்று தோன்றவில்லை.. தற்செயலாக ரூஃபினா சற்றுத் தாமதமாகத்தான் வக்கீல் ஆபீஸிலிருந்து வந்தாள். இரண்டே இரண்டு தோசை போதும் என்று சொல்லிவிட்டாள். ‘சின்னதாக இன்னொன்று ஊற்றவா?’ என்று சந்தானம் கேட்டதற்குக் கையைப் பலமாக அசைத்துவிட்டாள். பொதுவாக இதற்குள் எது என்றாலும் ஒரு சின்னப் பரிமாற்றம் நடந்திருக்கும். சந்தானம் அப்பாவைப் பற்றிய தகவலைச் சொல்லவில்லை.

ரூஃபினா மறுபடியும் அவள் மேஜையில் இருந்தாள். வழக்கமாக அவள் வேலையை முடித்து எழுந்திருக்கிறவரை சந்தானம் மடிக்கணினியில் நுழைந்து வெளியேறிக்கொண்டு இருப்பான். இன்றைக்குப் போய்க் கட்டிலில் படுத்துவிட்டான். மனம் கனம் குறையாமல் இருந்தது. படுக்கை விரிப்புகளை மாற்றத் தோன்றியது. சற்று வெளிர் நிறத்தில் பூக்களோடு இருந்த ஒன்றைச் சுருக்கில்லாமல் விரித்தான். விரலை அகலமாக விரித்து விரித்து நீவ நீவ, ஒரு சிறிய சுருக்கம் நகர்ந்துகொண்டே விளிம்பு வரை போய்க் காணாமல் போன விதம் இதமாக இருந்தது.

ரூஃபினாவுக்கு ஏதோ உணர முடிந்திருந்தது. சந்தானத்தின் எல்லாச் சுருக்கங்களையும் அவள் அறிந்துவிடுகிறாள். நீவிவிடத் தயாராகி விடுகிறாள். அவன் பேச வேண்டும் என்று எதிர்பார்க்கவில்லை. அவனைக் கேட்கிறவளாகவே வைத்திருந்தாள். அவளுடைய சேமிப்பில் நிறைய சின்ன வயது ஞாபகங்கள் இருந்தன. பெரும்பாலும் அவை அவர்களின் அப்பாவோடு சம்பந்தப்பட்டவை. அப்பா வேலை பார்த்த மலைப்பிரதேச நீர்நிலைகள் சார்ந்தவை.

இரண்டு பாறைகளுக்கு இடையே தொங்கும் ஒரு தேன் கூடு பற்றிச் சொல்லும் போது, எந்த நிமிடத்திலும் படை படையாகக் கலைந்து பறக்கும் தேனீக்களைச் சந்தானம் கற்பனை செய்வான். அவள் சொல்லச் சொல்ல, அவள் சொல்கிற தேன்கூடு ஒரு தேனீ கூடக் கலையாமல் மந்திரம் போட்டது போல அப்படியே தொங்கும். 'ஒரு பெரிய பலாப் பழம் மாதிரி' என்று தோல் உரிந்தது போல் வெளிறிய உதடுகள் விரிய ரூஃபினா வர்ணிக்கும் போது, சந்தானத்திற்குத் தேனும் அடையுமாகத் திரண்டு நிற்கும் அதன் கனத்தை உணரமுடியும். ஒரு தேர்வு நாளன்று அவளும் தனரத்னமும் ஒரு மலையேற்ற வளைவில் சின்னக் குடில் போலக் கட்டப்பட்டிருக்கும் ஆளற்ற சர்ச்சில் செய்த பிரார்த்தனையில் அவளுக்குப் பரமண்டல ஜெபம் ஒரு இடத்தில் மறந்து போனதையும், சின்னப் பையன் என்றாலும் தம்பி,'எங்களுக்கு விரோதம் செய்கிறவர்களை நாங்கள் மன்னிக்கிறது போல, எங்கள் குற்றங்களை எங்களுக்கு மன்னியும்' என்று தொடங்கிக் கொடுத்ததையும் சொல்வாள். உண்ணிப் பழங்கள் பறிக்கும் அவளுடைய காட்சியில் சந்தானம் வாங்கிக்கொள்ளப் போவது போலக் கையை நீட்டியிருக்கிறான்.

கட்டிலில் அவன் பக்கத்தில் உட்கார்ந்த ரூஃபினாவிடம் பாக்கு போல ஒரு துவர்ப்பு வாடை வந்தது. குழந்தை உண்டான பிறகு அவளிடம் உண்டாகும் இது போன்ற மாறுதல்களை சந்தானம் ரகசியமாக விரும்பினான். தேவைப்படுகிற போது எல்லாம் கத்தரித்துவிடும் கூந்தலைச் சமீபத்தில் அவன் ஒன்றுமே செய்யவில்லை. அது அவளுடைய காரை எலும்பில் மேல் வலது கழுத்துப் பக்கம் கிடந்தது. சந்தானம் ரூஃபினாவைத் தன் பக்கம் நெருக்கிக்கொண்டான். அவள், 'உங்களுக்குத் தெரியுமா?' என்று ஆரம்பித்தாள். ஒரு கதையை அல்லது நிகழ்ச்சியை அவள் சொல்ல ஆரம்பிப்பதுஎப்போதும் இப்படித்தான்.

அவள் இன்றைக்கு ராத்திரி அவருடைய சீனியர் காரில் தான் வந்தாளாம். பார்த்து மெதுவாப் போ. சின்னச் சந்து. ரிவர்ஸ் வரமுடியாது சார் என்று தெரு ஆரம்பத்தில் இறக்கி விட்டிராதே.

வீட்டு வாசலில் ட்ராப் பண்ணனும் என்று டிரைவரிடம் சொல்லி இருந்தாராம். எஞ்சினீயர் வீட்டுப் பக்கம் வரும் போது வரிசையா ரெண்டு மூணு ரோட்டைக் க்ராஸ் பண்ணுச்சாம். பெருச்சாளியா இருக்கும் என்று நினைத்தாளாம். பார்த்தால் மூணு கீரிப்பிள்ளையாம். ஒண்ணுக்குப் பின்னால் ஒண்ணு ஸ்கூல் பசங்க மாதிரிப் போகுதாம். இவள் டிரைவர்கிட்டே ஒண்ணுமே சொல்லலையாம். ஆனால் அவர் அப்படியே வண்டியை நிறுத்திட்டாராம். அது மூணும் எதிர்ப்பக்கம் நாராயண ஜோஸ்யர் வீட்டு முன்னால் இருக்கிற புல்லாந்தரிசுக்குள் போன பிறகுதான் வண்டியை எடுத்தாராம். அதுக்கு சல்யூட் வேறு அவர் அடித்தாராம்.

அவள் சொல்லச் சொல்ல சந்தானம் அவளையே பார்த்துக்கொண்டு இருந்தான். ரூஃபினாவே ஒரு கீரிப்பிள்ளை போல இருந்தாள். அவளிடம் அதையே சந்தானம் சொன்னான். ரூஃபினா அவன் தான் கீரிப்பிள்ளை என்றாள். ஒன்றிரண்டு மாத இடைவெளிக்குப் பிறகு அந்த விளையாட்டு இரண்டு பேருக்குமே பிடித்திருந்தது.

சந்தானத்திற்குத் தானும் பத்திரமாக இந்தக் கரையில் இருந்து எதிர்க் கரைக்குப் போய்விட்டது போல இருந்தது. பாத் ரூமிலிருந்து அவள் திரும்பி வரும் வரையில் அவனைச் சுற்றிப் பரவியிருந்த அமைதியைச் சந்தானம் குளம் நிரப்பிப் பூத்திருந்த அமலைச் செடியின் கருநீலத்தைப் பார்ப்பது போலப் பார்த்துக்கொண்டு இருந்தான். ஒரு ஈரமான பச்சை வாடையை உணர்ந்தபடியே பக்கவாட்டுப் படுக்கையில் ரூஃபினா உண்டாக்கியிருந்த சுருக்கங்களைச் சரிசெய்தான். தோளில் சிறு குற்றாலத் துண்டுடன் அவள் நேரே இவன் பக்கத்தில் உட்கார்ந்தாள்.

சந்தானத்திற்குச் சித்தியிடமிருந்து வந்த ஃபோனைப் பற்றிச் சொல்லத் தோன்றிற்று. அவனுடைய முதல் சொல்லில் இருந்தே ரூஃபினாவின் கண்கள் மிகுந்த இணக்கத்துடன் பார்வையை அகற்றாமல் கேட்டுக்கொண்டிருந்தன. முகம் கழுவியதில் ஈரம் கோர்த்திருந்த ரூஃபினாவின் புருவங்களை நாசித் தண்டிலிருந்து மறு ஓரம் வரை தடவியபடி சந்தானம் சொல்லிக்கொண்டு இருந்தான்.

வேறு எதுவும் சொல்லவில்லை. 'நானும் வாரேன்' என்றாள்.

சந்தானத்திற்கு கதிர்ச் சித்தப்பாவும் பிரேமாவும் கூப்பிடப் போன ரூஃபினா இப்போது வந்து விடமாட்டாளா என்று இருந்தது. எவ்வளவு முயன்றும் ஒரு புல்லட் வண்டி வருகிற தூரத்துப் புள்ளியின் சத்தத்தை அவனால் அடைய முடியவில்லை. சுற்றுச் சுவரில் ஒரு தவிட்டுக்குருவி

அமர்வதும் பறப்பதுமாக இருக்கிறது. வேறு எந்த அசைவும் இல்லை. பேசி வைத்தது போல, புளிய இலை கூட அசையாமல் உறைந்துவிடத் தெரிந்தவை தானே இந்த மரங்களும் கிளைகளும்.

'புறப்பட்டுட்டாங்களா சித்தி? சித்தப்பா ஃபோன் எதுவும் பண்ணினாரா?' சந்தானம் கேட்டான். அடுக்களையில் தேங்காய் உடைத்துக்கொண்டு இருந்திருக்க வேண்டும். பளீரென்று வெள்ளையாகப் பிளந்த ஒரு பாதியின் சிரட்டையில் இருந்த நாரைப் பிய்த்துக்கொண்டே சித்தி வந்தாள். 'என்ன கேட்டே?' என்றாள். சந்தானம் திரும்ப அதையே சொல்லாமல், 'அவங்க வருகிற நேரம்தானே?' என்றான். சித்தி மறுபடியும் உள்ளே போய் ஒரு டம்ளருடன் வந்து, 'தேங்காய்த் தண்ணி குடிக்கிறியா?' என்று நீட்டினாள். தன்னுடைய வாயில் கொஞ்சம் ஊற்றி, 'உப்புக் கச்சுக் கிடக்கு' என்று ஜன்னல் விளிம்பில் வைத்துவிட்டு, 'அவங்க வார நேரத்துல வரட்டும், நீ போய் அவரைப் பாரு' என்றாள். 'வா' என்று கூப்பிட்டாள்.

பார்வதிச் சித்தி வீடு சட்டென்று ஒரு மருத்துவ மனை போல அவனுடைய பாதத்தின் கீழ் மாறிக்கொண்டு இருந்தது. ஒரு அறைக்கும் வீட்டின் மற்றொரு அறைக்கும் இருக்கும் மிகப்பெரிய தூரத்தை சந்தானம் கடந்து கொண்டு இருந்தான். அம்மாவின் ஈர உடம்பு மர பெஞ்ச்சில் கூட்ட நெரிசலில் அசைந்ததும், கீழே கிடந்த ஒரு பூவை எடுத்து வெளிறிச் சுருங்கிய அம்மாவின் பாதங்களில் வைக்கும் மேல்புறம் நரம்பு புடைத்த இரண்டு கைகளும் தெரிந்தன. கால்களில் இருந்து ஒவ்வொரு பாகமாகக் கல்லாகி வருகிறது. பக்கத்தில் தனரத்னம் இருக்கிறானா? ரூஃபினா இருக்கிறாளா? சித்தி கூட இல்லையா?

சித்தி இருந்தாள். ஆனால் சந்தானம் மட்டும் போய்ப் பார்க்கட்டும் என்று தீர்மானித்து வைத்தது போல, அந்த அறைக்கு மட்டும் நிலைவாசலில் இட்டிருந்த திரையை விலக்கி, 'போ. போய்ப் பாரு. நான் வந்திருதேன்' என்று சொல்லிவிட்டு நகர்ந்தாள். ஒரு குக்கர் விசிலால் அவள் அப்புறப்படுத்தப் பட்டது போல இருந்தது. இப்போது அடிவயிறு வரை கல்லாகி, பாசி மூடுவது போல் நாபியைச் சுற்றி இறுக ஆரம்பித்தது.

கட்டில் கிழக்கும் வடக்குமான மூலையில் இருந்தது. சந்தானம் கண்ணில் முதலில் பட்டது, கட்டில் ஓரத்தில் தொங்கிக் கொண்டிருக்கும் சிறுநீர்ப் பை தான். அப்போது சிறுநீர் பிரிகிற நேரம் போல. பையில் அது சேகரமாகும் விதம் தொந்தரவு செய்தது. திரும்பிவிடலாம். திரும்பவிடாமல் அவனை உண்மையாகவே அந்தக் கட்டில் இருந்த திசை தீவிரமாக அழைத்தது... சட்டைக் கழுத்தின் பின்புறக் காலரில்

கைக்குட்டையை மடித்து வைத்திருக்கிற, வெற்றிலை பாக்குப் போட்டுச் சிவந்திருக்கிற ஒரு வெள்ளைச் சட்டை உருவம் கொடியில் காயப்போட்ட துணி போலத் தட்டையாக மனதில் அசைந்தது. மற்ற எல்லாத் துணிகளும் எடுத்து மடிக்கப்பட்டுவிட, இது மட்டும் வெயிலிலும் காற்றிலும் தொய்ந்து தவிப்பது போல இருந்தது.

வேறு ஏதாவது ஒன்றை, ஒரு வெறும் சுவரையாவது பார்த்தால் போதும் என்று சந்தானம் நினைத்தான். அது பிரேமா உபயோகித்த அறையாக இருக்கும். மேஜை, நாற்காலி அகற்றப்பட்டு வேறு இடத்திற்குப் போயிருக்கும். பன்னிரண்டுக்குப் பத்து அளவில் அந்தச் சுவரில் ஒட்டப்பட்ட புத்தர் படம். புத்தர் கையைத் தலைக்கு வைத்துப் படுத்திருந்தார். உடல் எல்லாம் படத்தில் இல்லை. முகம் மட்டும் தான். மூடின கண்கள். மூடின உதடுகள். இரண்டிலும் விழித்திருக்கும் சிரிப்பு. கன்னத்துக்கு அடியில் விளிம்பு கட்டும் கைப் பக்கம் ஒரு செம்பருத்திப் பூ. ஒன்றல்ல இரண்டு. ஒன்று முழுப்பூவும் சூல் முடியுமாக. மற்றொன்றின் சூல்முடி மட்டும். சற்று அருகில் போய் அந்த மூடிய கண்களின் சிரிப்பையே சந்தானம் பார்த்தபடி நின்றான்.

கண்களை அழுத்தமில்லாமல் மூடிக்கொண்டான். இறுக்காமல் பொத்தினது போல உதடுகளைச் சேர்த்துக்கொண்டான். கொஞ்சநேரம் அப்படியே இருந்தான். அந்தச் சிரிப்பு தனக்குள் நிகழ விரும்புவது போல், அந்தச் செம்பருத்திப் பூவை நினைத்தான். கதிர்ச் சித்தப்பா வீட்டு வாசலில் பூத்துக் கிடந்த அத்தனை செம்பருத்தியும் ஒன்றே ஒன்றாகி அவனுக்குள் சிவந்தது. கன்னத்தின் பக்கம் ஒரு சூல்முடி நுனி பிரிந்து உரசியது.

சந்தானம் எந்தத் தயக்கமும் இன்றிக் கட்டில் பக்கம் போனான். அவர் யார், அவர் தோற்றம் என்ன என்று மனதில் பதிவதற்கு முன் கண்களை மூடிக் கைகூப்பி அப்படியே நின்றான். வெள்ளை நிற கித்தானில், வெள்ளை நிறத்தால் மட்டும் வரையப்பட்ட தீற்றல்கள் போல, வெள்ளையின் மேல் வெள்ளையாக, அந்தக் கட்டில் முன் அவன் நின்றுகொண்டிருப்பது போல இருந்தது.

முதலில் போர்வைக்குவெளியே நீட்டிக்கொண்டிருந்த அவருடைய பாதங்களைக் குனிந்து அவற்றிற்கு உறையிடுவது போலக் கைகளால் பொத்திக்கொண்டான். குளிர்ந்து கிடந்தது. தொடப்படுகிற உணர்வில் பாதங்களை இழுத்துக்கொள்ளவில்லை. சற்று நகர்ந்து அதே போல, அவருடைய கைகள் இரண்டையும் எடுத்துக் கையில் வைத்தான். விரல்கள் மடங்கிப் பற்றிக்கொள்ளும் முயற்சி எதுவுமே இல்லை.

வண்ணதாசன் ❖ 93

மேல் சட்டை போடாமல் திறந்து கிடக்கிற மார்பு... அவருடையான அடர்த்தியான நெஞ்சு முடியை எப்போது பார்த்தாலும் சந்தானத்திற்கு அப்படி ஒரு எரிச்சல் வரும். எடுத்து வைத்திருந்த கைகளை மெதுவாக இடம்வலப் படுக்கையில் வைத்துவிட்டு, சந்தானம் அவருடைய நரைத்த நெஞ்சு முடிகளை இடது கையால் அளைந்துகொண்டு இருந்தான். அவனுக்குத் தொண்டை உலர்ந்துகொண்டே போயிற்று. தன்னுடைய விரல்கள் அம்மாவின் விரல்கள் ஆகிவிட்டதாக நினைத்தான். அம்மாவை அப்படி ஒரு நெருக்கத்தில் அப்பாவுடன் பார்த்திருக்கிறான்.

இப்போது தான் பார்த்துக்கொண்டு இருப்பது அம்மாவின் கணவர் என்பது அவனுக்கு இன்னொரு அர்த்தமாக விளங்கிக்கொண்டே போயிற்று. மிக மெல்லிய மூச்சு இழைப்பில் நாசிக்குள் வளர்ந்திருந்த கனத்த ரோமம் அசையாமல் துடித்தது. நெற்றியின் மேல் கை வைத்தான். சமீபத்தில் கூட இவனை ஒரு கல்யாண வீட்டில் பார்த்த பாவூர் அத்தை, 'ஏறு நெத்தியைப் பார்த்தால் அப்படியே எங்க அண்ணன் சின்ன வயசிலே இருந்த மாதிரியே இருக்கு' என்றாள். அப்படிச் சொல்லிவிட்டு இடுப்பில் கையைச் சுற்றிக் கட்டிப் பிடித்துக்கொள்ளவும் செய்தாள். தான் இவ்வளவு காலமும் அப்பாவை மாதிரித்தான் இருக்கிறோமா? அப்படித் தவிர வேறு எப்படியும் இருக்க முடியாது என்பது தான் நிஜமா?

சந்தானம் பார்த்துக்கொண்டே இருந்தான். அவர் கண்ணைத் திறக்கவில்லை. எந்த பாகத்திலும் சிறு அசைவும் இல்லை. ஒரு ஈ வந்து உட்கார்ந்தால் உண்டாகும் தோலின் உதறல் கூட இல்லை. சந்தானம் கையைக் கட்டியபடி அப்படியே நின்றான்.

அவரையேதான் பார்த்துக்கொண்டு இருந்தான். அவர் காணாமல் போன மாதிரி இருந்தது. இந்த அறையை ஒரு வெள்ளைத்தாளில் பென்சிலால் வரைந்திருக்கிறார்கள். அறையிலுள்ள எல்லாம் அப்படியே இருக்கிறது... சுவர் அப்படியே இருக்கிறது. சுவரில் ஒட்டின படத்தில் புத்தர், செம்பருத்தி அப்படியே இருக்கிறது. ஜன்னல், ஜன்னல் ஓரத்தில் கைக்கெட்டும் தூரத்தில் வைத்திருக்கிற ஒரு தற்காலிக மர அலமாரி, மாத்திரை டப்பா எல்லாம் இருக்கிறது. அவரைக் கவனித்துக்கொள்கிறவர் உட்கார்வதற்குப் போட்டிருக்கும் ப்ளாஸ்டிக் நாற்காலியும் ஸ்டூலும் இருக்கின்றன. அந்தக் கட்டில் இருக்கிறது. மூத்திரப் பை தொங்குகிறது. அவன் நிற்கிறான். ஆனால் அவரை மட்டும் காணோம்.

ஒரு அழி ரப்பரால் அவரை மட்டும் அழித்திருக்கிறது யார்? பிரேமா தானா? பார்க்கப் பார்க்க அந்த மாய ரப்பர் ஒவ்வொன்றாக அழித்துக்கொண்டே வந்தது. பென்சில் கோடுகள் குறைந்துகொண்டே வந்து வெள்ளைத்தாளின் வெள்ளை அதிகமானபடி ஆயிற்று. அழித்த சுவடு எதுவும் இல்லை. திரித் திரியாக எதுவும் திரண்டு ஒட்டிக்கொண்டு நிற்கவில்லை. ஆவியாவது போல, மறைவது போல எல்லாம் காணாமல் போய்க் கொண்டிருந்தது.

திட்டுத் திட்டாகக் காணாமல் போகும் நிகழ்வில் பதற்றம் திடுக்கிடல் எதுவும் இல்லை. அந்தத் தாளுக்கு வந்துசேர்ந்த போது இருந்த இசைவுடன் கோடுகள் திரும்பிப் போய்க்கொண்டு இருந்தன. துல்லியமான பெரு நீர்ப் பரப்பில், ஒரு சின்னஞ் சிறுமீன் அவன் பக்கம் வந்துவிட்டு விலகி அதன் நீர்த்தடத்தில் அது நீந்தி மறைவது போல் இருந்தது.

புத்தரின் உதட்டுச் சிரிப்பில் உதடுகள் போய் அந்த இடத்தில் சிரிப்பு மட்டும் இருந்தது. கண்கள் விலகி சிரிப்பு மலர்ந்திருந்தது. செம்பருத்திச் சிவப்பு அசைவு நிறுத்தி ஒரே ஒரு நொடி அந்த இரண்டாவது சூல் முடி மட்டும். கடைசிக் கணத்தில் வெள்ளைத் தாளில் பென்சில் கோடுகளாகச் சந்தானம் மட்டும் நின்றான். தான் மட்டும் நிற்பதாக அவன் உணர்ந்த நொடியில், பாதத்தில் இருந்து மேல் வாக்கில் நகர்ந்து அவன் அருவமாகிக்கொண்டு இருந்தான். இப்போது அவனும் இல்லை. ஒரு வெள்ளைத் தாள் மட்டும் இருந்தது.

'நீ என்ன இவ்வளவு நேரம் நட்டமா நிண்ணுக்கிட்டா இருந்தே? உக்கார்ந்து இருக்க வேண்டியது தானே?' பார்வதிச் சித்தி பக்கத்தில் வந்தாள், இந்த அறைக்குள் வருகிற போது அவள் குரல் வேறு மாதிரி ஆகியிருந்தது. சன்னமாக ஒலித்தது. சந்தானம் பதில் சொல்லவில்லை. சொன்னால் கூட, அவன் குரலும் அப்படித்தான் ஆகியிருக்கலாம். குரலே தனக்கு இல்லை என்றும் குரல் அவசியமில்லை, இதுவரை அவனை நிரப்பியிருந்த அந்த வெள்ளை மட்டும் போதும் என்றும் இருந்தது.

'அத்தான் உன்னைப் பார்த்துச்சா? உன்னை இனம் தெரிஞ்சுதா?' சித்தி முதலில் சந்தானத்தின் தோளைத் தொட்டாள். தோளில் வைத்த கையை எடுக்காமல் அப்படியே அவன் பக்கம் நின்று கட்டிலைப் பார்த்தாள். அவள் உடம்பு அவன் மேல் பட்டுக்கொண்டிருந்தது. அவன் மேல் தன்னிச்சையாக அழுந்திக்கொண்டிருக்கும் அந்தப் பகுதி அவனுக்கு மிகப் பெரிய பத்திர உணர்வை அளித்தது.

பார்வதிச் சித்தி மிகுந்த வாஞ்சையோடு குனிந்து கட்டிலில் கிடந்தவரின் தலைமுடியைக் கோதி, காதோரமாகக் கன்னத்தில் வழித்து, முகவாயில் விரல்களைக் கூட்டித் தன் உதட்டில் வைத்து முத்திக்கொண்டாள்.

சந்தானத்தை அறைந்தது போல இருந்தது. தான் இவ்வளவு நேரம் இங்கே நின்றிருக்கிறோம். பார்த்திருக்கிறோம். இப்படி ஒன்றைச் செய்யத் தெரியாமல் போயிற்றே. தெரியாமல் எப்படிப் போகும்? செய்யப் பிடிக்கவில்லை. செய்யத் தோன்றவில்லை. அப்படித்தானா? அப்படித் தானே. சந்தானம் சித்தியின் அந்த விரல்களையும் கைகளையும் பிடித்துக்கொண்டான். சித்தியின் கைகள் குளிர்ந்திருந்தன. அடுப்படி வேலை ஒன்றை முடித்து இங்கே வருகிற அவசரத்தில் கழுவிக்கொண்டு வந்திருப்பாள். சற்று நிதானித்துத் திரண்டது போல், சித்தியின் கை வளையல் ஒன்றில் கோர்த்திருந்த ஒரு சொட்டு நழுவி இவனுடைய கைக்கு இடம் பெயர்ந்தது. சித்தி அந்தத் துளியில் எதையோ கொடுத்துவிட்டது போலச் சந்தானம் நினைத்தான்.

ஏற்கனவே கட்டிலின் பக்கத்தில்தான் இரண்டு பேரும் நின்றார்கள். ‘கிட்டக்க வா’ என்று சந்தானத்தைக் கையைப் பிடித்து இழுத்தாள். கட்டில் விளிம்புக்கு வெளியே மடிந்து கிடந்த போர்வை தன் மேல் படும் போது அந்தத் துணியின் மிருது வழியாக அவனுக்குள் ஏதோ செலுத்தப்படுவது போல இருந்தது. இது வரை அதிகம் தெரியாத ஒரு சீக்காளி வாடை வந்தது. ஒரு மெல்லிய இழையால் இதுவரை அது தடுக்கப்பட்டு இருந்தது போலவும் அதைத் தாண்டி உள்ளே சென்ற சந்தானத்திடம் தன்னைக் காட்டிக்கொள்ள அது தயக்கமின்றி ஒப்புக்கொண்டுவிட்டது போலவும் பரவியது.

அம்மாவின் கட்டிலைச் சுற்றி அடித்த வாடையை விட இது வேறு ஒன்றாக இருந்தது. அம்மா இறந்த பிறகும் கூட, அம்மா நடமாடிய இடங்களில் அது தங்கி இருந்தது. முக்கியமாக, ஆரம்ப காலங்களில் டாய்லட்டில் அது கூடுதலாகத் தொந்தரவு செய்தது.

‘இப்போ நினைச்சால் கூட எங்க அம்மா மூத்திர வாடை துண்டாக எனக்குத் தெரியும். என் கூட டாய்லட்டில் அவளும் வந்து உக்காந்திருக்கிற மாதிரிச் சங்கடப்பட்டிருக்கேன். ஒண்ணும் முடியாம, காலைக் கழுவிட்டு வரும்படியா எத்தனையோ தடவை ஆகியிருக்கு’ என்று ரூஃபினாவிடம் பின்னால் ஒரு தடவை சொல்லிய சமயம் அவள் எழுந்துவந்து அவனை இறுக்கி அணைத்து இருக்கிறாள். ‘கும்புடுதேன் பா உன்னை’ என்று சொல்லியிருக்கிறாள். அவள் அப்படிச் சொல்லும் போது சந்தானம் அழுதுகொண்டு இருந்திருக்கிறான்.

இப்போது சந்தானத்திற்கு அழுகை எல்லாம் வரவில்லை. அந்த வாடையின் கதவைத் திறந்து கொண்டு போய் அவரைக் குனிந்து பார்க்கும் போது அவர் மேல் இன்னும் வெளிச்சம் விழுந்திருந்தது.

'அத்தான் யாரு வந்திருக்கா ண்ணு பாருங்க' என்று சித்தி சத்தம் கொடுத்தாள். இந்த அறைக்கு என்று ஒரு குரல் இருந்தது போல, அவளிடம் அவரிடம் பேசுகிறதற்கான குரலிலும் ஒரு தணிவு இருந்தது. அவருக்கு இந்தப் பிரத்தியேகம் தேவையிருந்தது போல, இதுவரை அசையாது ஒரே திக்கில் இருந்த முகத்தை லேசாகப் புரட்டினார். பார்வதிச் சித்தி மிகுந்த கனிவுடன் சந்தானம் பக்கம் திரும்பிப் பார்த்தாள். 'முழிப்புக் கொடுக்காரு' என்று சிரித்தாள். இதுவரை அவன் அறிந்த சிரிப்புக்களிலேயே சித்தியின் இந்தச் சிரிப்பு ரூஃபினாவின் சிரிப்புக்கு மிக அருகில் இருந்தது. உலகத்தின் மொத்தத்திலும் ஒரே ஒரு சிரிப்பும் ஒரே ஒரு துளிக் கண்ணீரும் மட்டுமே இருக்கிறது போல. அதைத்தான் ஒவ்வொரு பெண்களும் அவர்களின் நுட்பமான தருணங்களில் அணிந்துகொள்கிறார்கள். அப்புறம் இது எதற்கு கூடுதலாக என்று அகற்றிவிடுகிறார்கள். சந்தானத்திற்கு ரூஃபினாவின் பக்கத்தில் நிற்பது போலவே இருந்தது. அவனுக்கு அப்படி இருப்பது போல, சித்தி பக்கத்தில் இருப்பது, கூப்பிடுவது அவருக்கு அம்மாவைக் கொண்டு வந்து கொடுத்திருக்குமோ?

சந்தானம் அவனை அறியாமல் பார்வதிச் சித்தியின் கையை இறுக்கமாகப் பிடித்துக்கொண்டு, அவளுடைய முகமும் இவனுடைய முகமுமாக நீண்ட குனிவில், மெதுவாகப் பிசினிட்டுத் திறக்கும் அவருடைய கண்களையே பார்த்தான். சாம்பல் நிறத்தில் சுருங்கிய சிறகுகள் போல அது கூசி இறுகி திறந்து மறுபடி மூடிக்கொண்டன.

'யாரு வந்திருக்காங்க பாருங்க' என்று சித்தி அந்தத் திறந்து மூடும் கண்களிடம் சொன்னாள். காதுகள் அல்ல, கண்களே இப்போது கேட்க வல்லவை என்ற நம்பிக்கை அவளிடம் இருந்தது. சிறிது காத்திருந்தாள். அவருடைய தோளில் கையை வைத்து லேசாக வைத்து அசைத்தாள். 'இன்னும் கொஞ்சம் கையை அழுத்தினால், தோள்ப் பட்டை கையோடு புட்டுக்கிட்டு வந்திருமோண்ணு பயமா இருக்கு. எல்லாம் அப்படியே அக்கு அக்காத் தானே நிண்ணுக்கிட்டு இருக்கு, எப்படா உதிருவோம்னு' சித்தி தன்னிடம் சொல்கிறாளே தவிர, இப்போது அவரிடம்தான் பேசிக்கொண்டு இருக்கிறாள் எனச் சந்தானம் நினைத்தான். சித்தியின் கழுத்தில் மிளகு மிளகாக சின்னதும் பெரியதுமாக சங்கிலித்தொய்வுக்குள் கருப்பாக இருப்பது போல அவனுடைய அம்மாவுக்கும் உண்டு.

'சந்தானம் வந்திருக்கான் பாருங்க' சித்தியின் வார்த்தைகள் அவர் நெற்றியில் புருவத்தில் உட்கார்ந்து உட்கார்ந்து பறந்தன. சந்தானம் அந்த ஒற்றை ஈயை இடது கையால் விரட்டினான்.

'நீ கூப்பிட்டுப் பாரு சந்தானம். நான் வந்திருக்கேண்ணு சொல்லு. முழிச்சுப் பார்க்காராண்ணு பார்ப்போம்' என்று சித்தி சொல்வாள் என்று எதிர்பார்க்கவே இல்லை. அவரிடம் சொல்ல அவனிடம் எந்த வார்த்தையுமே இல்லாதது போல சந்தானம் அப்படியே நின்றான். அன்றைக்கு ரூஃபினா கிழித்துப் போட்ட போஸ்ட் கார்டைப் போல, இங்கு வருவதற்கு முன்பு அவனிடம் இருந்த எல்லாத் தேதிகளையும் இந்த அறைக்குள் வந்த பிறகு அவன் ஒன்று பாக்கியில்லாமல் கிழித்து எறிந்திருந்தான். 'கூப்புடுறா, கூப்புடுறா' என்று சித்தி உலுக்க, உலுக்க சந்தானம் அப்படியே அவரைப் பார்த்தபடி நின்றான்.

'உனக்குச் சொல்லணும்னு ஆசை கிடையாது. அவருக்குக் கேக்கணும்னு ஆசை கிடையாது. இடையில இருக்கிற நாங்கதான் அடிச்சுக்கிடுதோம்' சித்தி ஆற்றாமையில் சொன்னாலும் அதுதான் ஒருவேளை நிஜமா?

'உள் நாக்குத் துடிச்சால் அல்லவா, வெளி நாக்குத் துடிக்கும்' இவனுக்கும் அவருக்குமாகச் சேர்த்துக் கோபப்பட்டாள். மிகுந்த உச்சமான வலியின் கல்முகத்துடன் அவள் இறுகியிருந்ததைச் சந்தானத்தால் தாங்க முடியவில்லை. பார்வதிச் சித்தி மேற்கொண்டு ஒன்றும் பேசவில்லை. அவன் மட்டும் இருக்கும்படி அந்த அறையை அவன் வசம் விட்டுவிட்டுப் போய்விட்டாள்.

பார்க்கப் போனால் பார்வதிச் சித்தியை விட இவனுக்குத்தான் வலி ஜாஸ்தி. ஒரு கட்டத்தில் அவர் இருக்கிறாரா இல்லையா என்ற கவலை கூட சந்தானத்திற்கு இல்லாமல் போய்விட்டது. அம்மா இருக்கிறவரையாவது அவர் எங்கே இருக்கிறாரோ, என்ன நேரத்தில் எங்கே என்ன அசிங்கம் பண்ணுவாரோ, சுந்தரி டீச்சர் மாப்பிளை இன்ன இடத்தில் விழுந்துகிடக்கிறார் என்று தகவல் சொல்வார்களோ என்று இருக்கும்.

ரூஃபினா அம்மாவின் அடக்கத்திற்கு செங்கமால் வைத்திருந்த செல்லையா நாடார் வந்திருந்தார். அது நல்ல மழைக்காலம். பொசுபொசு என்று தூறிக்கொண்டே இருந்தது. கீழே அடை அடையாய் எச்சம் உறைந்து மழை நசநசப்பில் கிடக்கும் தூங்குமூஞ்சி மரத்துக்கு அடியில் ஒதுங்கி நின்ற போது, 'முன்னீர்ப்பள்ளம் பக்கம் அவனைப் பார்த்தேனே. யார் கூடேயோ சிரிச்சுச் சிரிச்சுப் பேசிக்கிட்டே

நடந்துதான் போறான். நான் எதுத்தாப்பில பைக்கில வந்ததை அவன் கவனிக்கலை' என்றார். இரண்டு பேரும் சின்ன வயதில் ஒன்றாய்ப் படித்தவர்கள். அவன் இவன் என்றுதான் சொல்வார். 'இன்னைக்கு நெளிஞ்சு நெளிஞ்சு போறான். கஷ்டமாத் தான் இருக்கு. ஏதோ தடம் தப்பிட்டுது. அதுக்காக அவன் நாளையும் பின்னைக்கும் நம்மள மாதிரி மறுபடியும் ஸ்ட்ரெய்ட்டா நடக்க மாட்டான்'னு முடிவு பண்ணிவிடக்கூடாது இல்லையா?' என்றார். சந்தானம் ஒன்றும் சொல்லாமல் நின்றான்.

செல்லையா நாடாருக்கு மட்டும் அல்ல, நிறைய பேருக்கு அவர் மேல் பிரியம் இருந்தது. சித்திக்கும் எப்போதுமே அவர் மேல் நல்ல அபிப்பிராயம் தான். சித்தியாவது அம்மா கூடப் பிறந்தவள். ஒரு ஒட்டுதல் இருக்கும். இந்தக் கதிர்ச்சித்தப்பா எப்படி, பிழைக்கமாட்டார் என்று ஆன பிறகு கூட, தன்னுடைய வீட்டில் வைத்திருக்கிறார். பிரேமா அவர் பக்கத்திலேயே இருக்கிறது. ரூஃபினா என்ன என்று சொல்லி முடிப்பதற்குள் நானும் வருகிறேன் என்று புறப்பட்டு வருகிறாள்.

அப்படி என்றால் தனக்கு மட்டும் தான் அவர் வேண்டாதவராகப் பட்டதா? இடது பக்கத்தில் இருந்து பார்ப்பதை வலது பக்கத்திலிருந்து, இரண்டடிக்குள் இருந்து பார்ப்பதை பத்து அடி தள்ளி நின்று பார்த்திருந்தால் வேறு மாதிரி இருந்திருக்குமோ?

நாற்காலியில் சரிந்து உட்கார்ந்தான். பாறையைச் சுமக்கிற மாதிரி அவனிடம் ஒரு கனம் வந்து சேர்ந்திருந்தது. இந்த அறைக்குள் நுழையும் போது அவனை அறியாமலே ஒரு வெள்ளை நிறத்தை சந்தானம் உணர்ந்தானே, அந்த வெள்ளை நிறம் கட்டிலில் கிடக்கிற இவரிடம் இருந்து தான் வழிந்து பெருகிக்கொண்டு இருக்கிறதா?

அவருக்கு ஏன் தன்னைச் சுத்தமாக அடையாளம் தெரியாமல் போயிற்று? தன்னுடைய அடையாளம் மட்டும் தெரியவில்லையா, எல்லோரின் அடையாளத்தையும் விட்டு அவர் விலகிவிட்டாரா? உன்னை அடையாளம் தெரியவில்லை என்பதன் மூலம் அவர் தண்டிக்கிறாரா? அல்லது நான் தான் உன் அடையாளம் என்று சொல்கிறாரா? எவ்வளவு தெளிவாக இருக்கிறது அவருடைய முகம்! இவ்வளவு தெளிவை யாராவது சந்தேகப் படுவார்களா? சந்தானம் இரண்டு கைகளாலும் தன் முகத்தை மூடிக்கொண்டான்.

வெளியே பைக் வந்து நிற்கிற சத்தம் கேட்டது. கார்க்கதவுகள் அடைக்கிற விதம் வெவ்வேறாக இருந்தது. டிரைவர்கள் கதவைச் சாத்துகிறது பற்றியும் பயணிகள் வீசி அடைக்கிறதற்குமான

வித்தியாசத்தையும் ரூஃபினா சொன்னதில் இருந்து சந்தானத்திற்கும் இந்த வேறுவேறு சத்தங்களைக் கேட்கமுடிகிறது பழக்கமாய்விட்டது. சித்தி வேகமாகப் போய்க் கதவு திறக்கிறதைக் காலில் புடவை உரசுவதன் வேகம் சொல்கிறது.

சந்தானம் எழுந்திருக்காமல் அப்படியே இருந்தான். முகத்தை மூடியிருந்த கைகளை விலக்கி, அவர்கள் வருவதற்குள் ஒரே ஒரு முறையாவது எல்லா உருவங்களும் அழிக்கப்பட்ட அந்த வெள்ளைத் தாளை மீண்டும் மனதில் தருவித்துவிட விரும்பினான். வரையறையற்ற ஒரு வடிவில் மங்கியும் தெளிந்தும் அவனுக்குள் அந்த வெள்ளை அடர்ந்து கொண்டு இருந்தது. மனதுக்குள் வந்துவிட்ட அந்த வெள்ளைத் தாளை பிரேமாவின் கையில் கொடுத்தால், மறுபடியும் அவள் எல்லோரையும் பென்சிலால் வரைய ஆரம்பிப்பாள். இந்த முறை அவளை எல்லா நிறங்களும் நிரம்பிய ஒரு நீர்வண்ன ஓவியமாக்கச் சொல்லவேண்டும். சந்தானம் இன்னும் கண்களை மூடியே இருந்தான்.

நேராக எல்லோரும் இந்த அறைக்குத்தான் வருகிறார்கள். பார்வதிச் சித்தி குரல் மறுபடியும் கூடிவிட்டது. ரூஃபினா குரல் வயிற்றுப் பிள்ளையின் கவனத்துடன் இருந்தது. சித்தி அவளை அணைத்துக்கொண்டு வருவது பார்க்க நன்றாக இருக்கும். 'வரும்போதே பிரேமா, 'பெரியப்பா எப்படி இருக்காங்க?' என்று கேட்டுகிட்டே வாரா' கலங்கின குரலில் சித்தி இங்கே எல்லோரையும் கூட்டிக்கொண்டு வந்தபடி இருந்தாள், கதிர்ச் சித்தப்பாவைக் காணோம். பைக்கை நிறுத்திவிட்டு, லக்கேஜ்களை இன்னொரு படுக்கையறையில் வைத்துக்கொண்டு இருப்பார். எப்போது வெளியே போய்விட்டு வந்தாலும் கால்களைக் கழுவிக்கொள்கிற பழக்கமும் அவருக்கு உண்டு.

கடிகாரத்தில் மூன்றாவது முள் நகர்கிற நேரம் ரூஃபினா சந்தானத்தைப் பார்த்தாள். அந்தப் பார்வைக்குள் சிரிப்பு, விசாரணை எல்லாம் இருந்தது. நேரே கட்டிலுக்குத்தான் வந்தாள். சந்தானம் எழுந்து அவளை நாற்காலியில் இருக்கச் சொல்லி, அவன் நின்று கொண்டான். ரூஃபினா நாற்காலியின் கைகள் கட்டில் விளிம்பில் இடிக்கிறது போல, ஒரு வாகான திசையில் திருப்பிப் போட்டுக் கொண்டாள்.

அவரை முழுவதும் பார்க்கவும் பரிசோதிக்கவும் விரும்பியவள் போல, மேலே போர்த்தியிருந்த துணிகளின் இரண்டு அடுக்குகளையும் விலக்கினாள். கால் நகங்களில் சிக்கிய போர்வையின் குஞ் சத்தை விலக்கிவிட்ட பார்வதிச் சித்தி அவருடைய பாதங்களில்

ஒன்றைப் பிடித்துப் பார்த்தாள். 'ஐஸா குளுந்து அல்லவா கிடக்கு' என்று சொன்னாள். பார்வதிச் சித்தியையும் ரூஃபினாவையும் பிளந்துகொண்டு நுழைவது போல பிரேமா கட்டில் பக்கம் வந்து நின்றாள். பிரேமா கையில் ஒரு செக்கச் சிவந்த வாதா மர இலை இருந்தது. அங்கிருந்துகொண்டே சந்தானத்திடம் 'பெரியப்பாவுக்கு அதைக் கொடுக்கப் போவதாக' சைகை செய்தாள். சந்தானத்தை சந்தானம் என்றே தெரிய முடியாத ஒருத்தருக்கு ஒரு பெண் சிவந்த வாதாம் இலையைக் கொடுக்கிற அந்த நேரம் இதுவரை யாருக்கும் கிடைத்திராது என்று அவன் நினைத்தான்.

ரூஃபினா அவர் கையை எடுத்துக் கொஞ்ச நேரம் தன் கையில் வைத்திருந்தாள். புறங்கையை அதில் இருந்த நரம்புகளை நீவி விட்டாள். விலகி அவளுக்கு வழிவிடும் ஒரு நீரோட்டம் போல புறங்கை நரம்புகள் நெளிந்துகொடுத்தன. அவள் அழ ஆரம்பித்திருந்தாள் என்பதை அறிந்த பிரேமா அவளுடைய தோளில் கையை வைத்தாள். சித்தி அவருடைய கால்மாட்டில் நின்று பக்கவாட்டிற்கு நகர்ந்த போது பிளாஸ்டிக் நாற்காலி இழுபட்ட சத்தம் கேட்டது. அதற்குப் பிறகு அந்த அறை ஒரு காடு போன்ற அமைதி அடைந்தது. சந்தானம் திக்குத் தெரியாமல் நின்றான்.

ரூஃபினா 'மாமா' என்றாள். இரண்டு கன்னத்தையும் இழுத்து லேசாக அவர் முகத்தைத் தன் பக்கம் திருப்பி, 'மாமா, உங்க பையன் வந்திருக்காங்க, என்றாள். அதைக்கேட்ட நொடியில் சித்தி விம்மிக்கொண்டு வாயைப் பொத்திக் குலுங்கினாள்.

'உங்க பையன் வந்திருக்காங்க மாமா' என்று ரூஃபினா மறுபடியும் சொன்னாள்.

நின்றுகொண்டு இருந்த சந்தானம் அந்த இடத்திலே மடங்கி உட்கார்ந்து, 'யப்பா; என்று அழ ஆரம்பித்தான்.

பிரேமா கையிலிருந்து நழுவிய வாதாம் இலை மெதுவாகத் தரையில் இறங்கியிருந்தது.

அமிர்தா
டிசம்பர், 2016

தோப்பு

குஞ்சம்மாள் வந்து எட்டிப் பார்த்தாள்.

சாமிநாதன் பச்சைப் பிள்ளை மாதிரித் தூங்கிக்கொண்டு இருந்தான். நீட்டி நிமிர்ந்து, இரண்டு கையையும் நெஞ்சில் மேல் வைத்த மாதிரி உடம்பு இருந்தது. நறநற என்று குறட்டையும் இல்லை. இலை உதிர்காலத்தில் அரச மரத்தில் காற்று நுழைந்து வெளியேறுகிற மாதிரி ஒரு ரகசியமான சத்தம் மூச்சில் வந்துகொண்டு இருந்தது.

எப்போது வந்தாலும் இரண்டு துண்டு வாழைத் தண்டு, ஒருவாரத்திற்கு வருகிற மாதிரி குருத்து இலைக் கட்டு, தெறித்துப் போகிற மாதிரி விளைந்த வாழைக்காய்ச் சீப்பு என்று கொண்டு வருவான். ‘சாமிப் பெரியப்பா வந்திருக்கா? வாழைப்பூ வாசம் அடிக்கு?’ என்று மூக்கை விரித்துக்கொண்டே ரத்தினம் பள்ளிக்கூடத்திலிருந்து வந்து பைக்கட்டை வைப்பாள். அது எல்லாம் அப்போது. ரத்தினம் இல்லை. படித்து வேலைக்குப் போய்விட்டாள்.

குஞ்சம்மாவுக்கு ரத்தினம் எடுத்த அந்தப் படம் நினைவுக்கு வந்தது. சாமிநாதனுடைய வாழைத்தோப்பில் வைத்து எடுத்திருப்பாள். சாமிநாதன் பங்குக்கு ஒரு கோட்டை விரைப்பாடு குளத்துப் பத்திலும், இங்கே மடையடியில் பதினெட்டு மரக்கால் விரைப்பாடும் வந்தது. வாழையைத் தவிர ஒன்றும் இதில் போடுவதில்லை. கலக்கம் கலக்கமாக ஆயிரத்து முன்னூறு ஆயிரத்து நானூறு வரைக்கும் ஒன்றுபோல வரிசையாகக் குலை தள்ளுகிற பருவமாக இருந்தது. தலைப்பாகையும்

கை வைத்த பனியனும் திட்டுத்திட்டாக வாழைக்கறை படிந்த சாரமுமாக சாமிநாதன் சிரித்துக்கொண்டு இருப்பான். கிழியாத இலை மாதிரி சிரிப்பு பச்சைப் பசேல் என்று இருக்கும்.

ரத்தினம் ஈஸ்வரியிடம் எவ்வளவோ சொல்லிப் பார்த்தாள், 'பெரியம்மை. நீங்களும் சாமியப்பா கூட நில்லுங்க' என்று. அவள் ஒத்துக்கொள்ளவே இல்லை. ரொம்ப யதார்த்தமாகத்தான் குஞ்சம்மா சொன்னாள், 'நீங்க நிக்காவிட்டால் என்ன, நான் போய் சாமி அத்தான் பக்கத்துல நிண்ணுக்கிடுதேன்.' அப்படி குஞ்சம்மா சாமிநாதனுடன் நின்று படம் எடுப்பதை ஈஸ்வரி கண்கொட்டாமல் பார்த்துக்கொண்டே இருந்தாள். தலைப்பாகைக் குஞ்சம் முகத்தில் விழுந்ததை ஜவஹர் போய் ஒதுக்கிப் பின்னால் தள்ளிவிட்டான். இரண்டு பேருக்கும் பின்னால் கவிழ்த்தின படகு மாதிரி ஒரு தலை வாழை இலை வெயிலில் , அதன் மேல் உதிர்ந்து கிடந்த இரண்டு மூன்று அகத்தி இலைகளுடன் ஒளிர்ந்தது. பம்ப் செட் பக்கம் வளர்ந்து நின்ற கொடுக்காப்புளி மரத்தில் ஒரு கிளி தலைகீழாகக் கொத்திக்கொண்டு இருந்ததில் நுனிக்கொப்பு தாழ்ந்தது.

கொஞ்ச காலமாகவே, சாமிநாதன் வழக்கத்தை விட அடிக்கடி வந்துகொண்டு இருக்கிறான். வந்தால் 'ஜவஹர் வருவதற்கு நேரம் ஆகுமா' என்று திருப்பித் திருப்பிக் கேட்பான். 'இன்னொரு காப்பி கொடு குஞ்சு. என்னமோ மாதிரி இருக்கு' என்று வாசலில் போய் நிற்பான். ஜவஹர் வந்ததும், கொஞ்ச நேரத்தில் இரண்டு பேரும் செருப்பைப் போட்டுக்கொண்டு வெளியே போய்விடுவார்கள். திரும்பி வரும்போது, 'சாமி அத்தான் எங்கே காணோம்?' என்று கேட்டால், 'அவ ஒத்தையில இருப்பா'ண்ணு கடைசி பஸ்ஸில ஊருக்குப் போயிட்டான்' என்று முகம் பாராமல் ஜவஹர் சொல்வான். 'இது ஏது பனங்கிழங்கு, பச்சைக்கடலை?' என்றால் 'பட்டண்ணன் அவசரமா வந்துட்டுப் போனான். வீட்டுக்கு வர டயம் இல்லையாம். 'என்று கையில் பையைக் கொடுப்பான். ஒரு நாள் தபாலில் இலை விபூதி வந்திருந்தது. சாமிநாதன் ஒரு துண்டுத் தாளில், 'திருச்செந்தூர் போயிருந்தேன். சாமி கும்பிட்டேன். பிரசாதம் பெற்றுக்கொள்ளவும்' என்று எழுதியிருந்தான். குஞ்சம்மாளுக்கு ஒன்றும் புரியவில்லை.

இன்றைக்கு என்னவோ முழுத் தாராக ஒரு தார் கொண்டுவந்து மூலையில் சாயாமல் சார்த்தி வைத்திருக்கிறான். சாக்கில் சுற்றின மாதிரி கிழங்கும் குருத்துமாக இரண்டு மூன்று பக்கக் கன்று. எப்போதுமே சாமிநாதனுக்கு அவன் தோப்பு வாழை மேல் பெருமை ஜாஸ்தி. 'ஒவ்வொருத்தனும் ரொபஸ்டா போடலையா,

செவ்வாழை போடலையா? ஏத்தன் போட்டா மடியிலே துட்டை அள்ளிக்கட்டிக்கிட்டு நேரே நகைக்கடைக்குப் போயி உருப்படி எடுத்துக்கிட்டு வரலாமேண்ணு கேக்கான். நமக்கு நாடு போதும். மூணு தலைமுறையா மொந்தாம் பழத் தார் வேணும்னா வாழைக்கா வியாபாரி 'முதலாளி தயவு'ண்ணு வாய்க்காலுக்குத் தென் புறம் லாரியை நிறுத்திக்கிட்டுக் காத்துக் கிடப்பான். அல்லுஅசல் கிழங்கு, அடுத்த ஊர் வயக்காட்டுக் கண்ணு கிடையாது. எல்லாம் தலைமுறை தலைமுறையா எங்க தாய்க் கிழங்குல பக்கக் கண்ணுவிட்டு முளைச்சது. நீங்க தொட்டா குளுந்து கிடக்கும். நான் தொட்டா வெது வெதுண்ணு இருக்கும். அம்புட்டு வாழையிலும் எங்க அப்பன் பாட்டன் ரத்தம் ஓடுதாக்கும்' இவ்வளவு பேசுகிற சாமிநாதன் நேற்று வந்ததில் இருந்து அதிகமாகப் பேசவே இல்லை. ஜவஹர் கூட, அடுப்பாங்கரைக்கு வந்து தணிந்த குரலில், 'ஒழுங்கா எப்பவும் போல பட்டண்ணன் சாப்பிட்டானா? ஆள் டல்லா இருக்கான்" என்று கேட்டுவிட்டுப் போனான்.

எவ்வளவு சொன்னாலும் தரையில் தான் படுப்பான். 'பெரியப்பா நீங்க கட்டிலில் படுத்துக்கிடுங்க. நான் அம்மா கூடப் படுத்துக்கிடுதேன்' என்று ரத்தினம் ஒவ்வொரு தடவையும் சொல்வாள். கேட்கமாட்டான். 'இதுதான் நமக்கு எண்ணைக்கும் சாசுதம்' என்பான். முதலில் அவன் சொல்வது ரத்தினத்திற்குப் புரியவில்லை. 'என்னது பெரியப்பா?' என்று திரும்பக் கேட்டாள். திரும்பவும் சாமிநாதன் சாசுவதம் என்பதைச் சாசுதம் என்றே சொன்னான்.

தரையில் கையால் தட்டி, 'இருக்கிற வரைக்கும் இதோடு இதா இருந்திரணும். இதை விட்டுப் பிடுங்கியாச்சுண்ணா, வெயில்லே காயப் போட்டு படப்பா அடைஞ்சுர வேண்டியதுதான். அதுக்கு இன்னும் நாள் கிடக்கு மகளே' என்பான். அவன் அப்படி, ரத்தினம் என்று பெயரைச் சொல்லாமல், எப்போதும் 'மகளே, மகளே' என்று சொல்வது குஞ்சம்மாவுக்குப் பிடித்துத்தான் இருந்தது.

ரத்தினத்திற்கு வேலை கொடுத்துவிட்டதாகக் கடைசி வருடத்திலேயே சொல்லிவிட்டார்கள். இன்னும் ஆர்டர் வரவில்லை. சதா பாட்டுக் கேட்டுக்கொண்டு, சினிமா பார்த்துக்கொண்டு இருந்த நேரம். சாமிநாதன் வந்த சமயம் சிதார் இசை பெருகிக்கொண்டு இருந்தது, திரையில் ஏழெட்டு தடித்தடி மெழுகுவர்த்திகள் எரிய அந்தப் பெண் தோளில் சாய்த்துக் கண்ணை மூடி வாசித்துக்கொண்டு இருந்ததை சாமிநாதன் குனிந்து பார்த்தான். 'யாரு மகளே அது? பாக்கிறதுக்கு உங்க டீச்சர் பெரியம்மை மாதிரி இருக்கு?' என்று கேட்டான். ரத்தினம்

யார் என்று விபரம் சொன்னாள். பக்கத்தில் ஒரு ஸ்டூலை இழுத்துப் போட்டு, இசை முடிகிற வரை கேட்டுக்கொண்டே இருந்தான். 'அப்படியே ஓம் பெரியம்மை தான்' என்றான்.

ரத்தினம் அந்த நேரத்தில் சாமிநாதன் முகம் இளகியிருந்த சந்தோஷத்தில் கேட்டாள், 'சாமிப் பெரியப்பா, நீங்க பெரியம்மையை லவ் பண்ணியா கட்டிக் கிட்டீங்க?'. சாமிநாதன் ரத்தினம் தலையை நீவி விட்டான். 'நான் அப்படித்தான். அவ என்ன பண்ணினாண்ணு நீ அவகிட்டே தான் கேக்கணும்' என்றான். முகத்தைக் காட்டாமல் திருப்பிக்கொண்டு, சட்டையைக் கழற்றுகிற சாக்கில் சாமிநாதன் நகர்ந்து போகும் போது, காற்று ரத்தினத்தைச் சுற்றியிருந்து உருவப் பட்டுக் கூடவே போனது.

குஞ்சம்மா இன்னும் அவரையேதான் பார்த்துக்கொண்டு இருந்தாள். 'இருக்கிறதுலேயே தணிவா ஒரு தலகாணியைக் குடு. ஏதாவது பழைய கைக்காளஞ் சேலை இருந்தா அதையும் கொடு. எங்க அத்தை எப்பவும் ஒரு பச்சைச் சேலையையே கட்டிக்கிட்டு அலைவா' என்று அவன் சொல்லும் போது, குஞ்சம்மாவுக்கு அவளுடைய அம்மா, பச்சைச் சேலையைப் பின்கொசவம் வைத்துக் கட்டிக்கொண்டு நடமாடுவது போலவே இருக்கும்.

சாமிநாதன் இப்போதும் வெறும் தரையில் தான் படுத்திருந்தான். ரத்தினம் கல்யாணம் ஆகிப் போன பிறகு கட்டில் சும்மாதான் கிடக்கிறது. அதில் அழகாகப் படுக்கலாம். மாட்டவே மாட்டான். தலைமாட்டில் பித்தளைச் செம்பில் தண்ணீரும் கவிழ்த்தின வெங்கல டம்ளரும் இருந்தது.

பொதுவாக ஜவஹர் ஆபீஸ் போய்விட்டால் பகலில் ஃபோன் சத்தமே கேட்காது. ஒரு வியாழக் கிழமை மத்தியானம் அதிசயமாக அது அடிக்கிற சத்தம் கேட்டு, குஞ்சம்மாள் வந்து எடுத்தாள். சாமிநாதன் தான் 'யாரு குஞ்சம்மாவா?' என்றான். 'பேப்பர்லே படிச்சேன். உங்க ஊர்ப் பையனை வெட்டீட்டாங்களாமே?' என்றான். அவளும் கேள்விப்பட்டிருந்தாள். பையன் இல்லை. முப்பத்தைந்து வயது இருக்கும். அவனை விடக் கூடுதல் வயது உள்ள, அவனோடு வேலைபார்க்கும் ஒரு அம்மாவோடு இருந்த தொடர்பில், அந்த அம்மாவின் பையன் வந்து வெட்டியிருக்கிறான். 'என்ன சாமியத்தான், இந்தக் கண்ட்ராவியை விசாரிக்கிறதுக்கா அங்கே இருந்து அவசரமா ஃபோனைப் போட்டீங்க?' என்று சிரித்தாள். அதற்குள் அவன் வைத்துவிடுகிற சத்தம் கேட்டது. சாயந்திரம் ஜவஹர் வந்ததும் இதைக் குஞ்சம்மா சொன்னாள். ஜவஹர் குஞ்சு முகத்தைப் பார்த்தான்,

‘வேறு ஏதாவது சொன்னானா உங்கிட்டே?’ என்றான். மறுபடியும் அவனே ‘வர வரப் பட்டண்ணனுக்குக் கிறுக்குப் பிடிச்சுக்கிட்டுது’ என்று சொன்னதோடு சரி.

‘பட்டண்ணனை எழுப்பீராதே’ குஞ்சம்மாளின் தோளில் ஜவஹர் கையை வைத்து தோள்ப்பக்கம் நின்று பார்த்தபடி, ‘விடிய விடிய ரொம்ப நேரம் தூங்கின மாதிரித் தெரியலை. புரண்டு புரண்டு படுத்தான். இடையிலே எழுந்திருச்சு ரொம்ப நேரம் லாந்திக்கிட்டே இருந்தான். நீ கவனிக்கலை. நல்லா உறக்கம் உனக்கு. நான் போயி லைட்டைப் போட்டு, ‘என்ன அண்ணன் தூக்கம் வரலையா?’ ண்ணு கேட்டதுக்கு சிரிச்சான். ஒண்ணுமில்லை. நீ போய்ப் படு. சத்தங் கேட்டு குஞ்சு முழிச்சிரப் போறா’ண்ணு உதட்டில வச்சுக் கையைக் காட்டினான்’ என்று அங்கேயே பார்த்துக் கண்கலங்கினான்.

ஜவஹருக்கு இது ஒரு பழக்கம். எதையாவது இப்படிப் பேசும்போது கண்கலங்கிவிடும். குஞ்சம்மாவுக்குக் கல்யாணம் ஆன புதிதில் இப்படி ஜவஹர் எதுக்கு எடுத்தாலும் தொண்டை அடைக்க நிற்பது கஷ்டமாக இருக்கும். ‘அதுதான் நாக்குப் பேசிக்கிட்டு இருக்கே. அப்புறம் எதுக்கு கண்ணும் முந்திக்கிட்டு நான் இருக்கேன் நான் இருக்கேன்னு முன்னால வரணும்?’ என்று தோன்றியிருக்கிறது. ‘என்ன, ஒம் வீட்டுக்காரன் அழுதுக்கிட்டே சிரிப்பான். சிரிச்சுக்கிட்டே அழுவானே’ என்று சாமிநாதன் அந்தச் சமயத்திலேயே கேலியாக அவளிடம் கேட்டிருக்கிறான்.

சாமிநாதனும் ஜவஹரும் பெரியப்பா சித்தப்பா மக்கள். ஒன்றுவிட்ட அண்ணன் தம்பி. சாமிநாதன் மூப்பு. அதனால்தான் ‘பட்டு அண்ணன்’. குஞ்சம்மாவை சாமிநாதனுக்குக் கொடுப்பதாகத்தான் முதலில் பேச்சு இருந்தது. சாமிநாதன் தான், ‘குஞ்சு படிச்சிருக்கு. ஜவஹருக்குப் பொருத்தமாக இருக்கும்’ என்று சொல்லிவிட்டான். கடைசியில் பார்த்தால், குஞ்சம்மாவை விடப் படித்த, டீச்சர் வேலைக்குப் போகிற முருகேஸ்வரியைப் பிடித்துப் போய் கல்யாணத்திற்குச் சரி என்று சொல்லிவிட்டான்.

ஜவஹர் முருகேஸ்வரியைப் பார்த்துவிட்டு சுருக்கமாகச் சொன்னான், ‘யோசிச்சுக்கோ பட்டண்ணன்’. குஞ்சம்மா கொஞ்சம் அதிகமாகவே பேசினாள். ‘என்ன சாமியத்தான் முடிவே பண்ணியாச்சா? உனக்கு முப்பத்தி மூணு ஆச்சு. அது இப்போதான் டீச்சர் வேலையில சேர்ந்திருக்கு. இருவத்தி ஒண்ணு இருவத்தி ரெண்டு இருக்கும் மிஞ்சிப் போனா. கிடங்கு மாதிரி இவ்வளவு பெரிய பள்ளம் இருக்கு. இப்போ

ஒரு குதியில தாண்டியிருவே. கடைசி வரைக்கும் தாண்டனும். பார்த்துக்கிடுங்க" என்றாள்.

ஈஸ்வரியின் சுருட்டை முடி, போட்டிருக்கிற மூக்குத்தி, சித்துப் போல இருப்பது எல்லாம் சாமிநாதனுக்குப் பிடித்திருக்கும் என்று குஞ்சம்மாள் நினைத்தாள். 'இது தெரிஞ்சால் நானும் அப்பவே மூக்குக் குத்தி இருப்பேன்' என்று கிண்டல் கூடச் செய்தாள். 'அதுக்குக் கன்ன எலும்பு ரெண்டும் துருத்திக்கிட்டு பளிச்சுண்ணு இருக்கு' என்று சாமிநாதன் சொன்னது குஞ்சம்மாளுக்கு ஆச்சரியம். அதைத்தான் அவளுக்குப் பிடிக்கவில்லை. 'காய்ச்சல்காரி மாதிரி இருக்கு' என்று மனதுக்குள் நினைத்திருந்தாள்.

குஞ்சம்மா முருகேஸ்வரியை நினைத்துக்கொண்டாள். ஈஸ்வரி டீச்சர் என்றால் எல்லோருக்கும் தெரியும். ஈஸ்வரியுடைய அம்மாவும் டீச்சர் வேலைதான் பார்த்தார்கள். வடக்குத் தெருவில் அவர்கள் வீட்டை, இப்போது அது கை மாறி விட்டாலும் கூட, இன்னும் டீச்சர் வீடு என்றுதான் சொல்கிறார்கள். நுழைந்தவுடன் இருக்கிற முதல் கட்டு மேலச் சுவரில், கரும்பலகை போல இரண்டு விரற்கடை அளவு உயர்த்தினது அப்படியே அதே சிலேட்டு நிறத்திலேயே இருக்கிறது.

ஒரு திருக்கார்த்தியல் முடிந்த மறுநாள். பொசு பொசு என்று மழை தூறிக்கொண்டு இருந்தது. எல்லோர் வீட்டிலும் மறுவிளக்கு ஏற்றி வாசலிலும் மாடக் குழியிலும் வைத்திருந்தார்கள். மழைக்காற்றுக்கு ஒன்றிரண்டு அணைவதும் எரிவதுமாக இருந்தது. கிர் கிர் என்று ஃபோன் அடித்தது, ஜவஹர் வீட்டில் இல்லை. குஞ்சம்மாவும் ரத்தினமும் புறவாசலில் இருந்து பாட்டுக்கேட்டுக்கொண்டு இருந்தார்கள். வந்து எடுப்பதற்குள் நின்றுவிட்டது. மறுபடியும் மணி அடித்தது. குஞ்சம்மாள் எடுத்து ஹலோ என்றாள். 'ஜவஹர் இல்லையா?' என்றுதான் சாமிநாதன் கேட்டான். அப்புறம் 'எல்லோரும் உடனே புறப்பட்டு வாங்க. ஈஸ்வரிக்கு ஒரு மாதிரி இருக்கு' என்று முதலில் சொன்னான். அப்புறம் 'முடிஞ்சு போச்சு குஞ்சு' என்று அழுதான். 'ஒரு காரை அமர்த்திக்கிட்டு சீக்கிரமா வந்து சேருங்க. நான் இங்கே ஒத்தையிலே உக்காந்திருக்கேன்' என்று போனை வைத்தான்.

அந்த வீட்டை முருகேஸ்வரிதான் லோன் போட்டுக் கட்டினாள். ஊரை விட்டுத் தள்ளி வயலை அழித்துப் போட்ட மனையில் வீடு கட்டவே வேண்டாம், அது சம்சாரி பாவத்தை வாங்கினது மாதிரி. குடும்பம் விருத்தி ஆகாது என்று சாமிநாதன் சொல்லிப் பார்த்தான். ஈஸ்வரி கேட்கவில்லை. கூட வேலை பார்க்கிற இரண்டு பேர், டி.இ.ஓ ஆபீஸில் வேலை பார்க்கிற ஒருத்தர் எல்லோரும் வாங்கியிருப்பதாகச்

சொல்லிவிட்டாள். இன்னும் கூட முழுதாக நான்கு வீடுகள் சேர்ந்தாற் போல வரவில்லை.

வழக்கமாக சாமிநாதன் வீட்டுக்குள் நுழையும் போது வாழைப் பூ, வாழை இலை என்று ஏதாவது வாழை சம்பந்தப் பட்ட வாசம்தான் அடிக்கும். இந்தத் தடவை வேறு வாடை மூக்கைச் சுருக்கியது. ஊடு பயிராக உளுந்து போட்டிருந்திருக்க வேண்டும். காயப் போடாமல் சாக்கில் கட்டிவைத்த உளுந்த நெத்து வாடையைத் தாண்டி உள்ளே போகும் போது, ஈஸ்வரியின் உடல் கட்டிலில் படுத்தமேனிக்கு இருந்தது.

'வாய்வுக்குத்தாக இருக்கும். எப்போ வந்தா. எப்போ படுத்தா என்று தெரியலை. தண்ணீ பாய்ச்சீட்டு வரதுக்கு லேட்டா ஆயிட்டுது. தலை வாசல் லைட்டைக் கூடப் போடாமல் என்ன பண்ணிக்கிட்டு இருக்காண்ணு உள்ளே வாரேன். இப்படிக் கிடக்கா" என்று சாமிநாதன் மேல் துண்டை வைத்து வாயைப் பொத்தினான்.

கூர்காவேனில் ஒருத்தன், பெங்களூரில் ஒருத்தன் என்று இரண்டு மகன்களும் வெளியூரில் இருக்கிறார்கள். இரண்டு பேருக்கும் ஜவஹர் தான் தகவல் சொல்லி எப்போது வந்து சேர்வார்கள் என்ற விபரம் எல்லாம் கேட்டு எல்லா ஏற்பாடுகளும் பண்ணினான். யாரோ கூட, 'லேடி டாக்டரா, சிவராஜ் டாக்டரா, யாரு வந்து பாத்து, இப்படித்தான் அப்படித்தான்னு சொன்னாங்க?' என்று கேட்டார்கள். சாமிநாதன் மரபெஞ்சில் குனிந்தபடியே இருந்தான். ஒரு பக்கத்துக் கால் ஆடுகிற மாதிரி இருந்தது. எழுந்து போய் ஒரு செங்கல் துண்டை வைத்து அடைகட்டி அசைத்துப் பார்த்தான்.

' யார் வந்து பார்த்து என்னத்தைச் சொல்லப் போறாங்க? ' என்று ஜவஹர் சொன்னதும், பாலகிருஷ்ணா சொசைட்டி நந்தகோபால் ' ஆமா மாப்பிளை, நாம மூக்கில வச்சுப் பாப்போம். அவங்க நெஞ்சுல வச்சுப் பாப்பாங்க. முள்ளு நகரலைண்ணா கடிகாரம் ஓடலை. அவ்வளவுதான்' என்று வாதா மரத்தடியில் நின்று ஆமோதித்தார்.

மதுரை வரைக்கும் டெல்லியில் இருந்து வந்தவன், இங்கே வந்து சேர ரெண்டு மணி நேரம் கூட ஆகாது. வந்த பிறகு எடுப்போம்' என்று சொன்னதை, 'இல்லை. எதிர்பார்க்க வேண்டாம். எடுத்திருவோம்' என்று சாமிநாதன் சொல்லிவிட்டான். வாய்க்கரிசியைச் சின்னவன் புறங்கையால் தள்ளிவிடும் சமயம், பெரியவன் கட்டத் தலத்துக்கு வரச் சரியாக இருந்தது. அவன் கோபப்படுவான் என்று ஜவஹர் நினைத்தான். ஆனால் மூத்தவன் பேசாமல் அப்பா பக்கத்தில்

போய் நின்றான். சாமிநாதன் தோளை லேசாகத் தட்டிக்கொடுக்கவும் செய்தான்.

ஜவஹர் ஆபீஸிற்குக் கிளம்பும் வரை கூட சாமிநாதன் எழுந்திருக்கவில்லை. அசையாமல் அப்படியே கிடந்தான். 'மணி ஒம்பது ஆகப் போகுது. இவன் என்ன இப்படித் தூங்குதான்? உடம்புக்குக் கிடம்புக்கு சரி இல்லையா? நீ வேணும்னா போய் எழுப்பிப் பாரு' என்று சாப்பிட்ட கையோடு சொன்னான். ஒரு கை தண்ணீர்த் தம்ளரோடு ஜவஹர் உதட்டுப் பக்கம் உயர்ந்து இருந்தது.

குஞ்சம்மாள் முதலில் இரண்டு மூன்று முறை கூப்பிட்டாள். பக்கத்தில் முட்டை மடக்கி உட்கார்ந்து தோளை லேசாகத் தொட்டு மறுபடி கூப்பிட்டாள். சாமிநாதன் முகத்தில் தாடி மீசை எல்லாம் ஈஸ்வரி இறந்ததற்குப் பிறகு ரொம்ப நரைத்துவிட்டது. கம்பி கம்பியாக அடர்ந்திருந்தது, அழுதுகொண்டே குஞ்சம்மாள் அந்த நரை முடியைக் காதுப் பக்கத்தில் இருந்து கன்னம் வரை விரல் நுனியால் தடவிக்கொடுத்தாள். கண்ணைத் துடைத்துக்கொண்டு மறுபடி கூப்பிட்ட போது சாமிநாதன் புரண்டு படுத்தான். கையை ஊன்றி வேகமாக எழுந்து உட்கார்ந்து. 'என்ன?' என்றான். உலகம் முழுவதையும் பார்த்து அவன் 'என்ன?' என்று கேட்பது போல இருந்தது.

'உடம்புக்குச் சரியில்லையா?' என்று குஞ்சம்மாள் கேட்கையில் சாப்பிட்ட கையை வேட்டியில் துடைத்துக்கொண்டு வந்த ஜவஹர் 'என்ன பட்டண்ணன்?' என்று நெற்றியில் கைவைத்துப் பார்த்தான். அவன் கையை எடுத்தவுடன் குஞ்சம்மாவும் அவன் நெற்றியில் கைவைத்து, 'சூடு ஒண்ணும் இல்லை' என்றாள்.

ஜவஹர் எவ்வளவு நாளாக உள்ளுக்குள்ளேயே அடக்கி வைத்திருந்தானோ. மிகவும் உரத்த குரலில் சாமிநாதனைப் பார்த்து, 'உனக்கு என்ன கொள்ளை வந்துட்டுது. இப்படிப் படுத்துப் படுத்துக் கிடக்கே. செய்ய வேண்டிய கூத்து எல்லாத்தையும் செஞ்சுட்டு அவ போய்ச் சேர்ந்துட்டா. உனக்கு என்ன இப்போ?' என்று அதட்டினான்.

குஞ்சம்மாவை சாமிநாதன் பார்க்க, குஞ்சம்மா ஜவஹரைப் பார்த்துக்கொண்டு நின்றாள். அவள் தொடை எல்லாம் நடுங்கியது. 'இவளுக்கு மாத்திரம் தெரியாமல் பொத்திப் பொத்தி வச்சு என்ன ஆகப் போகுது பட்டண்ணன்?' என்று குரலைத் தணிக்காமல் கேட்டான். காற்றில் படக் காலண்டரின் உலோகத் தகட்டு விளிம்பு

சுவரோடு உரசியது. வெளிப்பக்கத்து செம்பருத்திக் கிளையின் நிழல் ஜன்னல் கண்ணாடியில் எழுதப்பட்டதை அழிப்பது போல அசைந்தது.

'உனக்குத் தெரிய வேண்டாம்னு பெரியவன் எங்கிட்டே தான் 'இப்படிக் கேள்விப் படுதேன். இங்கே இங்கே வச்சுப் பார்த்தேன் சித்தப்பா'ன்னு முதல்லே சொல்லுதான். நானும் விசாரிச்சுப் பார்க்கேன். கருவாட்டு லாரி தாண்டிப் போகிறவரைக்கும் மூக்கைப் பொத்திக்கிடுவோம்னு பார்த்தேன். அது போகிற லாரியாத் தெரியலை. அப்புறம் தான் உங்கிட்டே சொல்லுதேன். சரியாப் போகும் சரியாப் போகும்ணு உன்கிட்டே சொன்னேனே தவிர, இது எல்லாம் சரியாப் போகாதுண்ணு எனக்குத் தெரிஞ்சு போச்சு.' குஞ்சம்மாவிடம் சொல்லவேண்டியதை எல்லாம் சாமிநாதனிடம் சொல்லச் சொல்ல, சாமிநாதன் முகத்தைப் பொத்திக்கொண்டு அழ ஆரம்பித்தான்.

'நீ பண்ணியிருக்கமாட்டேண்ணுதான் நினைக்கேன். நீ பண்ணுனியோ. அவளாப் பண்ணிக்கிட்டாளோ. தானா நடக்கலை. வல்லா வல்லடியா நடந்து போச்சுங்கிறது மட்டும் நிச்சயம்.'

ஜவஹர் பேசப் பேச, சாமிநாதன் குத்தவைத்த நிலையிலேயே தரையில் தன்னை நகர்த்திப் போய் சுவரோடு சாய்ந்துகொண்டான். அவன் உடம்பு பட்டு மூலையில் சாத்திவைத்திருந்த வாழைத்தார் தரையோடு சாய்ந்தது.

குஞ்சம்மா அதன் பக்கம் போய் அதை நிமிர்த்தி வைத்தாள். அவளால் முடியவில்லை. மறுபடியும் கொஞ்சம் சாய்ந்தது, அதன் பாரத்தில் நசுங்கிக் கொண்டு இருந்த சாக்கை அசைத்து அசைத்து உருவினாள்.

கிழங்கும் பக்கக் கன்றுமாக மூன்று நீட்டிக்கொண்டு இருந்தது. ஒன்றில் மட்டும் குருத்து வெளியே வந்திருந்தது. அதைத் தொட்டுப்பார்க்க விரும்புவது போல் குஞ்சம்மா விரலை நீட்டினாள்.

நீட்டின விரலோடு கையை எட்டிப் பிடித்து முகத்தோடு சாமிநாதன் வைத்துக்கொண்டபோது குஞ்சம்மா 'எய்யா' என்று உரக்க அழ ஆரம்பித்தாள்.

புதிய தலைமுறை,
ஆண்டு மலர், 2017

மனோன்மணீயம்

எல்லாம் சரியாகத்தான் இருந்தது.

அம்மா மேலே கிடந்த துணியில் ஒரு விலகல் இல்லை. கால் விரல் நகம் வரை வெளியே தெரியாமல் போர்வைக்குளிருக்க, இரண்டு பாதங்களையும் நெட்டுக் குத்தாக வைத்திருந்ததால், கருப்பண்ண சாமி கோவில் போகிற பாதையில் வளர்ந்துகிடக்கிற புற்றுப் போல, துணி விரலின் உச்சிவரை மடிப்பு மடிப்பாக ஏறிக் கூம்பிக் கிடந்தது. இருந்தாலும் அம்மா, சேலை, போர்வை எல்லாவற்றையும் இழுத்துவிட்டுக் கொண்டாள்.

'அந்த சன்னல் கதவைத் திறந்து வை. மூத்திர வாடை முகத்துக்குள்ளேயே சுத்திக்கிட்டு வருது மனோம்மணி' என்று சொன்னாள். மனோன்மணி கட்டில் அடியில் உட்கார்ந்திருந்த தரை கூட மெழுகிப் போட்ட மாதிரிச் சுத்தமாகத்தான் இருந்தது. 'இவ்வளவு சுத்தம் என்னத்துக்கு?' என்றுதான் வழக்கம் போல அவளுக்குப் பட்டது. அம்மா சொல்கிறாளே என்று சன்னலைப் பார்த்தாள். நான்கு கதவுகளும் கூடுமானவரை அதிகபட்சமாகத் திறந்தே இருந்தன. 'திறந்து தாம்மா இருக்கு. அப்படியெல்லாம் வாடை ஒண்ணும் இல்லை' என்றாள்.

'மூக்கம்மா தான் ஒரு தடவைக்கு ரெண்டு தடவை, முக்கு மூலை ஒண்ணு விடாமல் சாம்பிராணிப் புகை போட்டுட்டுத்தானே வீட்டுக்குப் போகுறா. இருந்தாலும் எனக்குத்தான் என்னமோ போல

இருக்கு' அம்மா முகம் ஒரு கெட்ட வாடையைச் சகித்துக்கொள்ள முடியாத சுளிப்பில் இருந்தது.

மனோன்மணிக்குத் தாண்டவராய மாமா ஞாபகம். அவர் மகள் மூக்கம்மா தான் இருபத்து நான்கு மணி நேரமும் அம்மாவுக்கு உதவி. சமையல், சாப்பாடு, ராத்திரி அம்மாவுக்குத் துணைக்குப் படுத்துக்கொள்வது எல்லாம் அவள்தான்.

'தாண்டு மாமா எப்படியிருக்கு?' மனோன்மணி அம்மா முகத்தைப் பார்க்காமல் கேட்டாள்..

'இருக்கு' அம்மாவின் குரல், அம்மாவிடமிருந்து வராமல் வேறு எங்கிருந்தோ வருவதாக இருக்கவும், மனோன்மணி அதற்கு மேல் வேறு எதுவும் கேட்கவில்லை.

திறந்து கிடந்த சன்னல் வழியாகத் தெரிந்த மேல்பக்கத்துச் சுவரையே பார்த்தாள். அந்தச் சுவரை மனோன்மணிக்கு ரொம்பப் பிடிக்கும். காரை பூசாத வெறும் செங்கல் கட்டுமானம். ஒவ்வொரு செங்கலுக்கு இடையிலும் இருக்கும் வரிவாளம், கொத்தனார் கரண்டி நுனி அழுத்திப் பூசின தடத்தோடு நுனி பிதுங்கி, தான் இத்தனை வருடங்களாகப் பார்த்த வெயிலையும் மழையையும் தன்னோடு வைத்திருக்கும். அடைமழைக் காலம் முடிந்து, திருக்கார்த்தியலுக்குப் பின் அடிக்க ஆரம்பிக்கும் வெயிலில், சுவரில் சுருக்கம் இல்லாத கல்யாண ஜமுக்காளம் போல விரிக்கப்பட்ட பாசியில், ஆயிரம் கால்களையும் நகர்த்தி மேலேறும் பூச்சிகள் எல்லாம் இப்போது எங்கே போயிருக்கும் என்று மனோன்மணி யோசித்தாள். இத்தனை வருடங்களுக்கு அப்புறமும் அது அந்தச் சுவரின் உச்சியை அடைந்திராது என்று மனோன்மணி நினைத்தாள். அப்படி நகர நகர, அந்தச் சுவரும் கொஞ்சம் கொஞ்சமாக வளர்ந்திருக்கும் என்றும், தான் உட்பட அந்த மரவட்டை மாதிரி நகர்ந்துகொண்டே இருக்கிறோமே தவிர, யாரும் எதையும் அப்படி ஒன்றும் புள்ளி வைத்தது போல, இதற்கு மேல் ஒன்றுமில்லை என்ற இடத்தை அடைந்துவிடவில்லை என்று உதட்டோரம் ஒரு சிரிப்பு வந்தது.

அது மேல் பக்கத்துச் சுவர் என்பது போல, அப்பா இருக்கிற காலம் வரை இந்த அறையையும் 'மேல ரூம்பு' என்றுதான் சொல்வார்கள். இந்த வீட்டின் மேல் பக்கத்து வாட்டத்தில் இருக்கிற அறை என்பதால் அப்படி ஒரு பெயர். இந்த அறைச் சுவருக்கும், அந்தப் பாசி பிடித்த செங்கல் சுவருக்கும் இடையில் ஒரு சின்ன முடுக்கு அகலத்துக்குத் தென்வடலாகச் சந்து ஒன்று உண்டு. மனோன்மணி

சின்னப் பிள்ளையாக இருக்கிற காலத்தில் முன் வாசலில் இருந்து பின் வாசல் வரை போய்வந்து புழங்கும் படியான வகையில் தெருவில் இருந்து ஒரு நிலை வாசலும் அதற்கு உண்டு. தெருவாசல் வழியாக வந்தால், அதன் வழியாக புறவாசல் போய், தோட்டம் வந்து, அதைத் தாண்டினால் குறண்டி வாய்க்கால் வந்துவிடும். குறண்டி வாய்க்காலில் ஒரு காலத்தில் தண்ணீர் தெரியாத அளவுக்கு அல்லி பூத்துக் கிடக்கும்.

மனோன்மணி அம்மாவைப் பார்த்தாள். கொஞ்ச காலமாகவே அம்மா பிழைக்க மாட்டாள் என்று தான் அவளுக்குப் படுகிறது. அம்மா வலது மூக்கிலும் இடது மூக்கிலும் வெள்ளைக்கல் வைத்த மூக்குத்தி போட்டிருப்பாள். ஒரு நாள், அம்மா தன்னுடைய முகத்தை வாகாக ஒரு பக்கம் திருப்பிக் கொண்டு, நாசி நுனியைத் திருகி, மூக்குத்தித் திருகாணியைக் கழற்றுவது போல அவள் சொப்பனம் கண்டாள். ஏற்கனவே இடது மூக்குத்தியைக் கழற்றி ஒரு கடசல் குங்குமச் செப்புக்குள் போட்டுப் பக்கத்தில் வைத்திருந்தாள். அதை விட அப்போது நிறைமேனியாக, உடம்பில் பொட்டுத் துணி இல்லாமல் இருந்தாள். இப்படி மனோன்மணிக்குள் அம்மாவைப் பற்றி நிறையச் சொப்பனங்கள் இருந்தன. ஒரு கட்டத்தில், அப்பா சுவரோரம் தொங்கும் ஒரு வளைந்த கம்பியில் தனக்கு வரும் காகிதங்களை, முக்கியமாகக் கல்யாணப் பத்திரிக்கைகளைக் குத்திவைப்பது போல், தாள் தாளாக அவளுக்குள் அந்தச் சொப்பனங்களை யாரோ அடுக்கிக் கொண்டு இருந்தது அவளுக்கு இம்சையாக இருந்தது.

அவை சொப்பனங்களாக மட்டும் இருந்திருந்தால் கூடப் பரவாயில்லை. மனோன்மணிக்கு மட்டுமே தெரிந்த, வேறு யாருக்கும் தெரிந்துவிடக் கூடாது என்று அவள் தனக்குள்ளேயே ஒளித்து ஒளித்து வைக்க நேர்ந்த ஒரு உண்மையாகவும் இருக்கப் போய்த்தான் அவளுக்கு இத்தனை கஷ்டம்.

மனோன்மணிக்கு இந்த அறைக்குள் தான் வந்து உட்கார்ந்தவுடன், அம்மா மூத்திர வாடை அடிக்கிறதாகச் சொன்னதும், சன்னல் கதவுகளைத் திறந்துவிடச் சொன்னதும் ஞாபகத்துக்கு வந்தது. எதிரே அம்மா முகத்தைத் தாண்டி சன்னல் கம்பிகளூடாக மங்கிய வெயிலில், அந்தச் செங்கல் சுவர் ஒரு நிழல் போல எட்டிப் பார்த்தது. புறங்கைத் தோலில் முள் கீச்சிய கோரை, பொருக்காடிப் புள்ளிப் புள்ளியாக உலர்ந்துகிடப்பதைத் தொட்டால் இப்படித்தான் இருக்கும்.

அம்மா சொல்கிற மூத்திர வாடை தன்னுடையதுதானோ என்று மனோன்மணி கேட்டுக்கொண்டாள். அம்மாவுக்குத் தெரியாது

என்று தான் இன்றைக்கு வரை நினைத்துக்கொண்டு இருப்பது எல்லாம் அம்மாவுக்குத் தெரியுமா? ஏன் அம்மாவுக்கு அன்றைக்கு சன்னலை எல்லாம் சாத்திக்கொள்ளத் தோன்றாமல் போயிற்று? இந்த மழைக்கால மத்தியானத்தில் இங்கே யார் இப்போது வரப் போகிறார்கள் என்றா? அல்லது எதிரே இந்தப் பாசிப் பச்சைச் சுவரின் கம்பளம் பார்வையில் புரள்வதற்கு அம்மாவும் தாண்டு மாமாவும் விரும்பினார்களா?

அப்பா அன்றைக்கு ஊரில் இல்லை. வத்திராயிருப்பு சிவகிரி பக்கம் அப்பாவுக்குத் தெரிந்த சாமியார் ஒருத்தர் இருந்தார். அவரைப் பார்க்கப் போனால் அப்பா என்றைக்கு வருவார் என்று சொல்ல முடியாது. மதியம் சாப்பிடுகிறவரை கூட மழை தூறிக்கொண்டே இருந்தது. மனோன்மணியும் பெரியக்காவும் தான் தோட்டத்தில் விளையாடிவிட்டு, வாய்க்காலில் இறங்கி அல்லிப் பூவைப் பிடுங்கிக்கொண்டு இருந்தார்கள். திலகா அக்காவிடம் காண்பித்துவிட்டு வருகிறேன் என்று மனோன்மணி ஓடிவந்தாள். திலகா அக்கா ஊஞ்சலில் படுத்து அப்படியே தூங்கியிருந்தாள். மனோன்மணி கையில் இருந்த பூவை ஊஞ்சலில் அவள் தலை மாட்டில் வைத்தாள். அல்லித் தண்டு ஈரம் அவள் கையில் இருந்தது. மனோன்மணிக்கு உடம்பு சொடுக்கி, ஒன்றுக்கு முட்டியது. சந்துக்கு ஓடி பாசிச் சுவர் ஓரமாக உட்கார்ந்தாள்.

ஒன்றுக்குப் போய்க்கொண்டே அவள் அந்த அணில்குஞ்சைப் பார்த்தாள், வாசலில் கல்யாணம் வரும்போது எல்லாம், ஒன்றுசேர்த்து முறுக்கிக் கொள்கிற மாதிரியான ஒரு மணமேடையின் உதிரி மரபாகங்கள் எல்லாம் அடுக்கி வைக்கப் பட்டிருந்த இடத்தில் அந்த அணில் குஞ்சு ஏறுவதும் இறங்குவதும் மனோன்மணிக்கு வேடிக்கையாக இருந்தது. பாவாடையைக் கீழே இறக்கிவிட்ட பின்பும் பைய, சத்தம் கேட்காமல் அதன் பக்கம் போனாள். சத்தம் கேட்டால் ஓடிவிடுமாம்.

அந்த அணில் ஓடிப்போய்விட்டது. அதற்குப் பதிலாக வேறு இரண்டு அணில்களை மனோன்மணி பார்க்கவேண்டியதாயிற்று. ஓடுவதும் பிடிப்பதும் விளையாடுவதுமாகத்தான் இரண்டும் இருந்தது. அணிலுக்கு எதற்கு வேட்டியும் சேலையும்? எப்போதும் தந்தப் பொத்தான்கள் வைத்த வெள்ளைக் காரிக்கம் சட்டையுடன் பார்க்கும் தாண்டு மாமாவை இப்படிப் பார்ப்பது இதுதான் முதல் தடவை. எண்ணெய் வைத்துத் தலைக்குக் குளித்துவிட்டுப் பூசுப்பொடி வாசனையுடன் வென்னீர் அறையிலிருந்து வியர்வை பொங்க அம்மா

வரும்போது கூட, உள்ப்பாவாடையை ஏற்றிக் கட்டிக்கொண்டுதான் வருவாள். அம்மா முதுகையும் பின் பக்கத்தையும் மனோன்மணி இதற்கு முன் பார்த்தது இல்லை.

மனோன்மணிக்குக் கட்டிலில் கிடக்கிற அம்மாவின் கையைப் பிடித்துக் கொள்ள வேண்டும் போல இருந்தது. கொஞ்சம் தன்னைத் தரையோடு நகட்டி, அம்மாவின் பக்கம் நெருங்கி முட்டுப் போட்டு, வேதக்கோவிலில் பிரார்த்தனை பண்ணுகிற மாதிரி நின்றாள். ‘ பிள்ளைகளுக்கு இப்போ லீவு விட்டிருக்கும் அல்லவா மனோம்மணி? ’ என்று கையை அளவுக்கு அதிகமாக இறுக்கும் போது அம்மாவின் கன்னத்தில் கண்ணீர் இறங்கியது.

‘எல்லாரும் வாராங்க அம்மா, வந்துக்கிட்டு இருக்காங்க’ என்றாள். அம்மாவுக்கு மனோன்மணியின் கணவர் புஷ்பராஜைப் பிடிக்கும். மூன்று மருமகன்களிலும் இவர்தான் கடைசி என்பதால், ‘சின்னவர்’ என்றுதான் அம்மா சொல்வாள். அவரும் வருகிறார் என்பதை உறுதிப்படுத்தினால் அம்மாவுக்கு சந்தோஷமாக இருக்கும் என்று தோன்றியதால், ‘மேகலா, மோகனன் ரெண்டு பேரையும் கூட்டிக்கிட்டு மேகலா அப்பா பதினோரு மணி வண்டியில் வருவாங்க’ என்றாள்.

அம்மாவுக்கு சந்தோஷமாயிற்று. தலைமாட்டுக்கு மேல் முகத்தை உயர்த்தி, சுவரோரமாக இருக்கிற கம்பிக்கொடிப்பக்கம் பார்த்து, ‘அந்த ரெண்டு சேலையையும் தான் இப்போ மாத்தி மாத்திக் கட்டிக்கிடுதேன்’ என்று சிரித்தாள். அந்த இரண்டையும் புஷ்பராஜ் வாங்கிக் கொடுத்தது மனோன்மணிக்குத் தெரியும். ‘அவுங்க எடுத்துக்கொடுத்ததா?’ என்று தெரியாதது போலக் கேட்டு, அம்மாவை மேலும் லகுவாக்கினாள்.

‘இப்போ கூட, அத்தைக்கு ஆத்து மீன் பிடிக்கும். வாங்கிக்கிட்டு வரேன். படையாச்சி வியாபாரத்துக்கு வருகிறதுக்கு எட்டு ஒம்பது மணி ஆயிரும். நீ வெயிலுக்கு முந்திப் போ’ண்ணு என்னைப் பஸ் ஏத்தி அனுப்பிச்சிட்டு மீனு வாங்கறதுக்குத் தான் அங்கே உக்காந்து இருக்கு’ என்று சொல்லிவிட்டு அம்மாவை விட மனோன்மணியே அதிகம் சந்தோஷப் பட்டாள்.

திறந்திருந்த சன்னல் தொந்தரவு செய்துகொண்டே இருந்தது. அதை நிரந்தரமாக மூடிவிட்டால் எதுவும் ஞாபகம் வராமல் இருக்கும் என்று அப்புறம் மனோன்மணிக்குத் தோன்றும். முடிகிறபோது எல்லாம், ரொம்ப காலத்திற்கு அதன் கதவுகளைச் சாத்திவைக்கிறதுண்டு. அந்த சன்னல் கதவுகளைச் சாத்தியபின், அந்த மேல ரூம்பு வேறு ஒன்றாக மாறிவிடுவதாகவும், ஒரு கிண்ணத்தைத் தூக்கிச் செல்வது

போல அந்த அறையை எங்கு வேண்டுமானாலும் அவளால் தூக்கிப் போய்விடமுடியும் என்று தோன்றும். திலகா அக்காவிடம், 'நான் அந்த அறையைத் தூக்கிக் கொண்டுவந்து இப்போ இங்கே வச்சிரவா?' என்று கேட்டபோது, திலகா 'உனக்கு என்ன கிறுக்குப் பிடிச்சிருக்கா, புள்ளே?' என்று சொன்னதும் அல்லாமல், 'இனிமே வேறு யார் கிட்டேயாவது இப்படி உளறாதே, என்னா?' என்று அதட்டிவிட்டாள்.

அப்பா உபயோகிக்கிற இந்த அறையில் தான் நிலைக்கண்ணாடி உண்டு. பெரியக்கா, திலகா அக்கா சடங்குக்கு எல்லாம் சடை பின்னிப் பூ வைத்து இந்த நிலைக்கண்ணாடிக்கு முன்னால் திரும்பி நிற்க வைத்து, கல்பனா ஸ்டுடியோக்காரர் எடுத்த ஃபோட்டோ எல்லாம் முன் சுவரில் தொங்குகிறது.. மனோன்மணி தனக்கு சடங்கு எல்லாம் வைக்கக் கூடாது என்று சொல்லிவிட்டாள். அப்பா இறந்து வருஷம் கழியவில்லை என்பதால், யாரும் வற்புறுத்தவும் இல்லை.

ரொம்ப காலம் வரை இந்த அறைக்குள் வருவதையும் நடமாடுவதையும் மனோன்மணி தவிர்த்தே வந்தாள். கொஞ்சம் விபரம் தெரிந்து, திலகா அக்காவுக்குக் கல்யாணம் முடிந்து இந்த அறையில்தான் கட்டில் அலங்காரம் பண்ணி இருந்தார்கள். திலகா அக்காவும் மனோகரன் அத்தானும் அந்த அறையில் போய் முதல் முதல் தங்கப் போகிறார்களே என்று அவளுக்கு எரிச்சலாக வந்தது. இதில் ஆள் ஆளாகத் திருநீறு பூசிவிட்டது போதாது என்று தாண்டு மாமாவும் பூசி, கண்ணைப் பொத்தி மனோகர் அத்தான் நெற்றி விபூதியை ஊதிவேறு விடுகிறார்.

அப்பா இருக்கும் போதும் சரி, இறந்த பிறகும் சரி, அம்மாவும் தாண்டு மாமாவும் சாதாரணமாகத்தான் நடமாடிக்கொண்டு இருந்தார்கள். ரூல் தடி வைத்துத் தாண்டு மாமா போடுகிற கோடுகளில் ஒன்று கூடக் கோணுவது, பிசகுவது இல்லை. அம்மா போட்ட படவரைக் குழிகளில் கொத்துக் கொத்தாக அவரை காய்த்தது. அவ்வளவு அடர்த்தியான கருநீலப் பூவை மனோன்மணி வேறு எங்கேயும் பார்த்தது கிடையாது.

இங்கே மனோன்மணியின் அப்பா இறந்துவிட்டது போல, தாண்டவராயன் மாமா வீட்டு அத்தையும் கொஞ்ச காலத்தில் தொண்டையில் புற்று வந்து முடிந்து போனாள். பெரியக்கா வீட்டு பாஸ்கர் அத்தானும் மனோகரன் அத்தானும் தான் போய்ப் பேசி சமாதானம் பண்ணி, தாண்டு மாமாவையும் மூக்கம்மாவையும் இந்த வீட்டோடு வந்து இருக்கச் சொன்னார்கள். 'பிள்ளை வேண்டுமானால் இங்கே நிற்கட்டும். தான் வடக்குத் தெருவிலேயே இருந்து கொள்வதாக'

அவர் சொல்லிவிட்டார். வழக்கமாக, வயலில் அறுப்பு முடிந்ததும் வருஷா வருஷம் வீட்டுக்கு வந்து எல்லாவற்றையும் சாணை பிடித்துக்கொடுக்கும் சத்தார் பாய் புறவாசல் வேப்பமரத்தடியில் சாணை பிடிக்கிற சத்தம் சுரீர் என்று கேட்டுக்கொண்டு இருக்கும் நேரத்தில் அவர்கள் ஒவ்வொருவராக வந்து வாசலில் செருப்பைக் கழற்றிப் போட்டார்கள்.

எல்லோருமாக சமையப் பருவமாக இருந்த மூக்கம்மாவைக் கூட்டிக்கொண்டு இந்த வீட்டுக்குள் வரும் போது வாய்விட்டு உரக்க அழுகிற அம்மாவை மனோன்மணியும் மற்றவர்களும் பார்த்தார்கள். திலகா அக்கா போய் மூக்கம்மாவை அணைத்துக் கூட்டிவந்து அம்மாவின் பக்கம் விட்டாள். அம்மா அவள் தலையை நீவிவிடுவதை தாண்டு மாமா பார்த்தபடி வருத்தப்பட்டதும் பாஸ்கர அத்தான் அவரை நாற்காலியில் உட்காரச் சொல்லி சமாதானப் படுத்த ஆரம்பித்தார். அம்மா ஒன்றும் சொல்லாமல் மூக்கம்மாவைத் தன்னோடு மேல அறைக்கு இட்டுக்கொண்டு போகும்போது மனோன்மணியும் போனாள்.

'கொஞ்சம் எழுந்திருச்சு உட்காருதியா? ரொம்ப நேரமா சாஞ்சு படுத்துக் கிடக்கியே' அம்மாவைக் கேட்டுக்கொண்டே மனோன்மணி தரையில் இருந்து எழுந்திருந்தாள். 'மணி என்ன இருக்கும்?' என்று கட்டில் பக்கம் குனிந்து அம்மாவின் பதிலைப் பொறுத்து அவளைக் கட்டிலில் நிமிர்த்தி உட்கார்த்திவைக்கலாம் என்ற தயாரில் இருக்கும் போது அம்மா, 'மூக்கம்மா வர்ர நேரம் தான்' என்றாள்.

அழிக்கதவு திறக்கிற சத்தம் கேட்டது. மனோன்மணி புஷ்பராஜும் பிள்ளைகளும் வந்துவிட்டார்கள் என்று நினைக்க, மூக்கம்மா வந்துகொண்டு இருந்தாள். மூக்கம்மாவுக்கு மாறுகண். மாறுகண்காரர்கள் முகத்தில் உண்டாகிற அழகான சிரிப்புடன், 'வாங்க மணி ம்மா.' என்றாள். கையில் ஏதோ மூடி போட்டு எடுத்துவந்த பாத்திரம் இருந்தது. 'அண்ணன், பிள்ளைங்க எல்லாரும் வந்திருக்காங்களா?' என்று கையைப் பிடித்தாள்.

'தாண்டு மாமா எப்படி இருக்கா? இப்போ பரவாயில்லையா?' என்று மனோன்மணி அவளோடு அடுப்படிக்குப் போனாள். மூக்கம்மாள் வேறொரு திசையில் பார்த்தபடி இவளுக்குப் பதில் சொன்னாள்.

'முன்னாடி மாதிரி ஆட்டபாட்டம் கிடையாது. கூச்சல் கூப்பாடு கிடையாது. கட்டிப் போடணும் அடைச்சுப் போடணும்கிற கட்டாயம்

எல்லாம் இல்லை. நிழலா வெயிலாண்ணு தெரியாம நடமாடுது. ராத்திரி விழுந்த தென்னை மட்டை அங்கேயே கிடக்குமே அது மாதிரி அந்தந்த இடத்துலே கிடந்து தூங்குது. வேணும்னா சாப்பிடுது. வேண்டாம்னா வேண்டாம்.' இதைச் சொல்லும் போது மூக்கம்மா அம்மாவுக்குக் கொண்டுவந்த கஞ்சியை ஆற்றிக்கொண்டு இருந்தாள்...

மனோன்மணி மூக்கம்மாவையே தீர்க்கமாகப் பார்த்தாள். இருபது இருபத்தோரு வயது இருக்கும். வாசலில் பச்சை உருமால் கட்டி, டேப் அடித்துக்கொண்டு வருகிற பக்கிரிகள் கழுத்தில் கிடக்கிற கண்ணாடி மாலை மாதிரித் தூசு தும்பு எதுவும் படியாத முகம். முளைப்பாரி போல ஒரு வெளிறல் பச்சை.

'அதெல்லாம் கூடப் பெருசு இல்லை மணிம்மா. இடுப்பில இருக்கிற துணியை உருவி உருவித் தூரப் போட்டிருது. உங்களுக்கு எங்க அப்பா எப்படி இருப்பாருண்ணுதான் தெரியுமே. அவ்வளவு உசர ஆம்பிளையை ஒரு கோமணத்துணி கூட இல்லாம எப்படிப் பார்த்துக்கிறது. சகிச்சுக்கிடுதது. பீ மூத்திரத்தைக் கூட அள்ளிக்கொட்டீருவேன். அப்பங்காரன் அம்மணத்தை என்ன பண்ண?'

மூக்கம்மா முகத்தை அப்படிப் பார்க்க மனோன்மணிக்குத் தாங்கவில்லை. அவளுக்குள்ளே அழுக்குக் கூடைக்குள் அமுக்கி வைத்திருந்த, அவள் பார்த்த தாண்டு மாமா உடல் எல்லாம் சரேல் என்று உருவிக்கொண்டு எங்கேயோ போய்விழுவதை மனோன்மணி உணர்ந்தாள். அரப்பு சீயக்காய் எல்லாம் தேய்த்து அடியாழத்துக்குள் குதித்துவிட்டு, எல்லாக் கசடையும் கழுவிச் சுத்தமாக, தண்ணீர் மட்டும் தாரை தாரையாகச் சொட்ட, வட்டக் கிணற்றுப் படிக்கல்லில் ஏறிவந்து மூக்கம்மா முன்னால் அவள் நின்றுகொண்டு இருந்தாள்.

'இப்போ மாமா எங்கே இருக்கா?' என்று மனோன்மணி கேட்டபோது, பதிலற்ற மூக்கம்மாவும் அவளும் மேல அறைக்குள் வந்துவிட்டிருந்தார்கள். மூக்கம்மா, 'இதைப் பிடிங்க மணிம்மா' என்று கஞ்சிப் பாத்திரத்தை இவள் கையில் கொடுத்தாள். அம்மாவின் தலையை நீவிவிட்டு, ' ஒண்ணுக்குப் போச்சா?' என்று கேட்டாள். இல்லை என்பது போலத் தலையசைப்பு வந்தது.

'அதெப்படிப் போகாமல் இருக்கும். நான் வீட்டுக்குப் போயிட்டுவரதுக்கே நாலு மணி நேரம் ஆயிருக்கும். போனது உங்களுக்குத் தெரியலை அத்தை' என்று சொன்னபடியே, எந்தத் தயக்கமும் இல்லாமல், மேலே போர்த்தியிருந்த துணிகளை ஒவ்வொன்றாக அப்புறப் படுத்தினாள். அப்படி அகற்றும் ஒவ்வொரு

செயலுக்கு இடையிலும், 'லேசாகத் திரும்பிப் படுங்க அத்தை' என்று அவள் பக்கவாட்டில், இடுப்புப் பக்கம் ஈரம் பட்டிருக்கிறதா எனத் தடவிச் சோதித்தபடி, மேலும் துணிகளை அகற்றினாள்.

மனோன்மணி கையில் பாத்திரத்தோடு நிற்கையில், ஒரு பூரணமான பொழுதில், மூக்கம்மாவின் கைகளால் பேறுகாலம் பார்க்கப்பட்டு அப்போதுதான் பிறந்த சிசுப் போல அம்மா படுக்கையில் கிடப்பதை அவள் அசையாமல் பார்த்தாள். அலம்பிச் சிந்திவிடுவது போல அவளுடைய உடல் உதறியது..

மூக்கம்மா சற்று நகர்ந்து போய், இடுப்பு உயரம் இருந்த ஒரு சாதிக்காய்ப் பலகை அலமாரியில் இருந்து பவுடர் டப்பாவை எடுத்து 'பழசு இல்லை. இது வேற பவுடர். இந்த வாசனை பிடிச்சிருக்கா அத்தை?' என்று பூசி விட ஆரம்பித்தாள். தொய்ந்துகிடந்த மார்புகளின் கீழ் எல்லாம் மூக்கம்மாள் தடவுவதைப் பார்த்ததும் மனோன்மணி குலுங்கிக் குலுங்கி அழ ஆரம்பித்தாள்.

'என்ன மணிம்மா, என்ன மணிம்மா' என்று பதறும் மூக்கம்மாளிடம் 'ஒன்றுமில்லை' என்பது போலச் சைகை செய்த மனோன்மணி மூசு மூசென்று அந்த இடத்திலிருந்து அழுதாள். 'மனோம்மணி' என்று மட்டும் சொல்லி வேறு எதுவும் சொல்லாத ஒரு கையும் குரலும் மட்டும் கட்டிலில் இருந்து இவள் பக்கம் ஆறுதல் படுத்துவது போல நீண்டது.

'தாண்டு மாமாவை நான் உடனே பார்க்கணும்' என்று சொல்லிக்கொண்டே மனோன்மணி எழுந்திருந்தாள்.

வாசல் கதவு திறக்கிற சத்தம் கேட்டது.

'எல்லாரும் வந்துட்டாங்க' மனோன்மணியின் அம்மா அவசரமாக மூக்கம்மா கையில் இருந்த துணிகளை இழுத்துத் தனக்கு மேலே போட்டுக்கொண்டாள்.

அமிர்தா

ஜனவரி, 2017

கமழ்ச்சி

காக்கும் பெருமாள் மாமா வந்திருப்பதாகவும் மாமா மட்டும் இல்லை அத்தையையும் அவரே பூசை மடத்து வீட்டிலிருந்து கூட்டிக்கொண்டு வந்திருக்கிறதாகவும் இரண்டு பேருமே ரொம்பத் தளர்ந்து போய்விட்டார்கள் என்றும் அம்மையப்பன் என்னிடம் சொன்னான்.

அம்மையப்பன் மகள் கல்யாணத்திற்குத்தான் வந்திருக்கிறேன். அவனுக்கும் என்னைப் போல ஐம்பது ஐம்பத்தொன்று வயதுதான் இருக்கும். சீக்கிரம் கல்யாணம் ஆகி, பிள்ளை பெற்று, இதோ ஊருக்குள்ளேயே தட்டுப் பந்தல் போட்டுக் கல்யாணம் நடத்துகிறான். ஆனா விலக்கில் லயன் கம்பெனிக்காரன் இறக்கிவிடும்போதே, வல்லநாடு மாரியப்பன் வாசிப்பு வா, வா என்று 'ஆலாத்தி' எடுத்தது. எதிர்த்தாற் போல உட்கார்ந்து கேட்டாலும் சரி, இப்படி பஸ்ஸில் இருந்து இறங்கிக் காலைத் தரையில் வைக்கும் போது முகத்தில் பூசிவிட்டுப் போகிற காற்றோடு வந்தாலும் சரி, அண்ணனும் தம்பியுமாக குருத்து ஓலையில் தோரணம் கட்டினது போல, நாகஸ்வரத்தில் என்னவோ மாயம் செய்து நம்மை முக்கோண மடக்கு மடக்கு ஆகச் செருகிக் காற்றில் அசைய விட்டுவிடுவார்கள்.

அதே கதைதான் அம்மையப்பன் காக்கும் பெருமாள் மாமாவும் அத்தையும் பந்தியில் உட்கார்ந்து சாப்பிடுகிறார்கள் என்றதும். அவன் சொல்லுகிற போதே ஆவுடையப்பன் சமையல் மூக்கைத் துளைக்கிறது. அவியல், பொரியல், கூட்டு எல்லாம் இருக்கட்டும்.

ஏட்டுத் தவசிப் பிள்ளையாக ஆவுடையப்பன் நின்றால் அப்பளம் பொரிக்கிற வாசனை இசக்கியம்மன் கோவில் தாண்டி தம்பிரான் பொத்தையடி உச்சிச் சுனை வரைக்கும் அடிக்கும்.

எத்தனையோ தடவைகளில், ஒரு தடவை காக்கும் பெருமாள் மாமாவும் நானும் பொத்தையில் உட்கார்ந்திருக்கும் போது, மாமா அப்படிச் சொல்லியிருக்கிறார். 'மருமவனே. மேலத் தெரு சடங்கு வீட்டில, ஆவுடையப்பன் அப்பளம் பொரிக்க எண்ணெய் சட்டியைக் காய வச்சுட்டாம் போல இருக்கே'. மாமா அது வரைக்கும் நம்முடன் பேசிக்கொண்டுதான் இருந்திருப்பார். குணங்குடி மஸ்தான் பாட்டு ஒன்றைப் பாடுவார். அடுத்து இன்னொன்றைக் கணார் என்று உச்சரிப்பார். 'இது யாரு தெரியுமா?' என்று கேட்பார். 'பட்டுக்கோட்டையா?' என்று கேட்டால், 'தமிழ் ஒளி'ண்ணு சிரித்து மேலும் இரண்டு வரிகள் பாடுவார். ஆற்றுக்கு அந்தப்புறம் துரைராஜபுரத்து தர்காவில் தெரியும் பச்சைக்கொடியைப் பார்த்துக்கொண்டே, 'பாவா புறப்பட்டாச்சு பொத்தையைப் பார்க்க. ஏழு புறா பறக்குது பாரு' என்பார். இவ்வளவுக்கும் இடையில் அப்பளம் பொரிக்கிற வாசனை பற்றி வரும்.

அவருக்கு நிறைய வாசனை இப்படித் தெரியும். 'புல்லு லேசா நசுங்குத வாசனை வருது மருமவனே. கீரிப் பிள்ளைக கூடுது. பாவம். பொட்டைப் பிள்ளைக்கு இதுதான் தலைக்கூடல் போல' என்பார். சொல்லிவிட்டுப் பொத்தைச் சுனைத் தண்ணீரில் மிதக்கிற ஆத்தி மர இலைகளைப் பார்த்து, 'வடக்கு வா செல்வி வந்துவிட்டுப் போயிருக்கா நேத்து. ஓடைக் கருப்பன் கூட ஜாமக் கூத்து' என்று பாவா வந்ததும் சொல்வார். பாவா கையில் எப்போதும் டேப் இருக்கும். சுருதி சேர்ந்த தோலும் சலங்கை கட்டின மாதிரி ஜாலருமாக அது அதுவாகவே எப்போதும் ஒரு ஒலிப்பில் இருக்கும்.

பாவா பச்சை உருமால் கட்டியிருப்பார். தொளதொளப்பான முழுக்கை ஜிப்பாவுக்கு வெளியே அவருடைய நீண்ட விரல்கள் கொஞ்ச நேரம் தோல் வட்டத்தில் அலைந்துகொண்டே கிடக்க, பாவா முதலில் பாட ஆரம்பிப்பார். உருதுவாக இருக்கலாம். அவருடைய வரியை வாங்கி, காக்கும் பெருமாள் மாமா பாடுவார். எவ்வளவு நேரம் பாடுவார்கள் என்று தெரியாது. பக்கத்தில் நான் ஒருத்தன் இருப்பதை மறந்துவிட்டிருப்பார்கள். ஒவ்வொரு மேகமாகப் புகுந்து புகுந்து வெளியேறி எல்லாப் புற்றுக்குள்ளும் நெளிந்து துவாதசி நிலா அமுதத்துக்கு முந்திய விஷம் கக்கிக்கொண்டு இருக்கும்.

விஷத்தின் கடைசி விளிம்பில் அமுதம் திரள்கிற நேரத்தை அவர்கள் அறிந்தது போல், பாவாவும் காக்கும் பெருமாள் மாமாவும் ஒரு கையை மேலே உயர்த்தியும் ஒரு கையை பூமியைப் பார்க்கத் தாழ்த்தியும் ஒயில் கும்மி போல ஒரு நடனம் ஆடத் துவங்குவார்கள். அசத்தத்தின் உலர் சுள்ளியில் எரிகிற தீச் சடசடப்பு போன்ற அந்த நடனத்தை நான் பார்த்துக்கொண்டே இருப்பேன். பயமாக இருக்காதா என்று கேட்டால் பயமே இராது. ஒரு வகை நிறைவாக இருக்கும். மூச்சு வெதுவெதுத்து உள்ளங்கை ரேகையில் நீலமாக ஒரு கீற்று நகர்ந்து போகும். எதுவென்று தெரியாமல் ஏதோ ஒன்று கமழும்.

விடிகிற நேரத்தில் பொத்தையில் இருந்து இறங்கிக்கொண்டு இருப்போம். ஒரு யானையின் துதிக்கை வளைப்பில் இருப்பது போல மாமா என் தோளில் கையைப் போட்டு அணைவாக வைத்திருப்பார். பார்க்கப் போனால் பொத்தையில் இருந்து ஊருக்குள் இறங்குவது ஒரு சரிவு தான். பாதங்களுக்குக் கீழ் பாறை மேல் நோக்கிப் புரண்டது மாதிரிக் கிடக்கிற உணர்வு வரும். ஐந்து பனைப் பொந்தில் முதல் கிளி தன் இறகைச் சிலுப்பும் சிலுப்பலில் விடிவெள்ளி தன் குமிழி விம்மித் திரள்கையில், ‘மருமவனே. நல்லாத் தூங்கிட்டே. ஏழு புறாவும் தண்ணீ குடிச்சுட்டுப் போகும் போது, உனக்கு நல்ல உறக்கம். ஏழுலே ஒண்ணு உன் தலைமாட்டில் வந்து உன் காதுக்குள்ளே என்னமோ சொல்லுச்சு. அந்தச் சமயம் அந்தப் புறா ஊதாவா ஆயிட்டு. ஒரு செகண்ட். ஒரு சொடக்கு நேர ஊதா. மறுபடியும் அப்படியே வெள்ளையாகிட்டுது’.

மாமா இவ்வளவு தான் சொன்னார். இவ்வளவு தான் சொல்வார். இவ்வளவுக்கு மேல் அவருக்கு எதுவும் இல்லை. சொன்ன சொல் என் காதில் விழுந்து நெஞ்சில் கரைவதற்குள் அவர் வெகுதூரம் போயிருப்பார். பொத்தையை சம்பந்தமே இல்லாததாக, வெகு பின்னால் விட்டிருப்பார். ‘இலுப்பங் கொட்டையை எங்கெ விடணும், வாதாங்கொட்டையை எங்கே விடணும்னு ரா பட்சி, பல்விருகத்துக்குத் தெரியும் மருமவனே’ என்று சொல்லியிருக்கிறார். ஒரு முறை கூட, வௌவால் என்றோ ஆந்தை என்றோ மரநாய் என்றோ அவர் சொன்னது கிடையாது. அவர் ‘ரா பட்சி’ சொல்லும் போது எல்லாம் எனக்கு அழகர் கோவில் வௌவால்கள் ஞாபகம் வரும். அதை அவரிடம் சொல்லியிருக்கிறேன். ‘அழகர் ஞாபகம் வருதா? நல்ல விஷயம் மருமவனே. கேட்கிறதுக்கே குளுகுளுண்ணு இருக்கு’ என்று சிரித்தார். பாவாவும் அவரும் அன்றைக்கு ராத்திரி, அழகர், கள்ளழகர் என்று சொற்கள் மாறி மாறி வரும்படி இசைத்து இசைத்து

உரையாடிக்கொண்டே இருந்தார்கள். அவர்களுடைய முதுகு திசையில் என் பார்வையில் படுகிறது போல ஒரு கிழட்டுக் குரங்கு, எப்போதோ ஊட்டின பால் மடிகள் தொங்க உட்கார்ந்து கொண்டு, ஒரு தபேலா வாசிக்கிற நிலையில் தன் முன்னால் ஒரு சிறு பலாப் பழத்தை வகிர்ந்து சுளையெடுத்து வாயில் ஒதுக்கிக்கொண்டு இருந்தது. நாடா நாடாவாக பலாப் பழ வைக்கோலின் மஞ்சள் மலர்.

அப்படி மாமா என்னிடம் சொன்ன கொஞ்ச நாட்களில் எனக்கு மூன்று இடங்களில் வேலை கிடைத்து ஆர்டர்கள் வந்தன. இரண்டே கால் வருடம் சும்மா இருந்திருக்கிறேன். என்னோடு படித்த அம்மையப்பன் சொந்த செல்வாக்கில் நூற்பு மில்லில் நிர்வாக வேலைக்குப் போய், அது பிடிக்கவில்லை என்று ஊரோடு வந்து விவசாயம், அவனுடைய குடும்பப் பள்ளிக்கூட நிர்வாகம் என்று உட்கார்ந்துவிட்டான். அவன் வைத்திருந்த உரக்கடையில் வைத்து தான் நான் ‘ஆனந்த மடம்’, ‘கினு கோனார் சந்து’, ஜமீலா, கொஞ்சம் கஷ்டப் பட்டு ‘க்ரைம் அன்ட் பனிஷ்மென்ட்’ எல்லாம் வாசித்திருக்கிறேன். என் அம்மாவைப் பெற்ற தாத்தா வழியில் என்னிடம் ஏற்கனவே வந்து சேர்ந்திருந்த ஆஸ்த்மா அதிகமானதும் அங்கே வைத்துத்தான். உரமூடையின் மேல் தலைப்பாகை கட்டிக்கொண்டு அச்சடித்த சிரிப்புச் சிரிக்கிற அந்த ஆளின் முகத்தை, அம்மையப்பன் கடையில் உரம் வாங்கிப் போகிற யார் முகத்திலும் ஒருகாலத்திலும் நான் நேரில் பார்த்தது கிடையாது.

அம்மையப்பன் தான், நான் மூச்சு விடுகிறதற்குப் படுகிற அவஸ்தையைத் தாங்க முடியாமல், ‘ வா. காக்கா மாமாவைப் பார்ப்போம்.’ என்று கூட்டிப்போனான்.

காக்கும் பெருமாள் மாமாவை அவன் காக்கா மாமா என்றே முதலில் இருந்து சொல்கிறான். அவனுக்கு அவர் நெருங்கின சொந்தக்காரர். சிற்றாற்று வெள்ளம் வந்து வடிந்திருந்த ஒரு சமயம் அவரைப் பார்த்த காட்சியை அம்மையப்பன் சொன்னது அப்படியே நினைவில் இருக்கிறது. ‘வெள்ளம் வடிஞ்சு முழுசா ரெண்டு மூணு நாள் கூட ஆகலை. மணல் ஈரம் காயலை. இன்னும் ஆடு மாடு குளம்புத் தடம் கூட விழலை. பாம்பு நெளிஞ்சது, நண்டு ஊர்ந்ததுண்ணு ஒண்ணு ரெண்டு கிடக்கு. கருப்பா, கருநீலமாண்ணு சொல்ல முடியலை. பாயுற தண்ணி போட்டுட்டுப் போன டிசைனுக்கு நிறம் சொல்ல நீ யாரு. நான் யாரு. அப்படியே அருணாசல ஆசாரி தங்கப் பட்டறையைக் கூட்டித் தூசியை அள்ளின மாதிரி வெயிலில் மணல் மினுங்குது.’ இப்படிச் சொல்லிவிட்டு அம்மையப்பன் கொஞ்சநேரம் நிறுத்துவான்.

அந்தக் காட்சியில் இருந்து வேறொரு காட்சிக்கு நகர்த்துகிற கோணம் அவனுக்கு வந்திருக்கும். 'அங்கே பார்த்தால் மணல் திட்டுக்கு நடுவில காக்கா மாமா ரெண்டு காலையும் அகட்டி வச்சுக்கிட்டு மானத்திலே இருந்து கங்கையை ஏந்தப் போகிற மாதிரி நிற்காரு. அடிச்சுக்கிட்டுப் போன தாழம் புதர்னு நினைக்கேன். சுழியோடு சுழியா சுத்தி, தண்ணீரில் பொத்தல் விழுந்து விழுங்கின சமயம் அகப்பட்டு இருக்கும். அது காலடியில் கிடக்கு. இவர் கையில் கொம்பும் கண்ணுக் குழியுமா ஒரு காளை மாட்டு மண்டையோடு. ப்ரைஸ் வாங்கிக்கிட்டு வந்தது கணக்கா, அப்படியே அதை நெஞ்சோடு வச்சுக்கிட்டு நிற்கிறாரு. நான் வருகிறது, சைக்கிளை ஸ்டாண்ட் போட்டுக் கரையிலே நிறுத்தினது, அரளிப் பூ பறிச்சுகிட்டு பூக்குடலையோடு பின்னால் உட்கார்ந்து வந்த வேலுப் பண்டாரம் எதுவும் அவருக்குத் தெரியலை. கள்ளப் பிராந்து வட்டம் போட்டு இறங்குகிற மாதிரி, ரொம்ப நேரமா அவரு தலைக்கு மேலே பறந்துக்கிட்டு இருந்த காக்கா, மெதுவா அவர் தோளில் வந்து உட்கார்ந்துது. அது முதலில் அலகைத் திறந்து 'கா' ண்ணு ஒரே ஒரு சத்தம் போட்டுது.' அம்மையப்பன் இப்போது அகன்ற கண்களோடு என்னிடம் சொன்னான், 'நீ நம்ப மாட்டே. அப்படி அது 'கா'ண்ணு போட்ட சத்தம், எதையோ சாப்பிட்டுவிட்டுத் துப்பினா சக்கையா விழுமே, அது மாதிரி துண்டாக விழுது. அது மணலில் விழுகிற நொடிக்குள் மாமா மேகத்தைப் பார்க்கிற மாதிரி இன்னும் கொஞ்சம் தலையைச் சாய்ச்சுக்கிட்டு, 'கா,கா, கா' ண்ணு சத்தம் கொடுக்கிறார். அசல் காக்கா சத்தம். நம்ம வீட்டு முருங்கை மரத்துல உக்காந்து போடுமே அது இல்லை. இது அண்டங் காக்கா சத்தம். திவசத்துக்கு வந்து உட்கார்ந்து இலையைக் கொத்தி இழுக்குமே அதோட சத்தம்'.

இதற்குப் பிறகு அம்மையப்பன் சொல்கிறதை, அம்மையப்பன் பார்த்ததையும் விடக் கூடுதலாக நான் பாராமல் பார்த்துக் கொண்டேன். காக்கும் பெருமாள் மாமா சத்தம் கொடுக்கக் கொடுக்க, ஒன்று பத்து நூறு என்று அவர் தலைக்கு மேல் அவ்வளவு காகங்கள். ஒரு நூல் கண்டுக்குள் புகுந்து புகுந்து, எந்தச் சிக்கலும் விழாமல், எந்த இழையும் அறுந்துவிடாமல் ஒரு பெரிய சாம்பல் கருப்பு வட்டத்தைக் கரைந்து கரைந்து வரைந்துகொண்டே இருக்கிறது. ஒன்று கூடத் தரையில் இறங்கவில்லை. ஒன்று கூட சிற்றாற்று மணலில் இறகு உதிர்க்கக் காணோம். மாமாவின் தோளுக்கு மேல் தலைக்கு மேல் சாம்பல் கோபுரம் கட்டுகிறது. மாமா இருந்தாரா, காணாமல் போயிருந்தாரா என்று கூடச் சொல்லத் தெரியவில்லை.

இப்படி ஒரு சித்திரத்தில் அம்மையப்பன் காட்டின மாமாவை அவருடைய வீட்டில் பார்த்ததைப் பற்றி யோசித்தால், உடனடியாக

நினைவுக்கு வருவது ஒரு பசு மாட்டின் வயிறு எக்கிக் கூப்பிடுகிற சத்தம் தான். அந்தச் சத்தம் காதில் விழும்போது இளநீலக் கண்ணாடிப் பாளங்கள் உடைந்து சிதறி விழுவது போலப் பம்ப் செட் தண்ணீர் விழுவதைத் தாண்டிப் போனோம். ஒரு இறந்த குட்டித் தவளை மிக வெளிறிய வயிற்றை மல்லாந்து காட்டி ஓடைத் தண்ணீரில் நகர்ந்தபடி இருந்தது. நகர்வதும், ஓடைப் புல்லில், அல்லது உள்ளே கிடக்கும் சீனிக்கல் ஒன்றின் தடுக்கலில் அது நிதானித்து, தலை இருந்த திசையை மாற்றி, அகன்ற பின்கால்களின் நகம்விரித்து மேற்கொண்டு செல்வதுமாக இருந்தது.

காக்கும் பெருமாள் மாமாவுக்குப் பத்து நூறு தென்னம் பிள்ளைகள். அவர் அப்பா காலத்தில் காய்ப்புக்கு வந்தவை. தென்னைக்கு ஊடாக கொஞ்சம் வாழையும் நட்டிருந்தார். ஏழிலைக் கிழங்கு என்று நினைக்கிறேன். தப்பாகவும் இருக்கலாம். அது ஒரு பக்கத்துச் சவுக்கத்தில் வளர்ந்திருந்தது. நடுவில் ஒரு சிறு குடிசையின் மாடக் குழியில் விளக்குச் சுடர் இடது காலை மடித்து வலது முழங்காலில் ஊன்றித் தலைக்கு மேல் இரண்டு கைகளையும் கூப்பி எரிந்துகொண்டிருந்தது. தேசிகர் என்று மாமா அடிக்கடி சொல்கிற ஞான தேசிகர் நூற்றி இரண்டு வயதில் அடங்குகிற வரை அங்கே இருந்தாராம்.

மாமா வீடு தோப்பின் பின்னால் கடைசியில் இருந்தது. இரண்டு பக்கங்களிலும் மாட்டுத் தீவனத்திற்கான புற்கள் வளர்ந்துகிடந்த ஒரு ஒற்றையடிப் பாதை வழியாகப் போக வேண்டியது இருந்தது. இரும்புக் கூடாரம் போல சாண எரிவாயுக் கலன் போட்டிருந்தார். தொழுவில் மாடுகள் கால் மாற்றுகிற, நாங்கள் வந்ததும் ஒரு பசு எழுந்திருக்கிற சத்தத்தைக் கலைக்காமல் போனாலும் வைக்கோல் படப்புக்குள் இருந்து வெளியே வந்த பூனைக் குட்டிகள் அப்படியே நின்றன. சற்று அதிசயித்தது போல நிற்கும் அந்தப் பூனைக்குட்டிகளின் கண்களில் எழுதப்பட்டிருந்த உலகத்தின் அழகு சொல்ல முடியாத ஒன்று. அம்மையப்பன் என் கைகளை அழுத்திப் பிடித்தான். அவனும் அந்தக் கண்களைப் பார்த்திருக்க வேண்டும்.

காக்கும் பெருமாள் மாமா எங்களைப் பார்த்துவிட்டார். என்னை அவருக்குத் தெரிந்திருக்காது. ஆனால் எனக்குத்தான் அவர் முதலில் முழங்கைகயில் இருந்து பாம்பு விரல்கள் வரை சீராக ஒன்றிப் பொருந்தக் கும்பிடு வைத்தார். ‘வாருங்கள் அம்மையப்பன். சந்தோஷம்’ என்றார். இடது கையில் அவர் போட்டிருந்ததை விட, வலது காலில் இருந்த செப்புத் தண்டை கனமாக இருந்தது. என்னை

யார் என்று விசாரித்துக் கொள்ளவில்லை. ஒரே ஒரு முறை என்னைச் சிரித்துக்கொண்டே பார்த்ததோடு சரி. அம்மையப்பனும் அறிமுகம் செய்துவைக்கவில்லை.

'இதோ வந்துவிடுகிறேன். அவங்களைக் குளிப்பாட்டிவிட்டேன். தலை துவட்டுவது மட்டும்தான் பாக்கி' என்று சிரித்தார். வெள்ளை இல்லை. முற்றிய கொம்பன் யானைத் தந்தம் போலப் பழுப்பாக இருந்தது. நெருக்கமும் பளபளப்பும் நிறைந்த வரிசையான பெரிய பற்கள். சிரித்து முடிக்கையில் மேல் வரிசையில் வலது ஓரச் சிங்கப் பல்லை நாக்கு நுனியால் வருடிக்கொள்கிற பழக்கம் அவருக்கு இருந்தது. வெளிப்புறமாக, மடக்கிய விரல்களால் கடைவாயிலிருந்து கன்னத்திற்கு மீசையை ஒதுக்கிக் கொண்டார். ஒதுக்கின இடது மோதிர விரலில் செப்பு இல்லை வேறு ஏதோ ஒரு உலோக வளையம். தொடாமலேயே அது குளிர்ச்சியாக இருக்கும் என்ற வகையில் களிமண் நிறம் கொண்டிருந்தது.

அம்மையப்பன் ஏற்கனவே வந்திருப்பதால் எனக்கு முன்னால் போனான். இரண்டு சிறகுகள் போல மொட்டை மாடிக்கு வீட்டின் தென் வடல் பக்கங்களில் படிக்கட்டுகள் இருந்தன. அகல இரண்டு கைகளையும் விரித்து வருகிறவர்களை அணைத்துக் கொள்ள வீடு எழுந்து நிற்கும் தோற்றம். 'கால் ரெண்டையும் தேய்ச்சுக் கழுவிக் கொள்' என்று கல்தொட்டியைக் காட்டினான். தொட்டி விளிம்பில் குடும்பமாக உட்கார்ந்திருந்த நாலைந்து அடைக்கலாங் குருவிகள் சிடுசிடுவென்று பறந்தன. பறக்கும் போது காற்றில் அவை இட்டுப் போகும் கோட்டின் ஈரம் உலர்கிற நேரத்தில் அதைத் தாண்டினேன் போல. முகத்தில் நூல் தடுக்கி நூல் அறுந்தது போல இருந்தது.

மூங்கில் சார்ப்பில், உட்கார்ந்தால் தலை தட்டாத உயரத்தில் பனை ஓலைக் கூரை தணிவாக இறக்கி, நான்கு பக்கங்களும் திறப்பு. உட்பக்கத்து மூங்கிலும் கொச்சக் கயிறும் பழசாகிவிட்ட அல்லது புதிதாகவே இருக்கிற ஒரு வாசனையுடன் மேல் நோக்கிக் கூம்பி இருப்பதைப் பார்த்தபடி இருந்தேன். வெயில், தரையில் காசு வீசிக் காசு பொறுக்கிக் கொண்டிருந்தது.

சங்கு பெருக்கும் சத்தம் கேட்டது. எனக்கு முதுகு சொடுக்கியது. மடியில் தொய்ந்து கிடந்த கைகள் மடியிலேயே கூப்பிக் கொண்டன. சங்குச் சத்தத்தின் அருவ உச்சியில் பதிந்த பார்வை பாதத்திற்கு இறங்குவதற்குள் சங்கின் விம்மிதம் நிறைந்து தென்னங்கீற்றுகளில் வழிந்தது. அம்மையப்பன் என் காதோடு, 'பூசை முடிஞ்சுது. இப்போ

வந்திருவாரு. அத்தைக்கு சேலை மாத்தி கஞ்சி கொடுக்கணும். அவ்வளவுதான்' என்றான்.

கீழே கொஞ்ச நேரத்தில் சின்னப் பிள்ளை மாதிரி ஒரு சிரிப்புச் சத்தம் கேட்டது. பெண் சிரிப்பின் லயத்துடன் ஆண்குரலின் கரகரப்புள்ள சிவனொரு பாகி. 'இன்னும் ஒரு மடக்குக் குடிச்சுக்கோ, அன்னம்மா' என்று அவர் கெஞ்சுவது கேட்டது. பாத்திரம் தட்டுப் பட்டு உருள்கிற சத்தம், நாதாங்கிச் சங்கிலி விலகுகிற சத்தம், மரக் கதவு மோதின அதிர்வில் சுவரில் கொடி போட்டு ஏறியிருந்த செம்மண் உதிர்ந்து கரையான் திகைத்துத் திசை தப்பும் மசமசப்பு எல்லாம் தாண்டி முன்வாசல் வழியாக யாரோ சேலை தடுக்க ஓடுகிற காற்றுக் கிழிப்பு...

'எந்திரிக்காதே. அப்படியே இரு. அப்படியே இரு' அம்மையப்பன் என் தோளை அமர்த்துகிறான். அவன் கை என் தோளில் இறங்குவதற்குள் என் பார்வை தும்பு அறுத்து வெளியில் பாய்ந்துவிட்டது. அரை மடங்கலாக எழுந்திருந்த உடம்பு மட்டும் தரைக்கு மீண்டுவிட்டது. பாயைச் சுருட்டினது போல நாங்கள் வந்த பாதையின் ஊடாக அந்தப் பெண் ஓடுகிறது. உள்ப் பாவாடை மட்டும் இடுப்பில் இருக்கிறது. மேலே ஒன்றும் இல்லை. பின்னால் ஓடுகிற காக்கும் பெருமாள் மாமாவின் கை கன்றுக்குட்டியை விரட்டுவது போல நீண்ட வாக்கில் திறந்த வெளியில் தூண்டில் போட்டது. கருங்கல் பிளந்த பளீருடன் சிரிப்புச் சத்தம் நெளிந்து நெளிந்து ஓடிப் படம் எடுத்தது.

'தாயி, தாயி' என்று இரண்டு தடவைகள், இடையில் ஒரு; அன்னம்மா, மற்றுபடியும் அந்தத் 'தாயி, தாயி' என்று சத்தம் கொடுத்தபடி, காக்கும் பெருமாள் மாமா அந்தப் பெண்ணின் பின்னால் கால் அகட்டித் தாவிப் போனபடி இருந்தார். நில் என்று ஒரு முறை சொல்லவில்லை. போகாதே என்று தடுக்கவில்லை. தோப்பு வாயைப் பொத்திக் கிடந்தது. அணில் சத்தம் கூட இல்லை. பம்ப் செட் தண்ணீரின் கண்ணாடிப் பேச்சு வட்டக் கிணற்று மோட்டார் இட்ட குதுகுதுப்போடு ஓடுகாலில் தென்னங்குரும்பை உருட்டிப் போய்க் கொண்டிருந்திருக்கலாம்.

விளக்குச் சரத்தின் பூவை வைத்துப் பொத்தி நெடுஞ் சுடரைக் குளிர வைப்பதும் மாமா அந்தப் பெண்ணை எட்டிப் பிடித்ததும் ஒன்று. தைலம் வற்றவில்லை. திரி கருகவில்லை. நேற்றின் சுடர் நாளைக்குப் போய்விட்டது. 'அன்னம்மா' என்று முகத்தோடு முகம் வைத்துக் கொஞ்சிய நிலையில், ஒரு கன்றுக்குட்டியைப் போல அந்தப் பெண்ணைத் தூக்கியணைத்துக் கைகளில் ஏந்தியபடி திரும்பி

வந்துகொண்டு இருந்தார். குனிந்து கனிந்து அந்தப் பெண்ணின் உச்சியில் முத்தமிட்டு வருகிற தோற்றம் வீட்டை நெருங்கிவிட்ட நிலை. அவர் கல் தொட்டிக்கு முன், இரண்டு கைகளிலும் மடிந்து கிடந்தவளைக் கீழே இறக்கிவிட்டு முதலில் அந்தப் பெண்ணுடைய பாதங்களைக் கழுவி விட்டார். அவருடைய வலது கால் செப்புத் தண்டையில் இருந்து வளையமிட்டு இறங்கிய தண்ணீரையே பார்த்துக்கொண்டு இருந்தேன். அம்மையப்பன் என் தோள்களை மறுபடி அமுக்கினான்.

அந்தப் பெண் மறுபடி திமிற ஆரம்பித்தது. அப்படியே தூக்கியது மட்டும் தெரிந்தது, அதிர்ந்த பாதங்களிலிருந்து தெறித்த ஈரத்தில் கடுகு கடுகாகச் செம்மண் கோலிகள் தரையில் உருண்டு விலகின. மரக் கதவை மூடுகிற சத்தத்தின் தொம்மில் நான் அம்மையப்பனைப் பார்க்க ஆரம்பித்து இருந்தேன். நான் இன்றைக்குப் பார்த்த அத்தனையையும் என்றென்றைக்கோ பார்த்திருக்கிறது போல இருந்தான். அவனுடைய தலைக்குப் பின்புறத்தில், கூரை ஓலையிலிருந்து கழன்று தொங்கிய ஒரு கீற்றின் இளம்பச்சைக்கும் அவனுக்கும் ஒரு வித்தியாசமும் இல்லை. படிகளில் ஏறிவரும் பாதச் செதுக்கல், விரல் உரசல் எதுவும் கேட்கக் காணோம். அவர் எங்கள் பக்கத்தில் வந்திருந்தார். அந்தக் கணத்தின் கல் நாகருக்குப் பின்னால். அதே கணத்தில் முளைத்துக் கிளைத்த அரசமரம் போல உயரம், அடர்த்தி.

எடுத்த எடுப்பிலேயே என் மணிக்கட்டை ஏந்தி நாடி பார்த்தார். மூன்றா, நான்கா, எத்தனை விரல்களைப் பிடித்தார் என்று சொல்ல முடியவில்லை. முதலில் விரல்களை மேல் கணுவில் இருந்து கடைசிக் கணு வரை உருவிவிட்டார். தனித் தனியாக விரல்களைக் கையில் வைத்துக் கண்ணை மூடியபடியே, சிரித்தார். 'நாடி வேர் பூராவும் அம்மையப்பன் கடை உர வாடை பட்டு வெந்து போயிருக்கு' என்றார். 'ஒன்றுமில்லை. சரியாகப் போகும்' என்று சொன்னதுடன் சரி. என் இளைப்புத் தொந்தரவு பற்றி எதுவும் மேற்கொண்டு கேட்கவில்லை. வைத்தியம் சொல்லவும் இல்லை. இதற்கு முன்பே பேசியிருந்ததை, நிறுத்திய புள்ளியிலிருந்து தொடர்வது போல, அம்மையப்பனுடன் பேச ஆரம்பித்திருந்தார்.

பேச என்பதை விடப் பாட என்று சொல்ல வேண்டும். காக்கும் பெருமாள் மாமா, 'ஆசையென்னும் ஏலேலோ' என்று பாட, அம்மையப்பன் 'அரும்புவிட்டு அயிலேலோ' என்று பாடினான். எனக்கு வரிகள் எல்லாம் முதலில் பிடிபடவில்லை. அந்த ஏலேலோவும் அயிலேலோவும் பிடித்திருந்தது. 'கோசமெனும் ஏலேலோ, கொழுந்துவிட்டு அயிலேலோ' என்று அவர்கள் அடுத்தடுத்த

அடிகளுக்குப் போய்க்கொண்டு இருந்தார்கள். பாடப் பாட, இரண்டு பேர் குரல்களும் பிளந்த பாறைச் சொரசொரப்பு நீங்கி, உருண்டுருண்டு கூழாங்கல் வழவழப்பு அடைந்திருந்தது. “போதமெனும் ஏலேலோ, பூப் பூத்து அயிலேலோ” வுக்கு அவர்கள் வந்திருந்த சமயம், என்னை அறியாமல் உதட்டசைவு ஏலேலோ, அயிலேலோ போட ஆரம்பித்துவிட்டது. அவர்கள் இரண்டு பேரும் அவர்களைப் பார்த்துச் சிரித்து, என்னையும் சிரிப்பால் பார்த்தார்கள். காக்கும் பெருமாள் மாமா, ‘பாடு’ என்பது போல் கீழிருந்து மேலாகக் கைகளை உயர்த்திக் காட்டினார். படபட எனக்குச் சிறகடித்தது உள்ளுக்குள்.

கீழே இருந்து முன்கதவை வீட்டுக்குள் இருந்து தட்டுகிற சத்தம் கேட்டது. இரண்டு கைகளையும் விரித்து விரித்து அறைந்து திறக்கச் சொல்கிற கூச்சல். சிறிய அமைதிக்குப் பின் பின் கதவைத் தட்டித் திறந்துவிடச் சொல்கிற இரைச்சல். ‘பெருமாளு திறந்து விடு, பெருமாளு திறந்து விடுடா’ என்று ஆரம்பித்து, ‘பன்னிப் பய மவனே’ என்று அடுத்தடுத்த வசைக்குப் போய், கடைசியில் ஓயாத கெட்டவார்த்தையின் காதுத் துளைப்பு..

அம்மையப்பன் தயங்குவதும் நிறுத்துவதும் பாடுவதுமாக இருந்தான். ஒரு கட்டத்தில் அமைதியாகிவிட்டான். அவர் மட்டும், ’கருணையென்னும் ஏலேலோ, காவலிட்டு அயிலேலோ, பக்தியென்னும் ஏலேலோ, பழம் பழுத்து அயிலேலோ’ என்று பாடி, எங்களைப் பார்த்து எழுந்து நின்று கைகூப்பினார். அம்மையப்பன் என்னைப் பார்த்தபடி எழுந்தான். நானும் எழுந்தேன். அம்மையப்பன் படியில் இறங்கிகொண்டு இருந்தான். முன் கதவு, பின் கதவு போக, இப்போது ஜன்னல் ஜன்னலாக வசையின் எச்சில் தெறித்துச் சிதறியது. எடுக்கலாமா என்று குனிந்த சமயம், கடைசிக்கு முந்திய படியில் கிடந்த அந்தச் சாம்பல் நிறப் பூஞ்சிறகு உள்ளே இருந்து வந்த, ‘தாயோளி திறந்து விடுடா’ என்ற கத்தலில் நடுங்கி அதிர்ந்தது. வரும் போது இருந்த தோப்பின் சித்திரத்தைக் கழற்றி வேறு ஒன்றைச் சட்டமிட்டு மாட்டிவிட்டது போல எல்லாம். தன் பாரம் தூக்க முடியாமல் தரைக்கு மேல் மூன்றடியில் பறந்து இறங்கி நடந்த கனத்த மயிலின் அகவல் ஒரு பழந்துணி போலக் காற்றில் அலைந்தது..

தோப்புக்குள் எங்கேயோ காய்ந்த தோகை தென்னையிலிருந்து கழன்று தரையில் விழுகிற சத்தத்துடன் தெருவுக்கு வந்தோம். அங்கேயே நிற்க வேண்டியது ஆயிற்று. காரின் ஸ்டீயரிங்கை ஒடித்துத் திருப்புவது போலத் தரையை வளைத்து நகர்த்துகிற மயக்கம் உண்டாக்கி ஒரு வெள்ளாட்டு மந்தை தன்னை அப்புறப்படுத்தி

மறுபடியும் வெற்றுச் சாலையை எங்களிடம் விட்டது. புழுதியின் இடுப்பில் கால் தூக்கிப்போட்டபடியே போகிற கிடா வீச்சம் எனக்கு வேண்டியதிருந்தது.

நான் ஒன்றும் கேட்கவில்லை. சொல்லப்பட வேண்டியது அதனதன் நேரத்தில் சொல்லப்பட்டு விடுகிறது இல்லையா. அம்மையப்பன் காக்கும் பெருமாள் மாமாவின் மனைவி பற்றிச் சொன்னான். மாமா நாற்பது வயது வரை கல்யாணம் செய்துகொள்ளவில்லையாம். குடி, கூத்து, பெண் சகவாசம் என்று அலைந்துகொண்டு இருந்தாராம். இதைச் சொல்லியபடி வருகையில் 'நீ ஜி.எம்.எல். பிரகாஷ் படித்திருக்கிறாயா?' என்று கேட்டான். எதற்கு என்று தெரியவில்லை. மறுபடியும் அவனே, 'நீ படிக்கணும்' என்றான்.

இந்தப் பெண் அவருடைய சொந்த மாமாவுடைய மகள். பத்துப் பன்னிரண்டு வயசு அவரை விடக் கம்மிண்ணு சொல்லியிருக்கார். அவளுடைய அம்மா வழியில் வம்சம் தப்பாமல் வாரிசு தப்பாமல் இந்தக் கோளாறு உண்டு. எல்லாம் அனேகமாகத் தலைப்பிள்ளை பேறு காலத்தில் தான் ரூபத்தைக் காட்டும். இவர் இப்படி வாடாவழியாக இருப்பதனால் அவளைப் பெத்தாபுரத்துக்காரன் ஒருவனுக்குக் கட்டி வைத்தார்கள். நல்ல குடும்பம், சொத்து பத்துக்கு வாட்டமில்லை. சின்ன வயதிலேயே பையன் பட்டாளத்துக்குப் போய் ஆறு ஏழு வருஷம் இருந்துவிட்டு வந்திருக்கிறான்.

நல்ல மாதிரி. இவ்வளவு தானே விசாரிக்க முடியும். புற்றுக்குள் என்ன இருந்ததோ தெரியவில்லை. கல்யாணம் ஆகிய நான்கைந்து மாதத்திலேயே என்னவோ ஆகிவிட்டது. ஓடுகிறதும் ஆடுகிறதும் சேலையை இடுப்பிலிருந்து உருவிப்போட்டுத் தெருவாசலுக்கு வருவதுமான நிலைமை.

காக்கும் பெருமாள் மாமா, முனியப்பாளையம்காரி ஒருத்தியைக் கூட்டுச் சேர்த்துக்கொண்டு குற்றாலம் சீசனுக்குப் புறப்படுகிறவர். இளங்கோ கடையில் பரோட்டா சாப்பிட்டுக்கொண்டு இருந்திருக்கிறார். அவள் மூணுபுளிய மரம் ஸ்டாப் பக்கத்தில் ஆடிக்கொண்டு இருந்திருக்கிறாள். இந்த இடத்தில் நிறுத்தி, அம்மையப்பன், 'ஆடிக்கிட்டு இருக்காண்ணு நான் யாரைச் சொல்லுதேன்னு தெரியுது அல்லவா? என்று கேட்க, நான் உறுதி செய்கிறேன். மறுபடியும் சொல்ல ஆரம்பிக்கிறான்.

'கையை உதறியவர், 'அன்னம்மா' என்று பக்கத்தில் போய் ஒரு அதட்டுப் போட்டிருக்கிறார். அன்றைக்கு என்ன கிழமையோ, என்ன

திசையோ தெரியவில்லை. இவரைப் பார்த்ததும் மரப்பாச்சி போல் அப்படியே ஒடுங்கி நின்றிருக்கிறாள். உட்கார் என்று சொன்னதும் புல்லட்டின் பின் பக்கத்தில் உட்கார்ந்ததும் நேரே வீட்டுக்குக் கூட்டிக்கொண்டு போய், 'இவள் இனிமேல் என் கூட தான் இருப்பாள்' என்று சொல்லிவிட்டார். சொல்லப் போனால் மாமாவுடைய அப்பாவுக்கு அதில் எந்த வருத்தமும் இல்லை. சந்தோஷம் தான்'.

இவ்வளவு மட்டுமே அம்மையப்பன் சொன்னான். அது அடியா, நுனியா என்று தெரியாது. அடி என்றால் நுனி வரை ஏறவும், நுனி என்றால் அடி வரை இறங்கவும் அந்த தினத்திற்கு அப்பால் நிறைய நடந்தன. அம்மையப்பனோடு வருவது போக 'இன்றைக்கு பாங்கில் கொஞ்சம் வேலை இருக்கிறது' என்று அவன் சொன்ன ஒரு நாளில், அவனுடைய சைக்கிளையே எடுத்துக் கொண்டு ஒரு தடவை தனியாக காக்கும் பெருமாள் மாமா தோப்புக்குப் போனேன். அவரை மாமா என்று சொல்ல ஆரம்பித்தது கூட அன்றைக்குத் தான். நானாகக் கூட அப்படிக் கூப்பிடவில்லை. கூப்பிடும்படி ஆயிற்று.

மற்ற நாட்களில் என்றால் அம்மையப்பன் முன்னால் போயிருப்பான். அல்லது தோப்பின் முகப்பில் அவரே நின்று கூப்பிட்டுக்கொண்டு போவார். தரையில் ஏற்கனவே இருப்பதை விட, அன்றன்றைக்கு உண்டாகிற பேச்சுக்குத் தக்க அந்தரத்தில் ஒரு பாதை விழுந்திருக்கும். அதன் வழியாகவே மேலே போய்ச் சேர்ந்திருப்போம். கீழே என்ன நடக்கிறது, மீன்கொத்தி தணிந்தும் எவ்வியும் பறந்து போயிற்றா, முன் கால்களை உறுதியாக ஊன்றி ஒரே திசையில் கருப்பன் குரைக்கும் போது சரசரவென்று போய்க்கொண்டிருந்தது சாரையா, நல்லதா, புழுங்கினது போல ஒரு வாடை வருகிறதே, சப்போட்டா எல்லாம் பழுத்துப் பறிக்குத் தயார் என்று சொல்கிறதா, கயிறு திரிப்பது போலத் தேங்காய் நார் பிரிகிற சத்தம் யாருமே இல்லாமல் கோடௌன் பக்கத்தில் வரிசையாகக் குளிர்ந்து கிடக்கும் உரிபாறைகளில் இருந்து வருவது எப்படி? நறுக்கிக் காயவைத்த பிறகு பழுத்தும், வெயிலில் சுருண்டும் புளிப்பும் இனிப்புமாக சுளகில் கிடக்கிற மாங்காய்த் துண்டு எல்லாம் அப்படி ஒரு கூத்துப் பண்ணி, பெயர்ந்து போகிற மாதிரிக் கதவைத் தட்டினதே அந்தக் கைகளின் பக்குவம் தானா? நிமிர்த்தி ஒரு முக்கோணம், கவிழ்த்தி ஒரு முக்கோணத்தில் நட்சத்திரம் மினுங்க வாசலில் சாணிப்பிள்ளையாரில் பூசணிப் பூக் குத்தியிருக்கிறதே, அந்த விரல்களுக்கு உரியவர் அந்த வீட்டில் நடமாடும் ஒருத்தியா? எந்த போதமும் யாருக்கும் இருந்திருக்காது.

தனியாக நான் மட்டும் போன அந்த தினத்தில், எல்லாமே வேறு மாதிரியாக இருந்தது. அது கூடச் சரியாயில்லை. இதுவரை வேறு மாதிரியாகத் தெரிந்தது எல்லாம் அன்றைக்கு அசலாக ஆயிற்று. எந்தத் தென்னை கோணல், எந்தத் தென்னை நெடுநெடு என்று காட்டிக்கொண்டது. இரைச்சல் ஒரு அமைதியைக் கூட்டியபடி தன் நடையாகத் தோப்பு முழுவதும் திரிந்தது. கண்டங்கத்திரியும், தொட்டால் சிணுங்கியும் ஊமத்தம் பூவும் கண்ணில் பட்டது.

ஒரு நாரத்தை இலையைக் கிள்ளி முகர்ந்து பார்க்கத் தோன்றியது. புல்லில் கொலுசு போல் கிடந்த கொடுக்காப்புளிச் சுளையை குனிந்து எடுக்க முடிந்தது.

அங்கு இல்லவே இல்லாத விளா மரங்களின் கீழ் பந்து பந்தாக விளாம் பழம் உருண்டு கிடப்பதாக நினைத்துக்கொள்ள முடிந்தது. அவ்வளவு என்ன? குலை தள்ளி முட்டுக்கொடுத்திருந்த வாழை ஒன்றின் பின்னால் ஒரு கொம்பன் யானை இந்த உலகம் முழுவதையும் காதசைத்து விசிறிக் கொடுப்பது போலக் கூட எனக்குத் தோன்றியது.. இந்த யானைக் காதசைப்பைத் தான் நான் மட்டும் வந்து, முதல் முறையாகத் தனியாகப் பார்க்கும் காக்கும் பெருமாள் மாமாவிடம் சொல்ல வேண்டும் என்று தீர்மானம் ஆகிவிட்டது. அந்தத் தீர்மானத்தை எனக்குப் பிடித்திருந்தது.

குலை தள்ளிய அந்த வாழையை, அதன் கருநீலப் பூ மடலின் திருகலை வர்ணிப்பதிலிருந்து துவங்கி, தன்னுடைய முழு வாழ்வின் வேடிக்கை அனைத்தையும் நிகழ்த்திமுடித்திவிட்ட நிறைவில், கண்களின் இடுக்கத்தில் ஒரு பூ போன்ற மினுக்கத்தைக் காட்டியபடி, தும்பிக்கையைச் சுழற்றி தோரணையாக ஒரு தந்தத்தில் போட்டு, அந்த வாழையின் கண்ணாடி இலை அதனிடம் சொல்கிற ஒரு ரகசியத்தைக் கேட்பதற்காகக் காது மடலை யானை விரித்து நிற்பது வரை சொல்வதாகக் கொஞ்சம் கொஞ்சமாகச் சொற்களைச் சேகரித்துக்கொண்டு இருக்கிறேன்.

பார்க்கப் பெரியதாக இருப்பதால் எதையும் வர்ணிப்பது சுலபம் என்றில்லை. யானையை அப்படி ஒன்றும் என்னால் நான் நினைத்த அளவு வரையமுடியாதவனாக இருந்தேன். வாலின் நுட்பமான அசைவுகளைக் கொண்டோ, சற்று உயரத் தூக்கியிருக்கும் முன் காலின் நக அமைப்புகளை வைத்தோ அப்படிச் சொல்லிவிட முடியும் எனில் நன்றாக இருக்கும். விதம் விதமாக அப்படி எல்லாம் நினைக்கையில், நான் வீட்டின் முன்னால் வந்துவிட்டிருந்தேன். வழக்கமாக ஏறிச்

செல்லும் வலப்பக்கப் படிகளை, கால் கழுவிக்கொள்ளும் கல் தொட்டியை, தலை வாசல் நடையை எல்லாம் தாண்டி இடது பக்கப் படிக்கட்டு வரை போயிருந்தேன்.

அங்கே தான் மாமா, 'தாயி, தாயி' என்றும் 'அன்னம்மா' என்றும் அழைக்கிற அந்த மனுஷி நின்று கொண்டிருந்தாள். மனுஷி என்று இப்படி ஒரு சரியான வார்த்தையில் சொல்வேன் என்று எனக்கே தெரியாது. தானாக அந்தச் சொல்லை என்னிடம் தருவிக்கும் படி அந்தத் தோற்றம் இருந்தது.

இங்கும் ஒரு வாழை இருந்தது. பெரியதில்லை. இரண்டாம் அல்லது மூன்றாம் குருத்தின் பச்சைப் பொட்டலம் வெயிலில் அப்போதுதான் அவிழ்ந்திருக்கும். அடிப்புறத்தின் செம்பு நிறம் தகக்க, இலை நுனித் தொப்புள் கொடி, அதற்கு மட்டும் இருந்த அதிக உயிர்ப்புடன் காற்றில் துடித்தது. பின்னிருந்த அரிநெல்லி மரத்தின் அடியில் தான் தீப்பாச்சி அம்மனுக்கு மஞ்சள் சேலை உடுத்தின மாதிரி அந்த மனுஷி நின்றுகொண்டிருந்தாள். ரவிக்கை அணிகிற வழக்கமே இல்லாதிருந்தால்தான் அவ்வளவு சரியாக உடலைத் திருத்தமாகப் போர்த்தியிருக்க முடியும். ஒரு விலகல் இல்லாமல் இருக்கும் போது, விலகலை விடவும் எல்லாம் கூடுதல் அழகாகி விடுகிறது.,

அரிநெல்லி மரத்தின் ஒவ்வொரு இலையையும் தனித்தனியாகத் தொட்டு எண்ணி வெயில் அதன் உண்டியலில் போட்டுக்கொண்டு இருந்தது. எண்ணிக்கையைச் சரிபார்க்க ஒரு கருஞ்சிட்டுக் கிளை கிளையாக இடம் மாறிக்கொண்டு. அப்படி இடம் மாறாவிட்டால் அந்த மொத்த மரத்திற்கும் இத்தனை ஜீவன் இருந்திராது.

கீழே உதிர்ந்து கிடந்த அரிநெல்லிப் பழங்களைப் பொறுக்கிக் கொண்டிருந்த குனிந்த தோற்றம் அவ்வளவு அழகு. இடக் கை வாகு போல. இடது கையால் பொறுக்கியதைச் சேகரிக்க, வலது கையில் ஒரு சின்னக் கொட்டாம் பெட்டி. தென்னை ஓலையால் செய்தது.

இதற்கு முன்பு இந்த ஓலைப்பெட்டிகளை வெவ்வேறு அளவுகளில் இங்கே பார்த்திருக்கிறேன். காக்கும் பெருமாள் மாமா தின்பண்டங்கள் கொடுப்பது, கொய்யாப் பழங்கள் உப்பு நெல்லிக்காயகளைத் தருவது எல்லாம் அந்தக் கொட்டானில்தான். எங்களிடம் பேசிக்கொண்டே அவர் இடது பக்கமிருக்கும் ஓலை நறுக்குகளை முடைந்து வலது பக்கத்தில் போட்டுக்கொண்டே இருப்பார். என்னிடம் ஒருமுறை சொல்லியது உண்டு, 'உனக்குள் இன்று திருமூலர் கூடுவிட்டுப் பாயவே இல்லை. ஆனால் உன்னால் இன்று நேர்த்தியாக ஒரு கொட்டான்

செய்துவிடமுடியும்.' என்று. உண்மைதான், அன்று என் கவனம் பூராவும் அவருடைய கைவிரல்களில் மட்டுமே இருந்தது. 'தேவர் பிரானைத் திவ்விய மூர்த்தியை யாவர் ஒருவர் அறிவார் அறிந்தபின் ஓதுமின்' என்று உச்சரித்தது மட்டும் அவர் விரல் மடங்கலுக்குள் ஓலையாக நுழைந்து பழுப்புத் தகடாக வெளியேறியது.

உதிர்ந்து வேப்பம் பழ நிறத்துடன் கனிந்து விழுந்த வேகத்தில் உருளாமல் அங்கேயே கிடந்ததை மட்டும் பொறுக்கிக் கொட்டான் நிறைந்து கொண்டிருந்த போது புறாக்களின் சிறகடி கேட்டது. கூட்டமாக வந்து இறங்கின. எல்லாம் பால் செம்பு கவிழ்ந்தது போல் வெள்ளை. குனிந்துகொண்டிருந்த உடம்பு நிமிர்கிற வரை ஒரு பத்தடி உயரத்தில் அவை காற்றில் ஒன்றையொன்று கோர்த்துப் பறந்தன. ஒரு சம்பங்கி மாலை போல அவை அந்த மனுஷியின் கழுத்தில் விழப்போவதை நான் மாயமாக எதிர்பார்த்துக்கொண்டு இருந்தேன்.

வலது கையில் அரிநெல்லிப் பழங்களால் நிரம்பிய கொட்டானுடன் முழுவதும் நிமிர்ந்த போது ஒரு புறா தோளில் இறங்கியது. கொட்டானில் இருந்த ஒரு கனியை எடுத்து ஊதின நேரத்து முகத்தின் உதடு குவிப்பும் கண் மலர்ச்சியும் அப்படி இருந்தது. தோளில் இருந்த புறா அதைக் கவ்வி அலகு பிளந்து வாங்கிக்கொண்டது. சோளத்தையும் கேப்பையையும் விட அரி நெல்லி எவ்வளவு பெரியது! அலகில் எப்படி அதை வாங்குகிறது? புறாக்கள் சிறுதானியம் சாப்பிடுவதை மட்டுமே பார்த்திருக்கிற எனக்கு ஆச்சரியம். அது கூட அது நிகழும் போது உண்டாகவில்லை. இப்போது உண்டாகிறது. வாயில் கவ்வின புறா தோளில் இருந்து பறக்கவும் இன்னொன்று வந்து உட்கார்ந்தது. அதன் அலகோடு கொஞ்ச நேரம் இப்போது இந்த மனுஷியின் மூக்கு உரசல். அதற்குப் பின் அதன் வாயில் ஒரு அரிநெல்லி.

நான் புறாக்களை இப்போது எண்ண முடிந்தது. சரியாக ஏழு இருந்தன. எங்கும் ஒன்று கூட உட்காரவில்லை. பறத்தலின் மாலை கட்டின அந்தர வட்டம். நிஜமாகவே இப்போது ஒரு வாசனை அடிக்க ஆரம்பித்தது. சம்பங்கி வாசனை போலவும் இருந்தது. வெட்டிவேர் வாசனை போலவும் இருந்தது. எப்படி நினைத்தாலும் அப்படி இருந்திருக்கும்.

ஏற்கனவே திருத்தமாக இருக்கிற மஞ்சள் புடவையை நீவிவிட்டுக்கொண்டு கூன் இல்லாமல் முதுகுத் தண்டை நிமிர்த்தி நின்ற அவரை இப்போது ஏழு புறாக்களும் குளத்து நீர்வட்டம் கரையைத் தொட்டு அடங்குவது போல ஒரு பெரிய வளையமிட்டுத்

திரும்பிப் பறக்கத் துவங்கின. ஒரே ஒரு நொடி எல்லாப் புறாக்களும் நிறம் மாறி. ஒரு ஊதா இழையின் மேல் நீண்டு திரும்பிப் பறந்தன. சிறகடிக்கிற சத்தமே இல்லை.

நான் அப்படியே நிற்கிறேன். அந்த முகத்தில் இருந்து ஒரு சிரிப்பு வந்தது. முதல் முதல் சிரிப்பு. சுருங்கிச் சாறு பிழியும் கண்கள். கொட்டானில் எதுவும் இல்லை. கீழே கிடந்த நான்கைந்து பழங்களை எடுத்து என் உள்ளங்கையில் வைத்த சமயத்தும் எந்த இடத்திலும் விலகல் இல்லை. எல்லா இடத்திலும் நிறைந்து வழிந்தது. 'பாவா போயாச்சு. இப்போ கூப்பிடு.' என்றார். நான் எப்படிக் கூப்பிடுவது என்ற தயக்கத்தில் நின்றேன். உள்ளங்கையை மூட முடியவில்லை. எதிரில் மஞ்சளாக ஒரு தீ எரிந்து, 'மாமாண்ணு கூப்பிடு என்று குரல் சிரித்தது. இடது தோளில் ஒவ்வொன்றாய் உட்கார்ந்த புறா ஞாபகம் வந்தது. நான் அரிநெல்லிக்காய் வைத்திருந்த கையோடு என் இன்னொரு கையையும் சேர்த்துக் கும்பிட்டபடியே 'மாமா' என்று கூப்பிட்டேன். ஒரே ஒரு தடவை தான். 'மேலே வா' என்று கூரைக்குக் கீழ் இருந்து மாமா சத்தம் வந்தது. அந்த சத்தம் அந்த நேரத்தில் எனக்காக உருக்கி, எனக்காக வார்த்தது போல இருந்தது.

படிகளில் மிக மெதுவாக ஏற முடிந்தது. என் படிக்கு முந்திய படியிலும் நானே மஞ்சள் வஸ்திரம் உடுத்திய ஒரு சின்னஞ்சிறு கருஞ்சிலையை, ராக்காயியை, நெஞ்சோடு அணைத்தபடி பத்திரமாக எடுத்துச் செல்கிற உணர்வு... கூரை ஓலை தட்டாமல் முன்னால் செல்கிற நான், குனிவதும் அப்படிக் குனிகிற சமயம் இரண்டு கைகளும் உடம்போடு ஒடுங்கி அந்தச் சிலையோடு நுழையும் வரை, பின்னால் வருகிற நான், காத்திருந்த நேரத்தில் குளுமையான ஒரு கை என் உச்சியைத் தொட்டு முதுகு நடுவைத் தடவியது போல இருந்தது. உதறி உதறி மேல் உடம்பு சொடுக்கியது. இப்போது ஒரே ஒருவனாகிவிட்ட நான் மட்டும் காக்கும் பெருமாள் மாமா முன் நின்றேன்.

யாரும் வந்துவிட்டுப் போன தடயம் எதுவும் அங்கு இல்லை. எப்போதும் மூன்று பத்திகளாக விரித்திருக்கிற கோரம் பாய் எந்த மடங்கலும் உருளையும் இல்லாமல் கிடந்தது. மாமா சிரித்த சிரிப்பு உட்கார் என்று தலையசைத்தது. கஞ்சிரா போன்று சற்றுப் பெரிய வட்டமாக இருந்த தோல் வாத்தியம் ஒன்று அவர் அருகில். அதை அவர் என்னிடம் கொடுத்தார். 'தானாக எல்லாம் விலகும்' என்று அவர் சொன்னது என்னிடம் தானா என்று தெரியவில்லை. 'வாசி' என்பது போல, விரல்களை ஒரு வெற்று வட்டத்தில் தட்டிக் காட்டினார். 'தானாக எல்லாம் விலகும்' என்பதையே பல்லவி ஆக்கி,

அவர் பாட ஆரம்பித்தார். நாகூர் ஹனிஃபா குரல், ஹரிதாஸ்கிரி சுவாமிகள் குரல் மாதிரிக் கனமாக ஆரம்பித்துப் போகப் போக இளகி நெகிழ்ந்தது. திரும்பத் திரும்ப அவர் முதலடியைப் பாடப் பாட என்னை அறியாமல் என் விரல்கள் தாளக்கட்டோடு இழுத்துக்கட்டின தோலில் புரள ஆரம்பித்தன.

'பொத்தையில் இப்போது நல்ல மழை' என்று மாமா சொன்னார். 'வாசத்தைப் பார்த்தாயா? கமழ்கிறது.' என்று வில்போல நிமிர்ந்து ஆழமாக மூச்சிழுத்தார். நான் அவரையே பார்த்துக்கொண்டு இருந்தேன். தம்பிரான் பொத்தை இங்கே இருந்து மூன்று நான்கு மைல்களுக்கு அப்பால் இருக்கிறது. அது இருக்கிற திசையே வேறு. ரயில் தண்டவாளம் தாண்டி, மாட்டாஸ்பத்திரி வழியாக நெட்டூர் குளம் முடிகிற இடத்தில் நின்று பார்த்தால் ஒரு கடைசல் குங்குமச் செப்பு மாதிரித் தெரியும். அங்கே மழை பெய்கிறது இவருக்குத் தெரிகிறது என்று சொல்கிறார். மாமா மிகச் சீராக மூச்சை இசைத்தபடி இருந்தார். அவர் தொப்புள் குழியில் இருந்து விளக்குத் தண்டு போல ஒடுங்கி ஏறிய ரோமம் நெஞ்சு முழுவதிலும் படர்ந்து ஐந்து முகத் திரியிட்டிருந்தது.

தம்பிரான் பொத்தையைப் பற்றியோ துரைராஜபுரம் தர்கா பற்றியோ பாவா குறித்தோ கோர்வையாக எதையும் அன்றைக்கு என்னிடம் சொல்லவில்லை. இப்படி மழை பெய்வதைப் பற்றிச் சொன்னது போல, சாம்பிராணிப் புகை பற்றிச் சொன்னார். அப்படிச் சொன்னபோது சாம்பிராணிப் புகையின் மெல்லிய பனிமூட்டத்திற்கூடாக அவர் தெரிந்தார் என்றே சொல்லவேண்டும்.. திடீரென்று 'இன்று என்ன கிழமை என்று ஞாபகம் இருக்கா?' என்று கேட்டார். இன்று வெள்ளிக்கிழமை என்று தெரியும். இன்று நல்ல நாள் என்பதால் தான் கடன் பத்திரங்களில் கையெழுத்துப் போடும் நிமித்தமாக அம்மையப்பன் பாங்கிற்குப் போயிருக்கிறான். அவனுடைய சைக்கிளை எடுத்துக்கொண்டு தான் இங்கே வந்திருக்கிறேன். ஆனால் அவர் கிழமை என்ன என்று கேட்கும் போது கிழமை மறந்து போய்விட்டிருந்தது. மாமா சிரித்தார். என் கையை எடுத்து அவர் கைகளுக்குள் வைத்துக் கொண்டார் 'நீ சரியாக இருக்கிறாய். அடுத்த வியாழக் கிழமை இரவு தர்காவுக்கு விளக்குப் போட எண்ணெய் எடுத்துக்கிட்டு நாம ரெண்டு பேரும்தான் போகிறோம்' என்றார். அம்மையப்பன் வேண்டாம் என்று சொல்லவில்லை. 'நாம ரெண்டு பேரும் தான்' என்று மறுபடியும் சொன்னார்.

இப்படி ஆரம்பித்தது தான் எல்லாம். அதற்குப் பிறகு எத்தனையோ தடவை பொத்தைக்குப் போயாகிவிட்டது. துரைராஜபுரம் தர்காவில்

போய் உட்கார்ந்து எல்லோரையும் போல சர்க்கரைப் பொடி வாங்கி ஆயிற்று. முதல் தடவை அது ஒரு கரையாத ஐஸ்கட்டியை விழுங்குவது போல உள்ளுக்குள் குளிர்ந்து கொண்டே இறங்கியது. மாமாவும் பாவாவும் ஒருத்தரை ஒருத்தர் அப்போது பார்த்துக்கொண்டு கண்களில் நீர்ப்படலம் பூச சிரித்துக்கொண்டார்கள். மந்திரிப்பதற்கு வந்திருந்த ஒரு சின்னப் பெண்குழந்தையின் அடர் மஞ்சள் பாவாடை என் முன்னால் விசிறிவிட்டுப் போனது. இன்றைய வளர்த்திக்கு முந்தித் தைத்ததாக இருக்கும். பாதத்திற்கு ஒரு சாண் உயரத்தில் இருந்தது. காய்ப்பு விழுந்த கன்னங்கரேர்க் கரண்டையில் வெள்ளித் தண்டையின் முடிச்சு.. நெல்லிமரத்தடியில் இருந்து புறாக்கள் பறந்த போது தெரிந்த நீலக்கோட்டை உருவி அந்தக் குழந்தையின் சிரிப்பு வாள்வீசிவிட்டுப் போனது. பாவா கைவிசிறி அசைய ஓதிக்கொண்டு இருக்கையில் மிகச் சிறியதாக இருந்த அவருடைய உதடுகளில் ஈர எச்சிலின் சிறு கொப்புளம்.

அம்மையப்பனுக்கு நான் இப்படி காக்கும் பெருமாள் மாமாவுடன் பொத்தைக்கும் தர்காவுக்கும் போய்க்கொண்டிருக்கிறேன் என்று தெரியாமல் இருந்திருக்காது. ஆனால் அவன் ஒருமுறை கூட அப்படி வந்தது இல்லை என்பதும் நிஜம். இதில் ஒளித்து வைக்க எதுவும் இல்லை என்பது உண்மைதான் என்றாலும் எல்லோருக்கும் திறந்து காட்டவும் எதுவும் இல்லை என்று இருந்தது. மொத்த அரச மரம் காற்றில் அசைவதை எல்லோரும் பார்த்தாலும், நான் பார்க்கிற ஒற்றை இலையை வேறு யாரும் பார்த்திருக்க வாய்ப்பில்லை.

ஒரு தடவை, நல்ல வெயிலில் இப்படித்தான் வந்துகொண்டு இருக்கிறேன். பொங்கலுக்கு மறு நாளில் எல்லாத் தெருவிலும் கடித்துச் சாப்பிட்டுவிட்டுத் துப்பின கரும்புச் சக்கையும் தோகையுமாகக் கிடக்கிறது. எந்தச் சத்தமும் இல்லை. எனக்கு மட்டும் முத்தையாக் கம்பரும் அவர் மச்சினனும் நாயனமும் தவிலுமாக வீடு வீடாகப் பொங்கல் படி வாசிப்புடன் நகர்ந்து கொண்டு இருப்பது கேட்டது. கேட்பதாக நான் நினைத்துக்கொண்டேன்.

முத்தையாக் கம்பருக்கு ஒரு கால் கொஞ்சம் கட்டை. பிரமாதமான ஞானம். சாய்ந்து சாய்ந்து அவருடைய வாசிப்பும் காற்றில் அலையடித்துக் கட்டுமரம் விடும். நான் வருகிற இடத்திலிருந்து மாரியப்பக் கோனார் வீட்டுத் தொழு வரை யாரும் இல்லை. ஆனால் எனக்கு மட்டும் முத்தையாக் கம்பர் வாசிப்புக் கேட்கிறது போல் அடிவயிறு கலங்குகிறது. வலது கால் புண்ணுக்கு ஒரு பழஞ்சீலையைக் கிழித்துக் கட்டுப் போட்டிருப்பதாகவும், இப்போதைக்குள் கத்தி படாத முகத்தில் கீழ்த்தாடை நரை மினுங்குவதாகவும் என்னைப் பார்த்தால்

வாசிப்பை நிறுத்திவிட்டுக் கும்பிட்டுவிடக் கூடாதே என்றும் நான் பதைத்துக்கொண்டே வந்திருக்கிறேன்.

மனம் இப்படித்தான் வாய்த்திருக்கிறது. ஒற்றை மின்மினி வெளிச்சத்தில் தான் தேர் ஊர்கோலம் போய்க்கொண்டு இருக்கிறது. படிப்பு முடிந்து இரண்டு வருடம் முடியப் போகிறது. அம்மையப்பன் உரக் கடை போக, 'கயிறு ஆபீஸ்' ஒன்று ஆரம்பித்துவிட்டான். 'கொஞ்ச நாள், வேலை வருகிற வரைக்கும் நீ கூட மாட நிண்ணு மேல் பார்த்துக்கோயேன்' என்று கூடச் சொன்னான். நான் சரி என்று சொல்லவில்லை. ஆனால் இரண்டு நாட்கள் கழித்து, கயிறு ஆபீசுக்குப் போனேன். அம்பாரம் அம்பாரமாகத் தென்னங் கூந்தல் குவிந்து கிடந்தது. நான் போன சமயம் டிப்பர் லாரியில் இருந்து மடமடவென்று மேலும் ஒரு லோடைச் சரித்துக் கொண்டு இருந்தார்கள். கபாலங்கள் உருள்வது போல இருந்தது. மற்றெல்லாம் ஒரு குவியலுக்குள் தன்னை ஒன்றாகச் சேர்த்துக்கொண்டு இருக்க, சற்று அதிக தூரமாக உருண்டு போய்த் தனியாகத் தன்னை வைத்துக்கொண்ட ஒரு கூந்தலைப் பார்த்துக் கொண்டு இருந்தேன். அது அசைவு நிறைத்து அந்த இடத்தின் மண்ணை முகர்வதுவரை என் பார்வை அங்கேயே இருந்தது.

'அடி, அடி' என்று கூச்சல் கேட்டது. கலைந்து திரும்பும் போது, எல்லோரும் கையில் கிடைத்ததை தரையில் குறிவைத்து எறிந்துகொண்டிருந்தார்கள். ஒரு சின்னஞ் சிறிய பாம்பு. அதிக பருமனும் இல்லை, நீளமும் இல்லை. தனக்கு முன்னால் உண்டான திசைக் குழப்பத்தில் தரையில் தன்னுடைய திசை தேடி அது நெளிந்தது. விசையுடன் அதன் மேல் விழுந்த ஒரு தென்னங்கூந்தலின் நசுக்கலில் நடுப்பாகம் சிதைந்து திகைக்க, யாரோ யாருடைய கையையோ பிடித்துக் குலுக்கினார்கள். நான் அந்த இடத்தை விட்டு வெளியேறியதை யாரும் கவனிக்கவில்லை.

ஊரில் கொஞ்சம், பேச்சு இருக்கத்தான் செய்தது. "எனக்குப் பொறுப்பில்லை. அப்பனைச் சாகக் கொடுத்துவிட்டு அம்மா வளர்த்து, 'புலத்தி', படிக்க வைத்து ஆளாக்கி இருக்கிறாளே என்ற 'வட வருத்தம்' இல்லை. வேலைக்குப் போக வேண்டும் என்ற நோக்கமே இல்லாமல் சாமியார் கிறுக்குப் பிடித்து அலைகிறான். ஊரோடும் ஒட்டாமல் உலகத்தோடும் ஒட்டாமல் ,ஒருத்தன் தென்னந்தோப்புக்குள்ளே உட்கார்ந்துகொண்டு இருக்கிறான். கிறுக்கியைக் கூட்டி வைத்திருக்கிற கிறுக்கன். அவன் கூடச் சேர்ந்து அர்த்த ராத்திரி முழுவதும் இவனும் பொத்தையில் உட்கார்ந்திருக்கிறான். உரக்கடைக்காரர்

மகன் ஒன்றுக்கு இரண்டு கடை வைத்தாயிற்று. இவன் போக்குப் பிடிக்காமல் இவனைக் கழற்றிவிட்டு விட்டான். இவனோடு ஒன்றாகப் படித்த வடக்குத் தெரு 'பொம்பிளைப் பிள்ளை' கூட, வாத்திச்சி வேலைக்குப் போய்விட்டது. ஒன்றாம் தேதி ஆனால் டாண் என்று உள்ளங் கையில் சம்பளம் வாங்க ஆரம்பித்து நான்கு மாதங்கள் இருக்கும். இவன் உருப்பட வழி இல்லை. கழுத்தில் கட்டினவன் விட்டுவிட்டுப் போனது போல, இன்றைக்கோ நாளைக்கோ வயிற்றில் பிறந்தவனும் ஒத்தைவிட்டுக்காரி தலையில கல்லைப் போட்டுவிட்டுப் போகப் போகிறான்".

இவ்வளவும் ஒரு நாளிலா சொல்வார்கள்? எத்தனை நாக்கு, எவ்வளவு எச்சில். அம்மா ஒன்றும் சொல்ல வில்லை. அம்மாவுக்கு என்னைத் தெரிந்திருந்தது. அம்மாவுக்கு என்னைத் தெரியும் என்று எனக்குத் தெரிந்திருந்தது. அவளிடம் சொல்லிவிட்டுத்தான் போவேன். சொல்லிவிட்டுத் தான் வருவேன். தபால் கொண்டுவந்து தருகிற தட்சிணாமூர்த்தி மாமாவுக்கு இரண்டு மூன்று வயது அம்மாவை விடக் குறைவாக இருக்கும். அம்மாவுக்கு நெருங்கின சொந்தம். பெயர் சொல்லி நீ, நான் என்று பேசுவாள்' 'தெச்சிணா. உனக்குத் தெரியும் இல்லையா. அவன் அய்யாவைப் பெத்தவரு சாமி கொண்டாடி. எங்க அம்மையைப் பெத்தவ கனத்த நாளில் யாரையாவது பார்த்து நல்லது கெட்டது சொன்னா நாப்பது நாள் தாண்டாது பலிச்சிரும். ரெண்டு பக்கத்து ரத்த ஓட்டமும் இப்படி இருக்கு. அது எப்படி வமிசம் தப்பும்?. இருக்கத்தான் செய்யும்' என்று சொல்லிக்கொண்டு இருந்தாள். நான் வருவதைப் பார்த்ததும், சைக்கிளைச் சாய்த்து ஊன்றியிருந்த காலை நகர்த்தி, எனக்கு வழி செய்துகொண்டே, 'அது சரி. அதுக்காக, ஆனா மருமகனும் முயல்ச்சி பண்ணாம இல்லையே. அது நாலு கவரை அனுப்பினால் நானும் வாரத்துக்கு இரண்டு காக்கிக் கவரைக் கொடுத்துக்கிட்டு தானே இருக்கேன்' என்று எனக்குப் பாராட்டாகவும் அம்மா சொல்வதற்கு அனுசரணையாகவும் சிரித்தார்.

புறப்படுவதற்குப் பெடல் மேல் காலை வைத்து, பிரேக்கில் பிடித்திருந்த கையைத் தளர்த்தினார். 'ஒண்ணை மட்டும் கேட்டுட்டுப் போயிரு தெச்சிணா. இதை ஊரிலே இருக்க ஊத்த வாய்க்கெல்லாம் பதில் சொல்லணும்னு எனக்கு விதி இல்லை. உன் கிட்டே சொல்லுதேன். இவன் எங்கே போறான். வாரான்கிறது எல்லாம் மொதலில் எனக்குத் தெரியாது. ஒரு நாள் ஆளைக் காணோம். லேட்டாகிக்கிட்டே இருக்கு. சரி.நெத்தியிலே பூசிக்கிட்டுப் படுப்போம்னு திருநாத்துக் கப்பரையிலே கையை விடுதேன். ஒரே பன்னீர் வாசம்.

என்ன வாசம்? பன்னீர் வாசம். தவசித் தம்பிரானுக்குப் பூசை வச்ச மாதிரி வாசம் கிறக்குது. அப்புறம் எதுக்கு, நான் இவன்கிட்டே எங்கே போனே, எங்கே வந்தேண்ணு கேட்கப் போறேன்?' இதைச் சொல்லிவிட்டு அம்மா மேலே உயர்த்தி வானத்தைப் பார்த்துக் கும்பிட்டாள். தட்சிணாமூர்த்தி மாமாவும் அப்படியே கும்பிட்டார். எனக்குக் கண் நிறைந்துவிட்டது.

சர்வீஸ் கமிஷன் எழுதினேன். எல்.ஐ.சி பரீட்சையும் ஒரு சுகர் ஃபேக்டரி வேலைக்கான ஆள் எடுப்பும் என்று போய்விட்டு வந்தேன். நேரடியாக வங்கிஅதிகாரித் தேர்வு அது. எழுதுவதற்காக முந்தின நாளே போய்த் தங்கின விடுதி சரியில்லை. வாடகை கம்மி என்றால் தொந்தரவு அதிகம். வேறு மாதிரித் தொந்தரவு. யாராவது கதவைத் தட்டினார்கள். கண்ணைச் சுருக்கிச் சிரித்தார்கள். அந்தக் கண் சுருக்கல் நன்றாகக் கூட இருந்தது. மறுபடி தட்டல் வருமோ என்ற எதிர்பார்ப்பு உண்டான சமயத்தில் தட்டல் அடங்கிவிட்டது. குண்டு பல்பின் மஞ்சள் வெளிச்சத்தில் தண்ணீர் வைத்திருந்த மண் பாத்திரம் அழகாக நின்றது. கூஜாவுமாக இல்லாமல் ஜாடியாகவும் இல்லாத ஒரு சுடுமண் மோகினி. சிவப்பு, வளைவு, நெளிவு எல்லாம். கழுத்தாக நீள்கிற வளையத்தில் அரைச்சலங்கை போல் ஒரு நுணுக்கமான மாலை. அதை வனைந்த வேளார் வீட்டுப் பெண்கள் ஒன்றின் கை நேர்த்தியாக இருக்கவேண்டும். பார்க்கப் பார்க்கத் தண்ணீர்த் தகை ஜாஸ்தி ஆனது. தொண்டை உலர்ந்தது. சாப்பிடுவதற்கு என்று வாங்கி வந்திருந்த இரண்டு மொந்தான் பழங்களும் சாப்பிடப் படாமல் மஞ் சளாக, பக்கத்தில்.

அன்றைக்கு இரவுதான் அந்தச் சொப்பனம் வந்தது. அப்படியே நடந்து போனால் ஒரு ஆறு வந்துவிடும் என்று சொல்கிற ஒரு பாதை. வெட்டுக் காலம் தாண்டிக் கரும்புத் தோட்டம் புல்பூத்து மினுங்குகிறது. திமிலும் திமிருமாக ஒரு அழகப்பன் காளை. அலங்காரத்தின் மேல் அலங்காரம் செய்த கழுத்து. வித விதமான அளவில் பாசி மணி. வேறு வேறு நிறத்தில் நூல் குஞ்சம். நடு முதுகில் மடித்து மடித்துச் சால்வைகள். எல்லாவற்றுக்கும் மேல் ஒன்று மஞ்சளாக. சால்வை இல்லை. மடித்துப் போட்ட புடவை. உடுத்தின உடம்பின் பளீரும் மிருதுவும் சாயமேற்றின குழைவு. பக்கத்தில் ஒரு பெண் நிறை உடம்போடு. பின் பக்கம் மட்டும் தெரிகிறது. முன் பக்கத்தையும் காட்டுகிற பின்பக்கம்... நீண்ட கூந்தல் இல்லை. தோளுக்கு ஒரு சாண் கீழ். இடுப்புக்கு இரண்டு சாண் மேல். அலை மேல் மிதப்பது போல் நடையில் ஒரு யானைச் சவாரி. முகம் பார்க்கப் பெருவிரலில் உன்னிப் பார்க்கிறேன். தெரியவில்லை. என்னைக் கீழே தள்ளி,

பாதத்தில் இருந்து நெடுங்கிடையாக மிதித்துக்கொண்டு உச்சிவரை போய், உச்சிக்கு மேல் கோபுரம் கட்டுகிற தோற்றம். விடிந்து விடுவதற்கு முன் விடிகிறது என்று தெரியும் விடியல். மறைவதற்கு முன் தோன்றுகிற தோன்றல். தோள் வரை அப்படியே அசையாமல் அசைந்து இருக்கிறது..முகம் மட்டும் திரும்புகிறது. கண் மட்டும் சிரிக்கிறது. ஓலைக் கொட்டானுடன் அரிநெல்லிக்காய் நீள்கிற மாதிரி ஒரு தெரியல். அத்தை என்று சத்தம் வராமல் அன்னம்மா என்று ஒரு கலீர் எனக்குள்.

அந்தப் பரீட்சையை எழுதிவிட்டுப் புறப்பட்ட ரயில் பிரயாணம் இன்றைக்கு வரைக்கும் எனக்கு முக்கியமானதாகவே இருக்கிறது. எங்கள் ஊர் வழியாகப் போகும் இரவு நேர பாஸஞ்சர் ரயில் அது. பதினோரு மணிக்குப் புறப்படும் என்று சொன்னார்கள். பன்னிரண்டு மணி வரைக்கும் கூட அது தன் அரக்கு வாசல்களுடன் மிகவும் குறைந்த வெளிச்சமே இருந்த பிளாட்ஃபாரத்தில் காத்திருந்தது. அந்தப் பெரிய நகரத்திலிருந்து புறப்படும் கடைசிப் பிரயாணி தாமதமாகவேனும் வந்து ஏறிக்கொள்ள வேண்டும் என்ற அதன் எதிர்பார்ப்பை எல்லோரும் ஏற்றுக்கொண்டிருந்தனர். யார் சொல்லிலும் துளிச் சலிப்புக் கிடையாது...

ஒரு நாளை எத்தனையோ விதங்களில் வாழ்ந்து முடித்திருக்கக் கூடிய அந்த முகங்களில் எந்தப் புகாரும் எழுதப்பட்டிருக்கவில்லை. இப்படி அகால இரவு ரயிலில் தங்கள் கசங்கிய உடைகளோடும் குறைந்த தட்டுமுட்டுச் சாமான்களோடும் வியாபார மிச்சங்களோடும் இருக்கும் இவர்களே எனக்கு இந்த வாழ்வை மேலும் சரியாகப் புரியவைக்கிறவர்களாகத் தோன்றியது. ஒரு பக்கம் கண்ணாடிச் சட்டமிட்ட தகரப் பெட்டிக்குள் ஓரமாகக் கிடந்த ரோஸ் நிறப் பஞ்சு மிட்டாய்களில் ஒன்றை எடுத்து நெரிசல் கசகசப்பில் புழுங்கி அழுதுகொண்டிருந்த ஒரு பிள்ளையிடம் கொடுத்த, பிளந்த மேலுதடு வழியாக முன் பற்கள் தெரியச் சிரித்த அந்தப் பெரியவர் முகம் ஒரு புகைபிடித்த ஹரிக்கேன் சிமினிக்குள் அசையாது ஒளிர்ந்தது. அவர் தன் தோளில் தொங்கவிட்டிருந்த துணிப்பையில் இருந்து எடுத்துக் குலுக்கின தகர மணிக்கு உலுப்பிக்கொண்டு இந்த ரயிலின் பெட்டிகள் நகர்ந்தன என்றே சொல்வேன்.

பக்கத்தில் இருக்கிற ஒருவர், 'வண்டி நகர்ந்துச்சுண்ணா காற்று வருகிறதுலே எல்லாம் சரியாப் போகும்' என்று சொன்னார். குழந்தை அழுகையை நிறுத்திவிடும் என்பதையே அப்படிச் சொல்லியிருப்பார். 'காற்று வந்தால் எல்லாம் சரியாகப் போகும்' என்ற சொற்களில்

எனக்கு ஒரு வெளிச்சம் தெரிந்தது. இரண்டு மூன்று முறைகள் என் வாக்கிய அமைப்பில் அதை எனக்குச் சொல்லிக்கொண்டேன். சொல்லிச்சொல்லிச் சொல்லிக்கொள்வதில் ஒரு கிறக்கம் வந்து உறங்கி இருக்கிறேன். என் காலுக்கடியில் சதா உருண்டுகொண்டே இருந்த ஒரு சிறிய பலாப்பழத்தின் பச்சைக்குமிழ்கள் பாதத்தில் உரச விழிப்பு வந்துவிட்டது.

நிறையப் பேர் அவர்களுடைய பிரயாணத்தை முடித்திருந்தனர். இதுவரை இந்தப் பெட்டியில் இல்லாத ஒரு கிழவர், எலும்பு முறிவிற்கு மட்டை வைத்துக் கட்டித் தொட்டில் போட்ட இடது கையுடன், தூங்கி முழித்த நான் கேட்பேன் என்ற எதிர்பார்ப்பில், 'வெள்ளரியூர் தாண்டியாச்சு' என்று சிரித்தார். உடைமரப் பூக்களின் வாசம் வருவதாக நான் நினைத்துக்கொண்டேன்.

வெளியே நிலவு வெளிச்சத்தில் அடைத்த ரயிலே கேட்டிற்கு அப்புறம் யாரும் இல்லை. மேலே சிறு சிறு மர ராட்டினத் தொட்டில்கள் கட்டப்பட்ட ஒரு ஒற்றை மாட்டு வண்டியின் பின்னால், அடுக்கடுக்காக வடக்கத்திச் சுற்றில் தலைப்பாகை கட்டிய ஒருத்தர் விரைந்து நடந்துகொண்டிருந்தார். அவருடைய கைக் கயிற்றோடு ஒரு வளர்ந்த கரடி சினேகிதனைப் போல அவருடன் நான்கு கால்களை வேகமாக வீசிக்கொண்டு போனது. வண்டியை ஓட்டிசெல்வது ஒரு பெண்ணாக இருக்கவேண்டும். பின்னால் இருக்கும் அவர் பேச்சு முன்னாலிருந்து வண்டிக் கூண்டு வழியாக அவரிடம் வந்து சேர்கிற பெண்குரலுக்குப் பதில் சொல்லிக்கொண்டு இருந்தது. வண்டிக்குள் ஒரு நான்கு வயதுப் பெண்குழந்தை உறங்குவதாகவும், இன்னொரு கைப்பிள்ளைக்குப் பாலூட்டியபடியே முன்னால் இருப்பவள் வண்டி ஓட்டுகிறதாகவும் நான் நினைத்துக்கொண்டேன். அப்படி ஒரு கற்பனையை அப்போது எப்படிச் செய்ய முடிந்தது என்று தெரியவில்லை. நேராகப் பார்த்திராதையும் பார்க்கச் செய்வதுதான் கற்பனையாக இருக்கும் எனில் அது எனக்கு இருந்தது.

என்னால் இப்போது நினைத்தாலும் ஒரு ஒற்றை மாட்டு வில் வண்டியின் பின்னால் கரடியோடு நடக்கிற ஒருவனை, அவனோடு நடக்கிற கரடியை ஒரு நிகழ் காட்சியாக நினைத்துக் கொள்ள முடியும். அன்றைக்கு ரயிலில் இருந்து இறங்கி நடந்து வீட்டுக்குப் போன போது வெயில் வந்திருந்தது. பள்ளிக்கூடத்திற்குப் போகிற பெண் பிள்ளைகள் சப்பாத்திக் கள்ளிப் பழத்தைக் கிள்ளிச் சாப்பிட்டபடி கருஞ்சிவப்பாகச் சிரித்தார்கள். அம்பிகாபதி சார் எனக்கு சயன்ஸ் எடுத்திருக்கிறார். அவருடைய பெண், 'பறிச்சுத் தரவா அண்ணே' என்று என்னிடம் கேட்டது.

வீட்டில் பையை வைத்ததும் எனக்குத் தோப்புக்குப் போக வேண்டும் என்று தோன்றிவிட்டது. பம்ப் ஷெட் தாண்டி, மாமா வீட்டை நெருங்க நெருங்கத் துளசி வாசம். வெயிலின் மேல் வெயில் விழுந்துகொண்டிருந்த வாசலில் மாமா துளசி இலைகளையும் துளசிப்பூவும் விதையுமான கொத்துகளையும் தனித்தனிப் பாத்தியாகக் கிண்டிக் காயவைத்துக்கொண்டு இருந்தார்.

விடுதியிரவின் கதவு தட்டலை, அந்த மண்ஜாடியின் கழுத்தில் இருந்த வேலைப்பாட்டை, ரயில் பிரயாணத்தை, நிலவு வெளிச்சத்தில் கரடியுடன் ஒருத்தர் நடந்து போனதை எல்லாம் காக்கும் பெருமாள் மாமாவிடம் சொன்னேன். அத்தை நடையில் இருந்து வெயிலில் காலை நீட்டி மடியில் இருக்கும் சுளகில் சோளத்தையோ கம்பையோ கல் இருக்கிறதா என்று அகல விரித்த விரல்களால் நாவிக்கொண்டு இருந்தாள். அதனால் அந்த அழகப்பன் காளை பற்றிய கனவைச் சொல்லவில்லை. அத்தை இல்லாதிருந்தால் அதையும் சொல்லியிருப்பேன் என்று தோன்றுகிறதே தவிர, அவரிடம் சொல்லியிருப்பேனா தெரியவில்லை. ஆனால் மாமா என் கண்களுக்குள் சிரித்துக்கொண்டே, ‘அவ்வளவுதானா’ என்று கேட்டார். ஏன் அப்படிச் சிரித்தார், ஏன் அப்படிக் கேட்டார் என்று எனக்குத் தெரியவில்லை அல்லது தெரிந்திருந்தது.

எனக்கு சர்வீஸ் கமிஷனில் இருந்து செக்ரெடேரியட்டில் சமூக நலத்துறை எழுத்தராகத் தேர்வாகி ஆர்டர் வந்திருந்தது... திங்கட் கிழமை சேரவேண்டும் என்று சனிக்கிழமை பிரயாண ஏற்பாடு எல்லாம் செய்துவிட்டேன். வாசலில் தட்சிணாமூர்த்தி மாமா சைக்கிள் பெல் சத்தம். அவர் நான் இருக்கமாட்டேன் என நினைத்து அம்மா பெயரைச் சொல்லிக் கூப்பிட்டார்.

நான் ‘என்ன மாமா?’ என்று வெளியே வந்து பார்க்கும் போது, சலவை செய்த துணிப்பொதிகளோடு இரண்டு கழுதைகள் குனிந்துகொண்டே போய்க் கொண்டு இருந்தன. தட்சிணா மூர்த்தி மாமா சொன்னார்,’ அதுகளைப் பார்த்திருக்கியா மருமகனே. எப்போ எந்த நேரத்தில என்றாலும், எதையோ நினைச்சுக் குனிஞ்சு சிரிச்சுக்கிட்டே போகிற மாதிரி இருக்கும்.’ என்று அந்தத் திக்கிலேயே பார்த்துக்கொண்டு இருந்தார். அவர் கைகளில் எனக்கு வந்திருந்த ஒரு ரிஜிஸ்தர் தபால் இருந்தது. வங்கி அதிகாரி வேலைக்கு எழுதின தேர்வில் செலக்ட் ஆகி நேர்முகத் தேர்வுக்கு வரச் சொல்லித் தகவல் அனுப்பியிருந்தார்கள்.

அம்மையப்பனும் நானும் மறு நாள் மாமாவிடம் இதைச் சொல்வதற்காகப் புறப்பட்டோம். ரொம்ப நாளைக்கு அப்புறம்

அம்மையப்பன் வீட்டுக்கு வந்திருந்தான். அம்மாவிடம் என்னைப்பற்றி மிக உயர்த்திப் பேசிக்கொண்டு இருந்தான். அம்மா காப்பி போட்டு எடுத்து வந்த வெங்கல தம்ளரின் கழுத்தில் வெட்டியிருந்த பெயரைப் பற்றிக் கேட்டான். அம்மா அவளுடைய அம்மாவின் பெயர் அது என்று துவங்கி அதைப் பற்றி உணர்ச்சி பூர்வமாகப் பேச ஆரம்பித்தாள். குகை ஒன்றின் உட்பக்கப் பாறைச் சுவர் மீது மங்கலாக வரையப்பட்டிருந்த சித்திரங்களை ஒரு தீவட்டியின் வெளிச்சத்தில் காட்டுவது போல, அவளுடைய முகத்தில் நினைவுகளின் தீவிர நடமாட்டம் இருந்தது.

தீ நெளிவதும் நீர் நெளிவதும் ஒன்று போலத்தான். வாய்க்கால் தண்ணீரில் விழுந்த தென்னை மர பிம்பம் போல, அம்மாவின் முகம் தீ வெளிச்சத்தில் புரண்டு மண்டபத்தின் காலி பிளாஸ்டிக் நாற்காலிகளை எல்லாம் நிரப்பி உட்கார்ந்தது.

'மாமாவைப் பார்க்கப் போகிறேன் என்று என் கிட்டே சொல்லிவிட்டு இங்கேயே உட்கார்ந்துட்டியா?' அம்மையப்பன் என் தோளில் கைவைக்கும் போது நான் திடுக்கிட்டுவிட்டேன். 'என்ன ஆச்சு' என்று அம்மையப்பன் என்னை உலுக்கிய கையோடு ஒரு நாற்காலியைத் திருப்பிப் போட்டுப் பக்கத்தில் உட்கார்ந்தான். உட்கார்வதற்கு முன் அந்த நாற்காலியில் கிடந்த ஒன்றிரண்டு பூ இதழ்களை என் உள்ளங்கையில் எடுத்துக் கொண்டு, 'ரொம்ப தூரம் போயிட்டேன் அம்மையப்பா. நீ தோளிலே கை வச்சதும் மலையிலே இருந்து உருட்டி விட்ட மாதிரி இருக்கு' என்று சொன்னேன். அந்த வெங்கல தம்ளர் பற்றிச் சொல்லும் போது அம்மா முகம் இருந்த விதத்தைக் கூறிய சமயம் நான் பின்னால் போன வருடங்களுக்கு அவனால் வரமுடியவில்லை.

அவன் வேறொரு புள்ளியில் என் அம்மாவின் கடைசி நேரத்தில் இருந்து ஆரம்பித்தான், 'நல்ல வேளை. மறு நாளைக்குள்ளே குடும்பத்தோடு உனக்கு வரமுடிஞ்சுது. ஃப்ளைட்டிலேண்ணாலும் மூணு மாசக் கைப்பிள்ளையோடு அவசரமாக் கிளம்பி வருகிறது எவ்வளவு கஷ்டம்' என்றான். 'அந்த தம்ளர் அதன் அருமையுடன் இன்னும் எங்கள் குடும்பக் கருவூலத்தில் இருக்கிறது. என் குஞ்சு மகளுக்கு அதன் மேல் ஏறியிருக்கும் காலத்தின் பச்சைக் களிம்பைப் பற்றித் தெரியும்' என்று துல்லியமான வாக்கியங்களில் சொல்ல நினைத்ததைத் தவிர்த்துவிட்டேன்.

எதையாவது துண்டித்துவிட்டு வந்துதான் எதனோடாவது ஒட்டிக்கொள்ள முடிகிறது. 'உனக்காகத்தான் காத்துக்கிட்டு இருந்தேன். வா. அவங்களைப் பார்த்திருவோம்' என்று எழுந்தேன்.

‘நீ இதுக்குள்ளே போய்ப் பார்த்திருப்பேண்ணு நினைச்சேன்’ அம்மையப்பன் எழுந்து வேட்டியை உதறிக்கொண்டான். பட்டு வேட்டியின் மீது ஒரு குழல் போலப் படிந்திருந்த வெளிச்சம் துள்ளி அருவத்தில் மறைந்தது.

‘அதெப்படி. உன்னை விட்டுட்டுத் தனியாகப் போவேன். இத்தனை வருஷங்களுக்குப் பிறகு அவங்களைப் பார்க்க வாய்ச்சிருக்கு. எங்க அம்மை போனதுக்குப் பிறகு நானும் ஒரு தடவையோ ரெண்டு தடவையோ எட்டிப் பார்த்துட்டுப் போனதோடு சரி. இந்தப் பத்துப் பன்னிரண்டு வருஷத்தில எவ்வளவோ உனக்கும் நடந்திருக்கு, எனக்கும் நடந்திருக்கு. அதே மாதிரி மாமாவுக்கும் நடந்திருக்கும். நீயும் மாமாவைப் பத்தி என்னென்னமோ ஃபோனிலே இடையிலே இடையிலே பேசியிருக்கே. சொல்லியிருக்கே.. இப்போ கூட நீ ஃபோனில் சொன்னது அப்படியே கேட்கிற மாதிரி இருக்கு. ’உட்கார்ந்திருக்கிற நாற்காலியை மடக்கி வச்ச மாதிரி அப்படியே அவரு ரெண்டா பெண்டு ஆயிட்டாரு’ண்ணு நீ சொன்னதும் நம்பவே முடியலை. திரும்பத் திரும்ப எங்கேயோ உட்கார்ந்திருந்த ஒரு துருப்பிடிச்ச ஸ்டூல் சேர் ஞாபகம் வந்ததே தவிர, மாமாவுடைய முதுகை அப்படி மடக்கிப் பார்க்கவே முடியலை’

நாங்கள் பேசிக்கொண்டே படிகளில் இறங்கி வருகிறோம். கல்யாண ஹாலின் பன்னீர் சந்தன வாசம் பூ வதங்கல் எல்லாம் விலகி, படி இறங்க இறங்க சாப்பாட்டு ஹாலின் காரமும் புளிப்பும் அப்பளம் பொரித்த எண்ணெய் வாசனையும் நெருங்க ஆரம்பித்தது. முதல் இரண்டு பந்தியில் இருக்கிற வாழை இலை வாசனை, வார்ப்பில் இருந்து இறக்கின ஆவியடிக்கிற சாதம், கொதிப்புக் கொப்புளம் உடையாத சாம்பார் வாசனை, பாயாசத்தின் பச்சைக் கற்பூர வாசனை எல்லாம் அடங்கி, மேஜையில் சிந்தினதைத் துடைத்துத் துடைத்து மூன்றாம் நான்காம் பந்திக்கு உண்டாகிற கசட்டு வாசனை வந்து மூக்கைச் சுருக்கியது.

‘காக்கா மாமா, அத்தை இருக்கிற இருப்பில், தாலி கட்டுக்கு வர மாட்டேன்னு முதலிலேயே எங்க ரெண்டு பேருகிட்டேயும் சொல்லிட்டாரு... சொல்லப் போனால் கிரிஜா கிட்டே தான் சொன்னாரு. ‘பத்திரிக்கை வைக்க அவளையும் கூட்டிகிட்டுப் போயிருந்தேன்.

‘எனக்கு அத்தையையும் கூட்டிக்கிட்டு வரணும்னு தான் ஆசை. நீயே உள்ளே போயிப் பாரு தாயி. அம்மையப்பனையும் உன்னையும் ஒண்ணாக் கூட்டிக்கிட்டுப் போயி அவளைக் காட்ட முடியாது. நீ

மகளாகப் போனே. மகள் அம்மையை அப்படிப் பார்க்கலாம். அம்மை மகளை அப்படிப் பார்க்கலாம். ஒரு உடம்புக்குள்ளே இருந்து வந்த உடம்பு நீங்க ரெண்டு பேரும். நாங்க என்ன இருந்தாலும் அன்னியம் தான். வேணும்னா ஒரு கண்ணுக்குட்டியைக் குளிப்பாட்டுத மாதிரிக் குளிப்பாட்டலாம். அணிப்பிள்ளை முருங்கை மரத்தில மேலேயும் கீழேயும் ஏறி இறங்குகிறதைப் பார்க்கிற மாதிரிப் பார்த்துக்கிட்டு இருக்கலாம். பூனைக்குட்டி மாதிரி மடியில் வந்து படுத்தா தட்டிக் கொடுக்கலாம். அவ்வளவு தான் எங்க கொடுப்பினை.' என்றார். கொஞ்ச நேரம் கழித்து, 'அதுவே எவ்வளவு பெரிய கொடுப்பினை' என்று நிறைந்து சிரித்தார்.

இப்படி அவர் சொல்லிக்கொண்டுதான் இருந்தார். முடிக்கக் கூட இல்லை. எனக்குக் கூட ரொம்ப ஆச்சரியம். கிரிஜா நேரே உள்ளே 'சின்னம்மை' என்று சொல்லிக்கொண்டே போனாள். உள்ளே போய் கொஞ்ச நேரத்தில் வெளியே மாமா முன்னால் அழைப்புத் தாம்பாளத்தில் இருந்த பட்டுச் சேலையையும் பூவையும் எடுத்துக்கொண்டு போனாள். திரும்பவும் வந்து குங்குமச் செப்போடு போவதை மாமாவும் நானும் பார்த்துக்கொண்டே இருந்தோம். மாமா நெஞ்சு வரை மடிந்த தாடியை நீவிக்கொண்டு இருந்தார்.

'சின்னம்மை இப்பவே பட்டுச் சேலை கட்டி, பூ வச்சு, கல்யாண வீட்டுக்கு ரெடி' என்று கிரிஜா குங்குமச் செப்பை எடுத்த இடத்தில் வைத்தாள். செப்பு மூடி சரியாகப் பொருந்தவில்லை. உதட்டை மடித்துக் கடித்தபடி, மூடியைத் திறந்து மூடின சொடுக்குக்குள் பால் பொங்குகிறது போல குங்குமம் பொங்கித் தணிந்ததை நான் கண்ணால பார்த்தேன்' அம்மையப்பன் இதைச் சொல்லும் போது நான் கடைசிப் படியில் இருந்த காலை சப்பாட்டு ஹாலில் வைக்கிறேன். புருவ மத்தியில் வைத்த குங்குமம் மூக்குத் தண்டில் உதிர்கிற மாதிரி இருந்தது எனக்கு.

பந்தி முடிந்து எல்லோரும்சாப்பிட்ட கையைக் கழுவ எழுந்திருந்து கொண்டு இருந்தார்கள். எச்சில் கையை மணிக்கட்டு வரை மடக்கிய நிலையில், பார்க்கிற ஒருத்தருக்கொருத்தர் விசாரித்து நின்றார்கள்,. கை கழுவத் தாண்டிப் போகவேண்டிய ஒருத்தர் சிரித்த முகத்தோடு பின்னால் காத்திருந்தார். 'மேற்குக் கடைசியில் எதிரும் புதிருமான வரிசையில் தவசிப் பிள்ளையின் கையாட்கள் பத்துப் பேர் சாப்பிட இப்போதுதான் உட்கார்கிறார்கள்.

'எங்கே தேடிக் கிட்டு இருக்கே. அதோ இருக்காங்க இல்லையா ரெண்டு பேரும்!!' என்று அம்மையப்பன் தான் காட்டுகிறான்.

தாமரை இலையில் இரண்டே இரண்டு சொட்டு மட்டும் உருளாமல் மினுங்குகிற மாதிரி, காக்கும் பெருமாள் மாமாவும் அத்தையும் சாப்பிட்டுக்கொண்டு இருந்தார்கள். கிட்டத் தட்ட, ஹாலின் மையம் அது. அணைக்கப்பட்ட நிலையில் சுழல்கிற மின் விசிறிகளுக்குக் கீழ் ஒரு சினிமா தியேட்டரிலிருந்து வெளியேறுகிற காட்சி இப்படித்தான் இருக்கும்.

அது காக்கும் பெருமாள் மாமா தானா? மாமா தான். அது அன்னம்மா அத்தை தானா? அத்தைதான். நம்ப முடியாததை நம்புகிறபடி அவர்கள் இருந்தார்கள். எனக்கு அவர்களின் இன்னொரு அவதாரம் அந்தத் தோற்றம். அல்லது எனக்கு அது இன்னொரு பிறவி. அம்மையப்பன் சொன்னது உண்மைதான். ஒடிந்து தொங்கும் கிளையாக அவருடைய மேல் உடம்பு முன்னால் சாய்ந்திருந்தது. மாமா நீண்ட தாடியுடன் இருந்தார். கற்றாழை நார் நரை. மேல் சட்டை போடவில்லை. பச்சை வேட்டி கட்டின மடியில் ஒரு நீண்ட சாயத் துண்டு. அதன் நுனியை எடுத்து அத்தையின் வாயைத் துடைத்து ஒற்றினார். அத்தை சுரைக் குடுக்கை போல ஒடுங்கிப் போயிருந்தாள்.

அத்தை இலையில் பாயசம் இருந்தது. இவர் இலையில் இருந்த அண்டிப் பருப்பையும் முந்திரிப் பழத்தையும் எடுத்து அத்தை இலையில் வைத்திருப்பார் போல. கலர் பூந்தியையும் நொறுக்கின அப்பளத்தையும் சேர்த்துப் பிசைந்து விரலிடுக்கில் பாயசத்தை அள்ளி அத்தையின் திறந்த வாய்க்குள் ஊட்டிக்கொண்டு இருந்தார். 'மெள்ள தாயி. மெள்ள' என்று சொல்கிற மாமாவின் பிளந்த வாய், அத்தையின் வாயைப் போலக் காற்றில் பாயசம் குடித்தது.

அத்தை பட்டுச் சேலைதான் கட்டி இருந்தாள். மொட்டை போட்டு வளர்ந்த சிகையில் ஒரு இணுக்குப் பூ தொங்கிக் கொண்டிருந்தது. அத்தை எப்போதும் போல இன்றைக்கும் சட்டை போடவில்லை. ஒரு கட்டத்தில், அடுத்த வாய் ஊட்டும் போது, மாமா அவருடைய இடது கையை அத்தை தலையில் வைத்து சாய்த்துப் பிடித்தது அத்தைக்கு ஒப்பவில்லை. மாமாவின் கையைத் தட்டிவிட்டதில் தோளில் கிடந்த பட்டுச் சேலை விலகியது மட்டும் இல்லை, மாமா கையில் இருந்த பாயசம் சிந்தியும் விடுகிறது.

அம்மையப்பனும் நானும் வந்து நிற்பதை அவர் பார்க்கவே இல்லை. அத்தையின் மூடாத கனிவின் மேல் பிசுபிசுத்து ஒட்டிக் கிடக்கும் பாயசப் பருக்கைகளை முதலில் கையாலும் பிறகு துண்டாலும் அப்புறப் படுத்துகிறார். பக்கத்தில் இருக்கிற குடிதண்ணீரை விரல்களில் சரித்து

நடுப் பிளவில் துடைத்து உதறுகிறார். உதறும் விரலின் சொடுக்கல் சத்தம் என் மேல் பாறை போல உருள்கிறது.

என்னால் அதைப் பார்த்துக்கொண்டு நிற்க முடியவில்லை. 'நசுங்கிப் போயிருவேன் போல இருக்கு' என்றேன். அம்மையப்பனிடம் சொன்னேனா, எனக்கே சொல்லிக்கொண்டேனா என்று தெரியவில்லை. சத்தம் அந்த அளவுக்கு மெல்லியதாக ஒரு பழுத்த வேப்பிலை போல உதிர்ந்தது. 'போவோம். சாப்பிட்டுவிட்டு வரட்டும்' என்று அம்மையப்பனை நானே நகர்த்தினேன். பட்டுவேட்டி அவனுக்கு இடுப்பில் நிற்கவில்லை. மேல் சட்டையை உயர்த்தி நாடிக்குக் கீழ் அழுத்திக்கொண்டு இறுக்கிக் கட்டினான். வெறும் சைகையால் நான் முன்னே போவதாகவும், வாசலில் போய்க் காத்திருப்பதாகவும் சொன்னபோது, சட்டை மடங்கல் அவன் நாடியிலிருந்து விலகியிறங்கியது.

நான் வெயிலையே பார்த்துக்கொண்டு இருந்தேன். வெயில் தன் இமைகளை மெதுவாக மூடி, மெதுவாகத் திறந்துகொண்டு இருந்தது மங்கலும் பளீருமாக. நான் வந்து நின்ற நேரத்தின் சலனத்தில் படபடத்துக்கொண்டு சென்ற காகத்தின் எச்சம் அதுவரை அது உட்கார்ந்திருந்த சிவப்பு நிறக் காரின் முன் கண்ணாடித் தடுப்பில் வழிந்தது. சாப்பாட்டுக்குப் பிந்திய பீடாவின் சுற்றுத்தாள் ஒன்றிரண்டு கண்ணாடிக் குருவிகள் மாதிரித் தரையைக் கொத்தி இடம் மாறிக்கொண்டு இருந்தன.

எல்லாம் இப்படித்தான் இருக்கும். எல்லோரும் இப்படித்தான் இருக்க முடியும். நான் கூர்காவோனிலிருந்து இங்கே வந்திருக்கிறேன் அம்மையப்பன் மகள் கல்யாணத்திற்கு என்பதற்காக எதுவும் மாறி விடாது. அல்லது மாறாமல் நான் எப்போதோ பார்த்த கோலத்தில் அப்படியே இருந்துவிடாது. அம்மையப்பன் எடுத்துக் கொடுத்த பட்டுச் சேலை அதே சிந்தாமணிக் கலரில்தான் இருக்கும்.

அத்தை உடலில் எனக்காக அது மாம்பழக் கலரில் தன்னை மாற்றிக் கொள்ளாது. ஒரு ஐஸ் க்ரீம் கப்புக்குப் பதிலாக இந்தக் கல்யாண வீட்டில் ஓலைக் கொட்டானில் யாரும் எனக்கு அரிநெல்லிக்காயிட்டுத் தருவார்களா என்ன? காக்கும் பெருமாள் மாமாவுக்கு நெஞ்சுக்குழி வரை தாடி நரைத்துக் கிடக்கும். அத்தையின் திறந்த மேலுடம்பில் பாயசத்தின் ஒற்றைப் பருக்கை மூன்றாம் காம்பாக முளைக்கும்.

பாவா இல்லாவிட்டால் என்ன, அவர் இருக்கும் போது பறந்த புறாக்கள் இன்னும் துரைராஜபுரம் தர்காவுக்கு மேல் பறந்து

கொண்டிருக்கும். ஏழாக இருந்தது எழுபதாகக் கூடப் பெருகியிருக்க. என் திருப்திக்கு எழுபதை ஏழு என்று மனக்கணக்கில் எழுதிக் கொள்ளலாம். என் முன் அலையும் வெயிலின் படலத்தைச் சாம்பிராணிப் புகை போலவும் பாவாவின் கை வீச்சு அசைவில் அது சுருள்பிரிவதாகவும் நம்பிக்கொள்ளலாம். அவரவர்க்கு அவரவர் நிஜம். அவரவர் கற்பனை. இப்போது குறுக்கே கோடு இழுப்பது போலச் சத்தமிட்டுப் பறக்கும் கிளியின் அலகில் சிவந்த தோல் கீறின ஒரு கொடுக்காப் புளிச் சுளை இருப்பதாக நான் நினைத்துக்கொள்ளத் தடையில்லை. கிரயப் பத்திரம் முடித்துக் கை மாறிவிட்ட எங்கள் வீட்டு மரத்திலிருந்து அது கொத்திச் செல்கிறது என்று சொன்னால் அம்மையப்பன், 'அதை எல்லாம் மூட்டோடு எப்பவோ வெட்டிட்டாங்களே' என்று சிரிக்கலாம். அதுவும் உண்மை தான். உண்மை அப்படியும் இருக்கும். எப்படியும் இருக்கும்.

'நீ இங்கேயா நிற்கே? உன்னை எங்கே எல்லாம் தேடிக்கிட்டு வாரேன் தெரியுமா.' என்று சிரித்துக்கொண்டே வந்தான். இதற்கு முன்பு யாருடன் பேசிக்கொண்டு இருந்துவிட்டு வருகிறானோ அவர்கள் உண்டாக்கின, அவர்களால் உண்டான சிரிப்பு என்று தோன்றிற்று. அம்மையப்பன் கிரிஜாவுடன், அல்லது கிரிஜாவின் அக்காவுடன் அல்லது வேறு யாராவது அவனுக்குப் பிடித்த பெண் உறவினர் யாரிடமாவது பேசியிருப்பான். அந்தச் சிரிப்பு ஒரு நெருக்கமான பெண்ணின் திரி நுனியில் சுடர்வது போல இருந்தது.

எனக்கு என்னுடைய ஷாலினியை அவளருகில் படுத்து உறங்கும் எங்கள் குஞ்சு மகள் பார்வதியைத் தேடிவிட்டது. தூய உருப்பளிங்கு போல தன் பதினோரு வயதுக் களங்கமின்மையின் சிப்பிகளோடு மூடியிருக்கும் பாருவின் கண்களில் முத்தமிடத் தோன்றி என் உதடுகள் குவிந்துவிட்டன. எனக்கும் அவர்களின் வெளிச்சம் வேண்டியது இருந்தது. நானும் அந்த வெளிச்சத்துடன் சிரிக்க விரும்பினேன். நான் பாருவிடம் என் பூர்வீக ஊரில் இருந்து சேகரித்து வருவதாகச் சொன்ன காட்சிகளை அந்தச் சிரிப்பின் குதிருக்குள் நிரப்பத் தயார் ஆனேன். வீட்டை விற்கிறதுக்கு முந்திய நாளில் மர ஸ்டூலைப் போட்டு ஏறி தானியக் குதிரில் எட்டிப் பார்த்த போது ஒரு சிறிய உயிரியின் மடங்கலுடன் சுருண்டு கிடந்த இரண்டு மூன்று சோளக் கதிரும் தோகைச் சொரசொரப்பும் தெரிந்தன. அந்தச் சொரசொரப்பு என் அப்பாவின் கையிலா, அம்மாவின் கையிலா எங்கு உணர்ந்தது?

'காக்கா மாமாவும் அத்தையும் இப்படி இந்த வழியாகத்தான் போவார்கள். நீயும் இங்கே தானே இருப்பாய் என்று நினைத்தேன். அவர்கள் தென் பக்கத்தில் ஆக்குப் பறை பக்கம் இருந்த வாசலின்

வழியாகவே போய்விட்டார்கள் போல. வண்டியை உசிலை மரத்தடியில் நிறுத்தி இருந்தாராம். அத்தையை வண்டியில் ஏற்றுவதற்கு மாமா ரொம்பச் சிரமப்பட்டுவிட்டதாக கணக்கப் பிள்ளை சொன்னார்" அம்மையப்பன் சொன்னான். 'இப்போ மாமா ஒரு பழைய மாருதி 800 வச்சிருக்காரு. அத்தையை சிவராமன் சார்கிட்டே வைத்தியம் பண்ண அடிக்கடி போக வேண்டியது இருக்கு.'

தன் மடங்கிய உடலுடன், கைத்தாங்கலாக அத்தையைப் பைய நடத்திக் கூட்டிச் செல்லும் ஒரு காட்சியின் எதிர்ப்பார்ப்புடன் இருந்த, எனக்கு இந்த வயதில் காக்கும் பெருமாள் மாமா ஒரு வாகனத்தை ஓட்டிப் போகும் காட்சியை, அதுவும் அத்தையை வைத்துக்கொண்டு, கற்பனை செய்வது எளிதாக இல்லை. ஆனால் சந்தோஷமாக இருந்தது. அவர்களைப் பார்க்க முடியவில்லை என்பதில் வருத்தம் கூட உண்டாகவில்லை. அதை விட, இப்போது பூசை மடத்து வீடு என்று ஊரில் அடையாளமாகிவிட்ட, மாமாவின் தோப்பிலேயே அவரைப் பார்க்க வேண்டும் என்கிற ஒரு கட்டளை அதில் இருக்கிறதாகவும் தோன்றிற்று.

'கொஞ்சம் இரு. நீ அங்கே போயிட்டு வருகிறதுக்கு வண்டிக்கு ஏற்பாடு பண்ணுகிறேன். நம்ம வண்டி வெளியில போயிருக்கு' என்று மண்டபத்தின் முன்னால் நிற்கிற வண்டிகள் யார் யாருடையது என்று கவனிக்க ஆரம்பித்தான். ஒரு வரியை எழுதி முடிக்கும் முன்பே அடுத்த வரிக்கான சொற்களைத் தேட ஆரம்பித்துவிடும் கெட்டிக்காரத்தனம் அம்மையப்பனுக்கு இருந்தது. இல்லாவிட்டால், உரக்கடையில் உட்கார்ந்து கொண்டு அவன் அப்படி ஃபோனில் பேசுகிற தோரணை வேறு எப்படி வந்திருக்கும்?

'இல்லை அம்மைப்பா. எனக்கு நடந்து போகலாம்னு தோணிட்டுது. சரியாகச் சொன்னா, போகலாம்னு இல்லை. போகணும்னு'

'இந்த வெயிலேயா?'

'வெயில் தான். ஆனா நம்ம ஊர் வெயில் அல்லவா. இத்தனை வருஷமா இந்த ஊர் தண்ணியைக் குடிக்கலை. இன்றைக்கு இந்த வெயிலை அதுக்குப் பதிலா அள்ளிக் குடிச்சுக்கிடுகிறேனே"

'வெயிலைக் குடிக்கப் போகிறியா? அங்கே போகிறதுக்கு முந்தியே, அங்கே போய்விட்டது மாதிரியே பேச ஆரம்பிச்சுட்டே நீ?'

'முதலில் இருந்தே அங்கே போக வச்சவன் நீதானே.'

‘சரி. நான் தான் இப்பவும் சொல்லுதேன். வண்டியிலே போ. நடந்து போகிற பேச்சை விடு’

‘மனசு தானே பேச்சு. அது ஏற்கனவே அங்கே போயிட்டுது அம்மைப்பா’

.அம்மையப்பன் ஒன்றும் சொல்லவில்லை. அப்படியே இருந்தான். காயம் பட்ட மாதிரி அமைதியாக இருந்துவிட்டுக் காயம் ஆறிப் பொருக்காடினது மாதிரிச் சிரித்தான். ‘அப்புறம் உன் இஷ்டம்’ என்று சொல்கிற குரலிலேயே ‘சரி, போயிட்டு வா. நேரத்தோடு வந்திரு’ என்று சொன்னான்.

நான் செருப்பைக் கழற்றிப் போட்ட இடத்திற்குப் போனேன். காலில் செருப்பை தேடி நுழைத்துக் கொள்கிறவரை அம்மையப்பன் என்னையே பார்த்துக் கொண்டு நின்றான். ‘இன்றைக்கு வெயில் ரொம்ப ஜாஸ்தி’ என்று சொல்லியபடியே கையை அசைத்தான். பள்ளிக் கூடத்துப் பிள்ளைகளுக்குக் காட்டுகிற அசைப்பு. நான் நகர ஆரம்பித்ததும் என் பக்கம் நான்கு அடிகள் அவசரமாக வந்து, ‘வாய்க்கால் பாலத்து வழியாகப் போக வேண்டாம், அது சுத்து. இப்போ மில்லுக்காரன் லாரி போகிறதுக்கு அவனே தார் ரோடு போட்டிருக்கிறான். அது வழியாகப் போனால் ரொம்பப் பக்கம்’ என்றான். சரி என்று சொல்லவில்லை. கையை மட்டும் அசைத்தேன்.

எனக்குப் புதிய ரோடுகள் வேண்டாம் என்று இருந்தது. எந்த வெயில் அடித்தாலும் மழை பெய்தாலும் இந்த ஊரில் என்னுடைய வழித்தடங்கள் அழியாமல் கிடக்கும். வருஷம் எல்லாம் ஒரு கணக்கில்லை. நான் உள்ளூரில் இல்லை. வெளியூர் போய்விட்டேன் என்பது எல்லாம் பொருட்டில்லை. ஒரு புத்தகம் போல நான் எப்போது வந்தாலும் திருப்பப்படுவதற்கு அது அப்படியே கண்ணுக்குத் தெரியாமல் தன் பக்கங்களுடன் கிடக்கிறது.

வாய்க்காலில் தண்ணீர் இருந்தது. ஓட்டம் இல்லை. கொஞ்ச நேரம் பாலத்தில் இருந்து குனிந்து பார்த்தேன். அந்தத் தண்ணீர் வாடை, அல்லித்தண்டுக் குளிர்ச்சி எதுவும் இல்லை. கரை, படுகை எல்லாவற்றையும் சிமெண்டில் கட்டிப் பூசி விட்டிருந்தார்கள். ஒரு பெரிய தொட்டியில் கிடப்பது போலத் தண்ணீர் என்னை உற்றுப் பார்த்தது.

பனம் பழம் விழுந்து தானாக முளைத்த பனை விடலிகள் இடுப்பு மட்டத்திற்கு வளர்ந்திருந்தன. 'தானாக'விற்கு உள்ள அழகு தனிதான். சமீபத்தில் செங்கல் அறுக்கவில்லை போல. சூளையும் வைக்காமல்

மழையில் நனைந்து கரைந்த செங்கல் அடுக்குகளின் தேய்மானத்தில் செங்கமால் வைக்கும் சமுத்திர நாடார் குரல் கேட்டது. அவருக்கு சந்தோஷமும் கரகரப்புமான எம்.ஆர்.ராதா குரல். நான் தனியாக அவரைப் போல அம்மாவிடம் பேசிக் காட்டி இருக்கிறேன்.

காலனிக்குப் போகிற கரையடி மாடசாமி கோவிலுக்குத் தெற்கே ஒரு சீரடி சாய் பாபா கோவில் வந்திருந்தது. ஸ்தூபி மாதிரிக் கோபுரம் அசலூர்க் களையுடன். முன்பு அந்த இடத்தில் காடு போல முளைத்துக் கிடந்த ஆவாரஞ்செடிகள் ஒன்றும் இல்லை. அப்புறம் செம்போத்துச் சத்தத்துக்கு எங்கே போக. மாமா தோப்புக்குப் போகும் போது எல்லாம் ஒரு ஒற்றைச் செம்போத்து என் நடை அரவத்தில் அடுத்த ஆவாரம் புதருக்கு மாறும். இன்றைக்கு நான் தான் அதற்குப் பதிலி.

மனம் ஒரு சக்கடா வண்டிச் சத்தத்துக்கு ஏங்கியது, உரக்குழியில் இருந்து அள்ளிப் போகப்படும் சாணிஉரம் போகிற வழியில் வண்டித் தடத்தில் சிந்தி அடிக்கிற வாடை எதுவும் இல்லை. முன்பு எல்லாம் வெயிலுக்குக் கூட ஒரு அப்படி ஒரு வாசனை இருந்திருக்கிறது. வெயிலின் வாசனை பற்றி மாமாவிடம் கூடச் சொல்லியிருக்கிறேன். 'உனக்கு சுவாசிக்கத் தெரிகிறது' என்று மட்டும் மாமா சொன்னார். அப்போது அவருடைய நாசி நுனி மூக்குத் தண்டோடு ஒட்டிப் பள்ளம் வெட்டியது.

எதிரே ஒருவர் கூடத் தட்டுப்படவில்லை. வெயிலை விட அதையே தாங்கிக்கொள்ள முடியவில்லை. தடை உத்தரவு போட்டது போல், ஒரு சைக்கிள், டி.வி.எஸ் *50*, கருவக்குரிச்சிக்குப் போகிற மினி பஸ் எதுவும் எதிரே வரக் காணோம். நான் மட்டும் வருகிற பாதையாக, மாமா இதைக் கொஞ்ச நேரத்திற்கு எழுதிவைத்திருக்கிறார். மாமாவாக இல்லாவிட்டால் பாவாவாக இருக்கும். பாவா மேலே அவருடைய இடத்தில் இருந்தபடி, அவருடைய ஏழு புறாக்களை இப்போது எனக்கு வழிகாட்டப் பறக்கவிட்டிருக்கலாம். அவை மொத்தமாகப் பறக்கும் பந்தலின் நிழலில் நான் நடந்திருப்பது மாமாவைப் பார்க்கப் போவதற்கு உகந்ததாக இருந்திருக்கும்.

தோப்பின் நுழைவாசலில் வரவேற்புச் சொல்வது போல, இரண்டு பக்கமும் வரிசைக்குப் பத்தாக நக்குவாரித் தென்னைகள் நிற்கும். அதன் கீற்றுகளுக்கு என்னைக் கண்டுபிடிக்க முடிந்தது. 'அம்மையப்பன் வீட்டுக் கல்யாணம் சிறப்புத் தானா?' என்று விசாரித்தது. 'நீ மட்டும் தான் வந்திருக்கிறாயா? வீட்டுக்காரி, பிள்ளை எல்லாம் கூட்டி வந்தால் என்ன?' என்று தோகை மேலே உயர்ந்து கோபப்பட்டு மறுபடி

தணிந்தது. கரேல் என்று கரைந்து, நான் வந்திருக்கிற தகவலைச் சொல்ல, உச்சிமரத்தில் இருந்த காகம் ஒன்று பறந்தது. கடல் பறவை அந்தரத்தில் மிதக்கிற நிலையில் நான் மேலே நடக்கிறவரை, சிறகுவிரித்து ஒரே இடத்தில் அது வானத்தில் அப்படியே தொங்கிக்கொண்டு இருந்தது.

அமைதியின் முகூர்த்த வேளை உச்சத்தில் இருக்கும் பிற்பகலில் வந்து சேர்ந்திருக்கிறேன். தோப்பிலும் சத்தமில்லை. அம்மா ' ஊர் அடங்கிவிட்டது. ஆரவாரமே இல்லை' என்று சொல்வது சரிதான். சத்தம் தான் ஆரவாரம். சத்தம் தான் கொண்டாட்டம். பூவரச மரத்திலிருந்து ஒரு பம்பரக்காய் பொட்டென்று உதிர்ந்திருக்கலாம். தண்ணீர் பாயும் களகளப்பு எங்கிருந்தாவது கேட்டிருக்கலாம். சிருக் என்று புங்கைச் சருகுக்குள் ஒரு ஓந்தான் நகர்ந்திருக்கலாம். கரையான் வைத்த மரப்பட்டை கழன்று விழும் நேரமாக இது இருந்திருக்கலாம்.

வலது பக்கப் படிக்கட்டுகளுக்கும் தலை வாசலுக்கும் இடையில், கால் கழுவிக் கொள்கிற குழாயின் தண்ணீர் பாயும் வடிகாலில் முளைத்திருந்த வேப்பங்கன்று இப்போது பெரு மரமாகக் கவிந்திருந்தது. இந்த உலகம் முழுவதற்கும் வினியோகிக்க முடிகிற அளவு அடர்த்தியான நிழலை அது தரையில் கொட்டியிருந்தது. மாமா நார்க்கட்டிலில் அவருடைய சாயத் துண்டை விரித்துப் படுத்திருந்தார்.படுத்திருக்கும் போது கூனல் தெரியவில்லை. மடக்கிய இடது காலின் மேல் வலது காலை டானா போட்டிருக்க, பெருவிரல் நுனியில் இந்தத் தோப்பு ஒரு பந்து போல சுழன்றுகொண்டு இருப்பதாக நினைத்துக்கொண்டேன். கால் பந்து விளையாடிய காலத்தில் நானே ஒற்றைக் கைவிரலில் அப்படிச் சுழற்றி இருக்கிறேன்.

முன் வாசல் கதவு பூட்டியிருந்தது. அத்தை உள்ளே இருக்கலாம். இவர் படுத்திருப்பது போல அத்தையும் உள்ளே தூங்கியபடி இருக்கலாம். தூக்க நேரம் அல்லது தூங்கி விழிக்கிற நேரம் தான் அது. ஆனால் நான் அத்தை அந்த வலது புறப் படிக்கட்டுப் பக்கம் நெல்லிமரத்தடியில் இப்போது நிற்க விரும்பினேன். இதுவரை நடந்து வருகையில் என் மேல் விழுந்த வெயிலை எல்லாம் ஒரு மஞ்சள் வஸ்திரமாகச் சுருட்டி அத்தையிடம் கொடுத்துவிட வேண்டும் என்று தோன்றுகையில் என் கைகளுக்குள் ஒரு சேலை மெதுமெதுப்பு அமுங்கியது. நான் என் கைகளாலேயே என்னை அணைத்துக்கொண்டேன்.

'வா. இப்படி உட்கார்' என்று பெயரைச் சொல்லியபடி காக்கும் பெருமாள் மாமா எழுந்திருந்தார். தன்னை நிமிர்த்திக்கொள்ள

அவருக்கு முடிந்தது. அவர் இடம் போக, நார்க்கட்டிலின் மீதி பாகத்திற்குக் கிடக்கிற காவித் துண்டு. சுருக்கில்லாத துண்டைச் சுருக்கே இல்லாமல் மாமா நீவி விட்டார். நான் இதுவரை மாமாவுக்கு எதிரே, அல்லது கொஞ்சம் வலது பக்கம், இடது பக்கம் தள்ளித்தான் உட்கார்ந்திருக்கிறேன்.

அவர் பக்கத்தில் அவருக்குச் சமமாக உட்கார்ந்தது இல்லை. 'கொஞ்சம் அவசரம். யாரிடமும் சொல்லிக்கொள்ள முடியவில்லை' என்றார். யாரிடமும் என்றால் என்னிடமுமா? நான் வந்திருந்தது, சாப்பிடுகிற அவர் பக்கத்தில் அம்மையப்பனுடன் நின்றது எல்லாம் தெரியுமா?

மறுபடியும் நார்க்கட்டிலில் தன் அருகில் உள்ள பகுதியில் உள்ளங்கையால் இரண்டுமூன்று முறை பொத்தி, 'வந்து உட்கார்' என்றார். என் உட்கார்தலின் சாவி அந்தச் சொற்களில் இருந்தது. நான் உட்கார்ந்தேன். ஒரு பசுவின் சத்தமோ கன்றின் சத்தமோ கேட்டது. பசுவாகவும் கன்றாகவும் இருக்கிற குரல். நான் அவரைப் போலவே முதுகுத் தண்டு நிமிர உட்கார்ந்திருந்தேன். அவர் எனக்கு வலப்பக்கமிருந்தார். என் இடது தோள் வரை கையைப் பதித்து ஒரு முறை உலுக்கி அவரோடு நெருக்கிக் கொண்டார். 'வெயில் மஞ்சள் மஞ்சேர்;னு இருக்குதா?' என்றார். மீசை சிரிப்பை மூடியிருந்தது. கொடியில் காயப் போட்டிருக்கும் துணி காற்றில் நுனி சுருட்டி உயர்வது போல அவருடைய தாடி நுனி மயிர்க்கற்றை தும்பிக்கை உயர்த்தியது. மூடின கதவைக் காட்டி,' உள்ளே தான் இருக்கச் சொன்னேன். உள்ளே தான் இருப்பாள்'னு நினைக்கேன்' என்று என்னை மறுபடி தோளோடு இறுக்கினார்.

'வா, மேலே போகலாம்' என்றார். கால்களைக் கழுவிக் கொண்டோம். என்னை முதலில் படியேறவிட்டு அவர் பின்னால் வந்தார். நடக்கும் போது அவர் உடல் முன் பக்கம் ஒடிவதை நான் பார்க்க விரும்பியிருக்க மாட்டார். படி ஏறியதில் ஈரல் குலை விரிய விரிய, ஓலை வாசம் மூச்சில். இந்த வாசத்திற்காக எத்தனை கடல், எத்தனை மலை தாண்டியும் இங்கே வரலாம். பாவா அப்படித்தான் வந்து போய்க்கொண்டு இருந்திருந்தார்.

உட்காரப் போகிறோம் என்பதற்கு முந்திய நிற்கும் கணம். முதுகுத் தண்டின் அத்தனை கண்ணியையும் தொய்வில்லாமல் அடுக்கி, மாமா நிமிர்ந்து நின்றபடியே கரங்களைக் கூப்பிக் கும்பிட்டு, கண்களை மூடி அப்படியே நின்றார். தம்பிரான் பொத்தையும் துரைராஜபுரம்

தர்காவும் என் மூடின கண்களுக்குள் வந்தன. 'உட்கார்' என்றார். வழக்கமாக அவர் உட்காரும் இடத்தில் என்னை உட்காரவைத்தார்.

அந்த இடத்திற்கு நேர் பின்னால் இருந்த மரப் பெட்டியைத் திறந்து ஒரு விசிறியை எடுத்துவந்தார். பச்சைத் துணியால் பச்சை உல்லன் நூல் கொண்டு விளிம்பு தைக்கப்பட்ட வெட்டிவேர் விசிறி. பாவா கையில் வைத்து தர்காவில் சாம்பிராணி வீசுவது.அதுதான் இது என்று சொல்லாமலே, அதை மாமா விசிற ஆரம்பித்தார். மயிலிறகால் செய்த விசிறியின் அத்தனை மிருதும் மினுமினுப்பும் உள்ள அசைவு. துடுப்புத் தள்ளின அலை, கரை வரை போய்ச் சேர்வது போல, விசிறிக் காற்று பந்து பந்தாக நகர்ந்து தோப்பை நிரப்பிக்கொண்டிருந்தது. கொஞ்சம் கொஞ்சமாக வெட்டிவேர் வாசனை பரவ ஆரம்பித்தது.

விசிறுவதை நிறுத்தாமலே, மாமா என்னிடம் கண்சைகை காட்டினார். கோரம்பாய் ஓரத்தில் இருந்த அந்த வட்டத் தோல்கொட்டைக் கைகளில் எடுத்து வாசிப்பதற்கு வாகாக வைத்துக்கொண்டேன். எத்தனையோ காலமாக அதை வாசித்துக்கொண்டு இருப்பவன் போல, அதை ஏந்துகிற விரல்களும் வாசிக்கிற விரல்களும் அதனதன் தயாரில் இருந்தன. கழுத்தை லேசாக என்னைப் பார்த்து வெட்டி, 'வாசி' என்பது போல அசைத்தார். என் விரல்கள் புரண்டு தோல் அதிர்ந்து கணகணத்த சமயம், அவர் பாட ஆரம்பித்திருந்தார்.

வழக்கமாக பாவாவும் இவரும் பாடுகிற பாட்டுகள் இல்லை. பாவாவைப் பற்றி இவரே இட்டுக் கட்டினவை. ஆனால் வரிகளின் தோரணை, தாளக் கட்டு எல்லாம் அப்படியே இருந்தன. விசிறி அசைவது தானாக நிகழ்வது போல இருந்தது. வெட்டிவேர் வாசனை தானாகக் கமழ்வது போல இருந்தது. பொத்தையில் நிலா வெளிச்சத்தில் பாவாவும் மாமாவும் இடது கையை வானத்துக்கும் வலது கையை பூமிக்கும் காட்டி ஆடுகிற ஆட்டம் அருவமாக நிகழ்வது போல இருந்தது. மிகச் சாய்ந்துவிட்ட வெயிலில் தரை முழுவதையும் பெருக்கும் நிழல்.

கீழே இருந்து கதவைத் தட்டுகிற சத்தம். முதலில் மெதுவாக. பிறகு ஓங்கி ஓங்கி. அடுத்தடுத்து திண் திண் என்று. முன் கதவு திறக்கப்படாமல் பின் கதவுக்கு ஓடி உண்டாக்கும் அதிர்வு. 'திறந்து விடுடா. திறந்து விடுடா' என்று ஜன்னல் வழியாகப் பாய்ந்து இரை கவ்வும் மிருக உறுமல். கொஞ்சம் கொஞ்சமாக, 'பெருமாளு, பெருமாளு' என்று ஒவ்வொரு சொல்லும் புழுதியில் புரண்டு புழுதி

வாரி இறைக்கிறது. இதற்கு முன்பு ஒரு முறை கேட்டிருக்கிற அத்தனை வசைகளையும் தாண்டுகிற கொச்சையில் வெயில் தும்பு தும்பாகக் கிழிந்து பறக்கிறது.

மாமாவின் குரல் உச்சத்திற்கு அப்பால் போன பின் வாய்க்கிற ஒரு மிருதுவின் மதுரத்தில் பெருகிக்கொண்டே இருக்கிறது. குரலே பொத்தைச் சுனை போலவும், குரலே அதில் மிதக்கிற ஒரு சிறிய இலை போலவும் அவர் பாடிக்கொண்டே இருக்கிறார். அவர் காதில் அவர் குரல் மட்டுமே விழுகிறது போல.

எனக்கு அப்படியில்லை. அவர் குரலை விட்டு நான் விலகிப் போகிறது தெரிகிறது. என் வாசிப்புத் தப்பிவிடக் கூடாதே என்ற பதற்றத்தில் இருக்கிறேன். அத்தையின் குரலில் இருந்து என்னைக் காப்பாற்று என்று என் விரல்களிடம் நான் கெஞ்சுகிறேன். என்னுடைய நிலைமை வெயிலுக்குப் புரியவில்லை. அல்லது முற்றிலும் புரிந்திருப்பது போல, தன் அன்றைய சாயுங்காலத்தை ஒரு மஞ்சள் புடவை போல முன்னால் விசிறுகிறது. மாமாவின் காலடியில் வெயில் கிடக்கிறது. அவர் பாடுவதைத் தொட்டு வணங்குகிறது.

கீழே இருந்து பெயர்ந்துவிடுகிறது போன்ற மரச் சத்தத்தின் ஊடாக அத்தையின் குரல்,' டேய். தேயோளி. கதவைத் திறந்து விடுடா. அவன் உன்னைப் பார்க்க வரலை. என்னைப் பார்க்க வந்திருக்கான்டா'.

ஒரு பெரிய அலையாக சாம்பிராணி வாசனை கமழ்கிறது.

மாமா இன்னும் பாடிக்கொண்டுதான் இருந்தார்.

நம் நற்றிணை
இதழ் 1, 2017

வரும்போது இருந்த வெயில்

இந்திரா கதவைத் திறக்கும் போது பெருமாள் மட்டும் இல்லை. அவளுடன் ஒரு பையனும் நின்றுகொண்டு இருந்தான். நாரத்தை இலையா எலுமிச்சையா என்று தெரியவில்லை, பெருமாள் தன் விரல்களுக்கு இடையில் வைத்து நசுக்கிக்கொண்டு இருந்தாள்.

அவர்கள் இரண்டு பேருக்கும் பின்னால், அவர்களோடு சேர்ந்து வீட்டிற்குள் நுழைவதற்குத் தயாராக இருந்த வெயிலின் மேல் அந்த நசுங்கின வாசனை பூசப்பட்டிருந்தது. பெருமாள் அந்தப் பையனின் உச்சந்தலையில் கை வைத்து, 'குடையை எடுத்துட்டு வந்திருக்கலாம். சொல்லச் சொல்ல வேண்டாம்னுட்டே. தீயா பொரிக்கி.' என்று சொன்னாள். அந்தப் பையன் குனிந்துகொண்டே கலைந்த தலையைச் சரி செய்து வகிட்டில் கை வைத்து ஒதுக்கி நீவிவிட்டுக்கொண்டான். இந்திராவை அவன் பார்க்கவே இல்லை.

'ரெண்டு பேரும் உள்ளே வாங்க, ஏன் வெளியிலேயே நீக்கீங்க?' இந்திரா கூப்பிடும் போதும் பெருமாள் அந்த இலையை இப்போது சிறு குளிகையாக உருட்டி முகர்ந்துகொண்டு இருந்தாள். வெயில் அதன் பச்சைச் சாறு கசிய அவள் விரல்களுக்கு இடையில் இருந்தது.

'அதைத் தூரப் போட்டுட்டு வா, பெருமாக்கா" இந்திரா சொன்னதும் பெருமாள் வெளியே போய் அதை உதறினாள். அந்தப் பையன் அப்படியே நின்றுகொண்டு இருந்தான். சாயம் போயிருந்த அவனுடைய நீல முழுக் கால்சட்டை கரண்டைக்கு மேல் இருந்தது. அவனைப் பொறுத்தவரை ஒரு புதிய சணல் சாக்கு போல

அடித்துக்கொண்டிருந்த வெயிலின் வாடை ரொம்பப் பிடித்திருந்தது. வீட்டிற்குள் போக விருப்பம் இல்லாததற்கு அதுவும் ஒரு காரணம்.

பெருமாள் கையை மட்டுமல்ல, முகத்தையும் வெளியில் இருக்கிற குழாய்த் தண்ணீரில் கழுவி, வளைந்த சுட்டு விரலால் ஒரு சிறிய தகடாகத் தண்ணீரை வழித்து எடுத்தபடி, 'நான் சொன்னேன் லா இந்திராம்மா?' என்றாள். அந்தப் பையன் இப்போது இந்திராவை ஒரு சிறிய பொழுது பார்த்துவிட்டுக் குனிந்துகொண்டான். இந்த இடத்தைவிட்டு அகன்றுவிடலாம் என்று அவனுக்குத் தோன்றியது.

பெருமாள் அத்தை அவனிடம் எல்லாவற்றையும் சொல்லித்தான் கூட்டிக்கொண்டு வந்திருந்தாள். இன்றைக்கு அவனைக் கூட்டிக்கொண்டு வந்திருப்பது சும்மா தான். அந்த வீட்டில் இருக்கிற ஜன்னல் கதவுகளையும், ஒவ்வொரு அறையிலும் இரண்டு இரண்டாக ஓடிக் கொண்டு இருக்கிற விசிறிகளில் படிந்திருக்கும் தூசியையும் துடைத்துக் கொடுக்க வேண்டும். அவனுக்கு அதைப் பற்றி ஒன்றும் இல்லை என்றால் கீழே மூன்று, மச்சில் இரண்டு என்று இருக்கிற 'பாத் ரூமை'யும் கழுவிக் கொடுக்கலாம். பெருமாள் அத்தை மிகுந்த சங்கடத்துடன் 'பாத் ரூம்' என்றுதான் சொன்னாள். அவள் என்ன சொல்ல வருகிறாள் என்று அவனுக்குப் புரியாமல் இல்லை.

'மத்த வீட்டு ஆட்கள் மாதிரி இல்லை இந்த வீட்டு ஐயாவும் அம்மாவும். நான் இந்த வீட்டில் பத்துப் பன்னிரண்டு வருஷமா வேலைக்கு நிக்கேன். உண்கிற சோத்துக்கும் உடுத்துகிற துணிக்கும் தரித்திரியமில்லாமல் இண்ணையத் தேதி வரைக்கும் கழிஞ்சுக்கிட்டு இருக்கு. அக்காங்கிற சொல்லுக்கு அடுத்த சொல் சொல்வார் கிடையாது. இங்கே நிக்கப் படாது, அங்கே உக்காரப்படாதுண்ணு ஒரு நாள்க் கூட சொன்னது இல்லை. நாமளும் உப்புக்கு உப்பா, உரைப்புக்கு உரைப்பா, அது அதுக்குத் தக்கன குனியுறதுக்குக் குனிஞ்சு, நிமிர்கிறதுக்கு நிமிந்து நடமாடிக்கிடுதோம். அதையும் சொல்லணும்'லா".

இதை எல்லாம் இவனிடம் சொல்வது போல, பெருமாள் அத்தை இவனுடைய அம்மாவிடம்தான் சொல்லிக்கொண்டு இருந்தாள். அம்மாவின் முகத்தை இவன் பார்க்கவே இல்லை. அம்மா மூக்கை உறிஞ்சிக்கொள்வதையும் சேலைத் தலைப்பால் கண்களைத் துடைத்துக்கொள்வதையும் பார்த்துத்தான் அவன் தெரிந்துகொள்ள வேண்டுமா என்ன?. பெருமாள் அத்தை சொல்வதை அவளால் தாங்க முடியவில்லை. அப்புறம் எதற்கு, பெருமாள் அத்தை சொல்கிற ஒவ்வொன்றுக்கும் 'அது சரி', 'அது சரி' என்று சொல்லவேண்டும்.? எல்லாம்சரியாக இருப்பதற்கு ஏன் தொண்டை கம்ம வேண்டும்?

அம்மாவிடம் பெருமாள் அத்தை இதை எல்லாம் சொல்லிக்கொண்டு இருக்கையில், இவனுக்கு சிமெண்டுத் தொட்டித் தண்ணீரில் விழுந்திருக்கிற வெயில் நெளிந்து தொந்தரவு செய்தது. எழுந்திருந்து போய், ஒரு செம்பில் தண்ணீரைக் கோதி, வாசல் சுவரில் தகர டப்பாவில் வைத்திருக்கிற டேபிள் ரோஸ் செடிகளுக்கு ஊற்றிவிட்டு வந்தான். எல்லா வாடகை வீட்டுச் சுவர்களிலும் அடர்ந்த கருஞ் சிவப்புப் பூக்களோடு இப்படிச் சில செடிகள் இருப்பதற்கு அவசியம் உண்டு என நினைத்தான். இக்கட்டான சமயங்களில் எழுந்துபோய் அதற்குத் தண்ணீர் வார்த்துவிட்டு, அந்த இடத்திலேயே அசையாமல் நின்று ஒரு சிகரெட் புகைத்துவிட்டு வரும் பழக்கம் உள்ள அப்பாவின் முகம், அப்போது அவனுக்கு மிக அருகில் தெரிந்தது.

'வா, உள்ளே வா' என்று இந்திரா அவனுடைய தோளில் கையை வைத்துக் கூப்பிட்டாள். மணிக்கட்டுக்கு உள்ப்பக்கமாகக் கடிகாரம் கட்டியிருக்கும் முருகேஸ்வரி டீச்சர் தான் இப்படி அவனுடைய தோளில் கைவைத்து எப்போதும் பேசுவாள். ஜவஹர் ஸ்கூலை விட்டு அவனை அனுப்பவே மாட்டேன், டி.சி. கொடுக்கக் கூடாது என்று கட்டாயப் படுத்தி, பத்தாவது வரை அங்கேயே 'நீ எதைப் பத்தியும் கவலைப்படாமல் படி, உன் படிப்புக்கு நான் ஆச்சு' என்று சொன்னது முருகேஸ்வரி டீச்சர்தான். இதை அப்பாவும் அம்மாவும் இருக்கும் போதுதான் வீட்டில் போய்ச் சொன்னான். அப்பா மறு நாளே, சாயுங்காலம் தன் சைக்கிளை எடுத்துக்கொண்டு பள்ளிக்க்கூடத்துக்கு வந்து டீச்சரைக் கும்பிட்டார்.

செம்பருத்திப் பூக்கள் மூங்கில் பட்டிகளுக்கு ஊடாக எட்டிப்பார்த்திருக்கிற முன் தாழ்வாரத்தில் அப்பா முருகேஸ்வரி டீச்சரைக் கும்பிட்ட தோற்றம் இன்னும் அப்படியே இருக்கிறது. அப்பா குரல் கலங்கியிருந்தது. யாரோ பிடித்து உலுப்பியது போல, அவருக்குள் நிரம்பியிருந்தவை எல்லாம் அப்போது உதிர்ந்தது என்றுதான் சொல்லவேண்டும். அப்பாவின் இரண்டு கைகளின் முழங்கையும் மணிக்கட்டு வரை ஒன்றோடு ஒன்று ஒட்டிக் கிடந்தது. உள்ளுக்குள் ஒரு மொக்கையோ பூவையோ வைத்திருக்கும் தினுசில் கூப்பியிருந்த கைகளுடன் அவர் டீச்சரைக் கும்பிட்டார். அடுத்த கணத்தில், டீச்சரின் கைகளைப் பற்றி, தன் நெற்றியில் வைத்துக்கொண்டார்.

'நல்லா இருங்க தாயி. எம் புள்ளை இனிமேல் கரையேறியிருவான்' என்று சொல்லி, எடுத்த இடத்தில் வைப்பது போல், முருகேஸ்வரி டீச்சரின் கைகளை மெதுவாகத் தளரவிட்டார். டீச்சர் தன்னுடைய

கைகளை அதற்கு அப்புறம் என்ன செய்வது என்று தெரியாமல், இயல்பில்லாமல் நெஞ்சோடு மடித்துக் கட்டுவதும் தளர்த்துவதுமாக இருந்தார்.

இந்திரா அவனை அப்படித் தோளில் கை வைத்துக் கூட்டி வருவதை பெருமாள் அத்தை பார்த்துக்கொண்டு நின்றாள். கால் சட்டையில் இருந்து ஒரு திரிபோலப் பிரிந்து தொங்கிய நூல் மேல் பாதத்தில் உரசி ஒரு வித அசௌகரியத்தை உண்டு பண்ணியது. குனிந்து அதைச் சுண்டியிழுத்து அத்துப் போடவேண்டும் போல இருந்தது அவனுக்கு.

பெருமாள் அத்தைக்கு என்ன தோன்றியதோ? இவனுக்குத் தாகமாக இருப்பதாகவும், பேசமுடியாத அளவுக்குத் தொண்டை உலர்ந்துவிட்டதாகவும் நினைத்து, உள்க் கட்டு வரை போய் ஒரு கண்ணாடி ஜாடியில் தண்ணீரும் அதைக் குடிப்பதற்கு ஒரு கண்ணாடி டம்ளரும் கொண்டு வந்து ஊற்றிக் கொடுத்தாள். வெள்ளையும் நீலமுமாகக் கொடி போலச் சுருண்டு மேலேறிக் கொண்டிருந்த அந்தக் கண்ணாடி டம்ளரை அவனுக்குப் பிடித்திருந்தது. அப்படி மேலேறிய கொடிகள். அந்தக் கண்ணாடி டம்ளரின் விளிம்புகளுக்கும் வெளியே வளர்ந்து அந்த அறை முழுவதும் படர்ந்திருப்பது போல இருந்தது. குடித்தது போக, டம்ளரைப் பெருமாள் அத்தையிடம் நீட்டினான். இன்னும் ஒரு மடக்குக்கு மேல் மிச்சம் இருந்த தண்ணீரை, அண்ணாந்து பெருமாள் அத்தை குடித்துவிட்டுச் சிரித்தாள். இந்தச் சிரிப்புதான் அந்த டம்ளரின் படர்ந்திருந்த கருநீலக் கொடிகளில் காய்த்துத் தொங்கும் குலைகளாக இருக்கும். அப்படித்தான் அவனுக்குப் பட்டது. அவன் பெருமாள் அத்தையின் கழுத்துக்குக் கீழேயே பார்த்தபடி இருந்தான். பெருமாள் அத்தை தன் மேல் படர்ந்திருந்த கொடிகளை விலக்குவது போல, சேலைத் தலைப்பை அள்ளிப் போட்டுக்கொண்டாள்.

வீட்டுக்குள் வருகிற புது ஆட்களிடம் நின்று பேச, ஒவ்வொருவரும் அவர்களுக்குப் பிடித்த ஒரு இடத்தை வைத்திருக்கிறார்கள். வெளிப் பக்கத்தில் இருந்து வருகிற வெளிச்சத்தில் இவர்கள் மூன்று பேருடைய நிழல்களும் தரையில் விழுந்து மேகமாகிக் கிடந்தன. கிருஷ்ணனும் ராதையும் ஊஞ்சலாடுகிற ஒரு படமிருந்த சுவர்ப்பக்கம் வந்ததும் மேற்கொண்டு நகராமல் நின்று, அந்த இடத்திலிருந்து பேசத் துவங்குவது உகந்தது என்று தீர்மானித்த முகத்துடன், 'உம் பேரு என்னப்பா?' என்று கேட்டாள். கேட்கும் போதே, 'எம் பேரு இந்திரா' என்று சொல்லிச் சிரித்தாள், களக்காட்டு மாமா வீட்டில் யாரோ ஒருத்தருக்கு இதே மாதிரிச் சிரிப்பு உண்டு. குருவ மண் வாசனையை பக்கத்தில்

நடமாடும் போது எல்லாம் உண்டாக்குகிற அந்த முகத்துக்கு இதே போல நெருக்கமான மஞ்சள் பற்கள் இருந்திருக்கிறது.

'திரிகூடம்' என்று சொன்னான். அவனால் இப்போது மறுபடியும் இந்திராவைப் பார்க்க முடிந்தது. இதுவரை முகமற்றவனாக இருந்தவனுக்கு, இந்தப் பெயரைச் சொல்லும் போது ஒரு சரியான அடையாளம் வந்துவிட்டது. பள்ளி ஆண்டு விழாப் பரிசளிப்புகளில் திரும்பத் திரும்ப மேடைக்கு அழைக்கப்படும் அந்தப் பெயரை, இந்த வீட்டு ஹாலில் அப்படி யாரோ உச்சரித்துக் கூப்பிடுகையில் ஒலிபெருக்கிக் கோளாறில் கொஞ்ச நேரம் உய்யென்று ஒரு விசில் சத்தம் மட்டும் வந்து, மறுபடியும் அவன் பெயர் சொல்லப்படுவது போல, அவனே மீண்டும் 'திரிகூடம்' என்றான்.

பக்கத்தில் நின்றுகொண்டு இருந்த பெருமாள் அத்தை, 'வீட்டில ராஜன்'னு கூப்பிடுவாங்க. பள்ளிக்கூடத்தில 'திரிகூடம்' என்று சிரித்தாள். அவளுக்குத் தானும் இந்திராவைப் போல, அந்த இடத்தில் அவன் தோளில் கையைப் போட்டபடி பிரியமாக ஏதாவது பேசவேண்டும் போல ஆசை உண்டாயிற்று. தான் நின்ற இடத்தை மாற்றி அவன் வலது தோளுக்குப் பக்கமாகப் போய் நின்று, 'அம்மா கேக்கதுக்குப் பதில் சொல்லு, ராஜன்' என்றாள்.

'திரிகூடம்ணா வெறும் திரிகூடமா? திரிகூட ராஜன், திரிகூட ராசப்பன்... அந்த மாதிரியா?' இந்திரா கேட்டது அவனுக்குப் பிடிக்கவில்லை. பெருமாள் அத்தை தான் இப்போதும் 'வெறும் திரிகூடம் தான் இந்திராம்மா.' என்று சிரித்தாள். பெருமாள் அத்தை அப்படிச் சிரித்ததும் அவனுக்குப் பிடிக்கவில்லை. பெருமாள் அத்தை அவனுடைய அப்பாவிடமும் இப்படித்தான் சிரித்துச் சிரித்துப் பேசுகிறாள். அவன் பார்க்க, சமீபத்தில் அம்மா கூட அப்படிச் சிரித்துப் பேசிப் பார்த்தது கிடையாது.

இனிமேல் பெருமாள் அத்தையைப் பேச விடக்கூடாது, தானே பதில் சொல்லவேண்டும் என்று நினைத்துக்கொண்டான். 'நீ போய் பாத்திரம் எல்லாத்தையும் நனைச்சு வச்சிட்டு, துணியை சர்ஃப்ல முக்கி வச்சிட்டு வா பெருமாக்கா. நான் இவன் கூடக் கொஞ்சம் விசாரிச்சுக்கிடுதேன். நீ வந்த பிறகு என்ன ஏதுண்ணு விபரம் சொல்லிக்கிடலாம்' என்று இந்திராவே சொல்லி அவளை அனுப்பிவைத்தது நல்லதாகப் போயிற்று.

தானும் உட்கார்ந்துகொண்டு இவனையும் நாற்காலி ஒன்றில் உட்காரச் சொன்ன இந்திராம்மா, 'வசதியா இருக்கா? இல்லை

இப்படிக் கீழே உட்கார்ந்துக்கிடுவமா?' என்று இவன் பதில் சொல்வதற்கு முன்பே, எழுந்துவந்து தரையில் உட்கார்ந்துகொண்டாள். ஒவ்வொரு கட்டாக, எந்தக் கதவும் மூடப்படாமல் திறந்து கிடக்க இப்படித் தரையில் உட்கார்ந்தது திரிகூடத்திற்குப் பிடித்திருந்தது. நின்றுகொண்டு இருந்ததைவிட, உட்கார்ந்ததும் இந்த வீடு வேறொரு வீடாக மாறிவிட்டதாகக் கூடத் தோன்றியது. அம்மா பெரும்பாலும் மத்தியானத்தில் படுத்துத் தூங்குகிற அடுக்களைத் தரையின் சிமெண்ட் சொரசொரப்பு அவன் விரல்களுக்குத் தெரியும். திரும்பத் திரும்ப வழவழப்பான இந்த ஹாலின் தரையை அவன் தடவிக்கொண்டு உட்கார்ந்திருந்தான். அப்படிப் படுத்திருக்கும் போது எல்லாம் அம்மா அழுதுகொண்டும் இருந்திருக்கிறாள்.

திரிகூடம் இந்திராவின் கண்களைப் பார்த்துக் கொண்டான். சற்று ஒடுங்கியவையாக அவை இருந்தன. சிரிப்பு, அழுகை என்று அதற்கென்று பிரத்யேகமாக எதுவும் வைத்திருக்கவில்லை. கண்ணாடி அணிகிறவர்கள் கண்ணாடியைக் கழற்றி வைத்திருக்கும் நேரத்துக் கண்கள் போல சோர்வும் ஆதுரமும் படிந்தவை. அவனுடைய அப்பாவைப் பெற்ற ஆச்சியின் கண்கள் அப்படித்தான் இருக்கும்.

'எங்க அப்பாச்சி முகம் மாதிரி இருக்கு, உங்களுக்கு" எடுத்த எடுப்பில் அவனுக்கு இதை எப்படி இந்திராவிடம் சொல்லத் தோன்றியது என்று தெரியவில்லை. அப்படியா, ஆச்சரியமாக இருக்கிறதே என்று எல்லாம் சொல்கிற அமைதியான ஒரு சிரிப்பு இந்திராவிடம்.

'உங்க ஆச்சி பேரு என்ன?' என்ற கேள்வி திரிகூடத்திற்கு மிகுந்த உற்சாகம் கொடுத்தது. அவளுடைய பெயரைச் சொல்வதன் மூலமே அவளுடைய முழுச் சித்திரத்தை வரைந்துவிட முடியும் என்று தோன்றிற்று. யார் கண்ணுக்கும் தெரியாமல் மறைவாக நிறுத்திவைத்திருந்த தேரை ஒற்றை ஆளாக இழுத்து வருகிற மாதிரி சொன்னான், 'ஆச்சி பேரு மந்திரம். சீட்டுக் கம்பேனி மகராச பிள்ளை கேள்விப்பட்டு இருக்கேளா? அது எங்க அப்பாத் தாத்தா ல்லா!'

இந்திராவுக்கு அவளைச் சுற்றிய உலகம் அப்படியே ஒரு பனிக்கட்டியாக உறைந்துவிட்டது. ஆனால் பளிங்கு மாதிரி எல்லாம் தெரிகிறது. சீட்டுக் கம்பெனி நொடித்துப் போனது. மந்திரத்துப் பெரியம்மை வீட்டு வெள்ளிப் பாக்குவெட்டி பழைய விலைக்கு வந்தது, எம்.டி.ட்டி 2992 வண்டிச் சாவியைப் பிடுங்கிக்கொண்டு மகராசப் பெரியப்பாவை தச்சநல்லூர் ரயில்வே கேட் பக்கம் இறக்கிவிட்டுவிட்டுப் போனது எல்லாம் இடது கையின் குழிவில் ஐஸ்கட்டியை வைத்து, எலுமிச்சம் பழம் பிழிகிற கட்டையால் அடித்துப்

பொடியாக்குகிற மாதிரிச் சிதறின. வைரம் நொறுங்கி வைரம் மினுங்கி வைரம் கரைந்தது.

'சேது ராமன், மத்தியார்ஜுனன், அன்ன ராஜு எல்லாம்....?' இந்திரா திரிகூடம் முகத்தைப் பார்த்துக்கொண்டு கேட்கும் போது, இந்த அறை, அடுத்த அறை, மொத்தமாக இந்த வீடு முழுவதுமே கனவு போல உருகியோடிக் கொண்டிருந்தது அவளைச் சுற்றிலும்.

'எங்க அப்பா தான் சேது' என்று சொல்கிறவனின் கையை இந்திரா எட்டிப் பிடித்துக்கொண்டாள். மந்திரத்துப் பெரியம்மை வீட்டு வேப்பமரக் காற்றில் கலைந்த சிகையை அவளால் லேசில் ஒதுக்கிவிட முடியவில்லை. மந்திரத்துப் பெரியம்மை வீட்டுக் கொலு பொம்மைகள் செந்தாமரை நிறத்தில் அவளுக்கு முன்னால் நிரம்பிக்கொண்டே போயின. மூக்கு, முகவாய் எதிலும் ஒரு ரோம இழை கூடக் கோரை இல்லை. சரஸ்வதி, லட்சுமி சிரிப்பு எல்லாம் அப்படியே உதட்டோரத்துப் புள்ளியோடு மிதந்தன. வாசலில் மந்திரத்துப் பெரியம்மை கல்யாணத்துக்குக் கட்டின மணமேடை அப்படியே சச்சதுரமாகக் கிடந்தது. இந்திரா அதைச் சுற்றிச் சுற்றிச் சீட்டிப் பாவாடையோடு ஓடிக்கொண்டு இருந்தாள். மகராசப் பெரியப்பா போட்டிருக்கிற அத்தரும் ஜவ்வாதும் ஒரு நீராவி போலப் படர்ந்துகொண்டிருந்தது.

'சேதுவோட பிள்ளையா நீ?' இந்திரா வாய்விட்டுக் கேட்கவில்லை. ஆனால் திரிகூடத்தின் இரண்டு கையையும் தன் கைகளில் எடுத்துக்கொண்டாள். தன் உதடுகளில் ஒவ்வொரு கையாக வைத்து முத்திக்கொண்டாள். நெஞ்சில் வைத்துக் கொண்டாள். அவளுடைய கை சுடுகிறதா தன்னுடைய கை சுடுகிறதா என்று திரிகூடத்திற்குத் தெரியவில்லை. ஒரு கையை மெதுவாக உருவிக் கொண்டான். இன்னொரு கையைப் பிடித்திருந்த இந்திராவின் கை அப்படியே அவளுடைய சம்மணமிட்ட இடது முழங்கால் சேலை மடிப்பில் கிடந்தது.

'மத்திச் சித்தப்பா செத்துப் போச்சு' என்று திரிகூடம் சொன்னதும், இந்திரா அவனுடைய கையை நழுவவிட்டுவிட்டு, 'ஐயோ' என்று வாயைப் பொத்திக்கொண்டாள். இதுவரை இல்லாத ஒரு தீர்க்கமான முகம் அப்போது வந்திருந்த இந்திரா, 'நானும் அவனும்தாம் ஒண்ணாப் படிச்சோம். ஆனால் சேதுதான் எப்போ பார்த்தாலும் எங்கூடச் சண்டை இழுத்துக்கிட்டே இருப்பான்.' என்று சிரித்தாள். 'அவன்கிட்டே எவ்வளவு அடி பட்டிருக்கிறேன் தெரியுமா?' என்று மேலும் சிரித்தாள். 'சீட்டு, கேரம் எல்லாத்திலேயும் சேது ரொம்பக்

கள்ள ஆட்டை விளையாடுவான்'. இந்திராவுக்குச் சிரித்துச் சிரித்து இப்போது அழுகை வந்திருந்தது.

திரிகூடம் இந்திரா முகத்தையே பார்த்துக்கொண்டு இருந்தான். அவனுடைய அப்பாவை சேது, சேது என்றும் அவன் அவன் என்றும் சொல்லிக்கொண்டு அடுக்கடுக்காகச் சிரிக்கிற இந்திராவின் முகம் அடைந்துகொண்டே போன ஒரு பிரகாசத்தில் அவனுடைய உடம்பு சொடுக்கியது. முதலில் ஒரு சந்தோஷம் போல இருந்து, தாங்க முடியாக துக்கத்தை உண்டாக்கத் துவங்குவதை உணர்ந்தான். அவனுக்கு அவனுடைய அம்மாவைப் பார்க்க வேண்டும் என்று தோன்றியது.

'பெருமாள் அத்தை உள்ளே ஜோலியா இருக்காங்களா? அவங்க கிட்டே சொல்லீருங்க' திரிகூடம் இந்திராவிடம் சொல்லிக்கொண்டே எழுந்திருந்தான்.

வரும்போது இருந்த வெயில் இன்னும் அப்படியே இருந்தது. கொஞ்சம் கூடத் தணியவே இல்லை.

மலைகள்.காம்
03. 05.2017

சரியாய்ப் போகுதல்

அருணாசலம் வேறு யாரிடமும் வழி கேட்கவில்லை. ஏற்கனவே சொர்ணம் மேஸ்திரி வீட்டுக்குப் போயிருப்பது போல அவனுக்குத் தோன்றிவிட்டது.

சைக்கிளைத் தள்ளிக்கொண்டே போனான். ஒரு கை பின்னால் கேரியரில் இருந்த டீ கேனைப் பிடித்திருந்தது. காலியாகிவிட்டதால் சாயாமல் உருட்ட முடிந்தது, முன்னால் ஹேண்டில் பாரில் தொங்கிக்கொண்டிருந்த வாளிதான் இங்கும் அங்கும் கொஞ்சம் அதிகமாக ஆடியது.

அந்த வேதக் கோவில் முன்னால் அவன் சின்ன வயதில் ஐஸ் வித்திருக்கிறான். அது சின்னக் கோவில் என்றாலும் ரொம்பப் பழைய காலத்து அமைப்பில் இருக்கும். மழைக்காலத்தில் ஐஸ் விற்பனை இருக்காது. என்றாலும் அருணாசலம் அங்கே போய் நின்றுகொண்டு இருப்பான். நல்ல மழைக்காலத்தில் அந்தக் கட்டிடம் அதன் இருட்டான பிரார்த்தனைக் கூடத்தோடும் தேய்ந்த வழவழப்பான மர பெஞ்சுகளோடும் ரொம்ப அழகாக இருக்கும். 'என்னடே இங்க நிண்ணுக்கிட்டுக் கிடக்கே' என்று ஆர்கன் வாசிக்கிற கோவில் பிள்ளை கேட்டுவிட்டு மழையில் நடந்துகொண்டு போனார். ஏன் அவர் அப்படி மழைக்கு ஒதுங்காமல் நனைந்துகொண்டே போகிறார் என்பது அந்த வயதிலேயே ஆச்சரியமாகவும் பிடித்தமான ஒன்றாகவும் இருக்கும்.

அருணாசலம் அந்த வழியாகத்தான் போனான். வேதக்கோவிலுக்கு வெளிச் சுவரில் பைபிள் வசனங்களை எழுதிப் போட்டிருப்பார்கள். இன்றைக்கு கத்தரிப் பூக்கலரில் எழுதியிருந்தார்கள். இப்படிக் கத்திரிப் பூக் கலர் சாக்பீஸால் யாருக்கு எழுதிப் போடத் தோன்றியிருக்கும்? இந்த நிறத்துக்கும் அவன் இந்தப்பாதை வழியே போவதற்கும் இடையில் எல்லாம் ஏதோ சம்பந்தம் இருக்குமோ என்னவோ? அப்படித்தான் அவன் நினத்தான்.

அதற்கு அடுத்த பால்வாடியில் ஒரு பன்னீர்மரம் உண்டு. எப்போதும் அது தெருவில் உதிர்ந்துகொண்டே இருக்கும். இன்று ஒரு பூ கூட அருணாசலம் கண்ணில் தட்டுப்படவில்லை... வலது பக்கத்து முடுக்கில் திரும்ப வேண்டும். மூத்திர வாடையும் அதை விடத் தாங்கமுடியாத நெடியுடன் பிளீச்சிங் பவுடரும் மூக்கைத் துளைத்தது.

கமிஷன் கடைக்கு லோட் அடிக்கும் நாலைந்து பேர் கைவண்டியின் மேல் உட்கார்ந்துகொண்டு இருந்தார்கள். இவன் சைக்கிளைத் தள்ளிக்கொண்டு வருவதைப் பார்த்ததும், தலையில் குற்றாலத்துத் துண்டை சிவப்பாக முறுக்கிக்கட்டி இருந்தவன், 'சுக்கு வென்னி இருக்கா?' என்றான். அருணாசலம் தணிந்த குரலில் 'டீ ஆயிப் போச்சுண்ணே' என்றான். 'வடை இருக்கா? என்பதற்கும் 'பூம் பருப்பு இருக்கா?' என்பதற்கும் இல்லை என்று வெறுமனே தலையை அசைத்து லேசாகச் சிரித்துக்கொண்டு சைக்கிளைத் தள்ளியபடி அவர்களைத் தாண்டினான். சுவரோரம் சினிமா போஸ்டர் பக்கம் நின்று ஒன்றுக்குப் போய்க்கொண்டு இருந்தவன் 'அப்புறம் என்ன புழுத்திக்கு வடக்கு பஜார்லே சைக்கிளைத் தள்ளிக்கிட்டுப் போறே?' என்றான்.

பூண்டுத்தொலிகள் அம்பாரமாக வெள்ளியாகக் குவிந்துகிடந்ததைப் பார்த்தது அருணாசலத்துக்கு நல்லதாகப் போயிற்று. பெரியதாகக் கோபமோ வருத்தமோ அவனுக்கு உண்டாகவில்லை. எதிர்ப்பக்கம் ஒரு கடையில் எண்ணெய் டின்கள் இறங்கிக் கொண்டு இருந்தன. எண்ணெய் நிரம்பிய கனத்த தகர டின்கள் நெளிந்துகொடுக்கும் சத்தம் ரொம்ப தூரத்துக்கு அவனுக்குக் கேட்டுக்கொண்டே இருந்தது. ஓலைப்பெட்டியில் கொச்சக் கயிறுகள் கட்டின கருப்பட்டிச் சிப்பங்கள் வாசனை அருணாசலத்துக்குப் பிடிக்கும். அவன் கடலைப் பிண்ணாக்கு மொத்தக் கடையில் வேலைக்கு நிற்கும் போது, பக்கத்துக் கிட்டங்கியில் கருப்பட்டி வந்து இறங்கியபடிக்கே இருக்கும்.

'இங்கு ஜே அண்ட் ஜே டீசேன் மருந்துகள் கிடைக்கும்' என்று போட்டிருந்த கடைக்கு அப்புறம் அந்த இடத்தின் ஜாடையே

மாறிவிட்டது. ஒரு கல் மண்டபம் அந்த இடத்தில் இருக்கும் என்று யாராலும் சொல்ல முடியாது. நல்ல நேர்த்தியான தூண்களும் முகப்பும். அதைவிட ஆச்சரியம், திரித்திரியாகச் சடைவிழுந்து மஞ்சள் சேலை உடுத்திய ஒரு கிழவியம்மாள், ஒரு தூணில் கழுதையைச் சங்கிலியால் கட்டிக்கொண்டு இருந்தாள். இதுவரை அருணாசலம் ஒரு கழுதையைச் சங்கிலியால் கட்டிப் போட்டுப் பார்த்ததே இல்லை. இப்போதுதான் பார்க்கிறான்.

சற்றுப் பயம் உண்டாகிவிட்ட முகத்துடன், தேவையில்லாமல் ஒரு அரைவட்ட தூரத்துக்கு அந்த மண்டபத்தை விட்டு விலகித் திரும்பத் திரும்ப அந்த மஞ்சள் சீலைக்காரியையே பார்த்துக்கொண்டு போனான். தரையில் காகங்களின் சத்தத்தைத் தானியம் போலப் பரப்பி வைத்திருப்பது போலவும், தெரியாமல் அதில் காலை ஊன்றி விட்டது போலவும் ஒரே காக்கைச் சத்தம் ஒன்றின் மேல் விழுந்து குவிந்துகொண்டு இருந்தது. நிஜமாகவே எங்கேயோ ரயில்வே ஸ்டேஷனில் அம்பாரமாகக் கிடந்த நிலக்கரிக் கருப்புடன் காகங்கள் அந்த இடத்தை அப்பி இடம் மாறின. அடுத்தடுத்து வளர்ந்துகிடந்த கொடுக்காப் புளி மரங்களில் ஒன்றின் கீழ் ஒரு காக்கைக் குஞ்சு கிடந்தது. பூனை என்றாலும் நாய் என்றாலும் காக்கை என்றாலும் செத்துக்கிடத்தல் என்பது அதை பூனையல்லாத, நாயல்லாத காக்கை அல்லாத வேறொன்றாக ஆக்கிவிடுகிறது என்பதை அருணாசலம் அறிந்திருந்தான்.

அருணாசலத்தின் அம்மா பத்துப்பாத்திரம் தேய்த்துவந்த வீடு இருந்த தெருவில் ஆற்றுத் தண்ணீர்க் குழாய் பதிக்கத் தோண்டிப் போட்டிருந்தார்கள். எப்படியோ கால் பிசகி உள்ளே விழுந்துவிட்டாள். மூன்று வாரமாகப் புண் ஆறவில்லை. இத்தனைக்கும் கால் பாதத்திலும் விரல்களிலும்தான் காயம். கீல் வாத ஜன்னி என்று பெரியாஸ்பத்திரிக்குக் கொண்டு போகச் சொன்னார்கள். பெரியாஸ்பத்திரியில் வேப்ப மரம் ஜாஸ்தி. ஒரு வேப்ப மரத்தடியில் அருணாசலத்தின் அக்கா மடியில் அவனுடைய அம்மா இந்தக் காக்கை மாதிரித்தான் விறைத்துப் போய் பல்கிட்டிக் கிடந்தாள்...

அந்த இடத்தில் பார்த்த காக்கைக்குஞ்சின் பரத்தின சிறகோ, அம்மாவின் ஞாபகமோ அவனுக்கு ஏதோ ஒரு உத்தரவு கொடுத்தது எங்கோ தூரத்தில் இருந்த மேஸ்திரியின் வீட்டைத் தூக்கிக்கொண்டு வந்து அவனுடைய சைக்கிளின் முன் சக்கரம் முன்னால் வைத்துவிட்டது. தெருவை ஒட்டி வெம்பரப்பாகவும் உள்ளே முப்பதடி தூரத்தில் நல்ல

கட்டுமானத்தில் நிலைவாசலும் கதவுமாக இருந்த வீட்டை நோக்கி அவன் சைக்கிளைத் தள்ளிக்கொண்டு உள்ளே போனான்.

வீட்டுக்குப் பின்னால் ஏழு எட்டுப் பனை மரம் நின்றது. ஒரு காலண்டர் படத்தில் கன்னங்கரேர் என்று ஒரு சிவலிங்கத்தின் மேல் தங்க நிறத்தில் அகலமாகப் படம் எடுத்திருக்கிற ஒரு பாம்பைப் பார்த்திருக்கிறான். பனை ஓலைக்குக் கீழ் அந்தக் காரை வீடு அப்படித்தான் இருந்தது. பெரியதாக நிழல் ஒன்றும் இல்லை. என்றாலும் மேஸ்திரியுடைய டி.வி.எஸ் வண்டி வீட்டுக்கும் தெருவுக்கும் மத்தியில் இருக்கிற மரத்தடியில் நின்றது. பக்கவாட்டில் தொங்கும் பெட்டியைப் பார்த்தாலே அது யார் வண்டி என்று தெரிந்துவிடும். மஞ்சள் பெயிண்ட் அடித்த சைட் பாக்ஸை சொர்ணம் மேஸ்திரி வண்டியில் மாத்திரம் தான் பார்க்கமுடியும். 'துண்டாத் தெரியணும்னு எல்லாம் மஞ்சப் பெயிண்ட் அடிக்கலை. தற்செயலா அப்படி அமைஞ்சு போச்சு' என்று சொர்ணம் மேஸ்திரி சொல்வார்.

ரொம்ப நேரமாக சைக்கிளை உருட்டிக்கொண்டே வந்திருக்கிறான். கார், வண்டி, ஆட்கள் ஊடாக வரும் போது நடை தெரியவில்லை. இப்போது 'எங்கே டா வண்டியை ஸ்டாண்ட் போட்டு நிறுத்தலாம்' என்று அருணாசலத்துக்கு இருந்தது. வண்டி சாயாமல் நிற்குமா என்று அசைத்துப் பார்த்தான்... டீ கேன் நல்லியில் இருந்த பிசுபிசுப்பைத் துடைத்துவிட்டான். முகப்பில் வியாபாரத்திற்குப் புறப்படும் முன் வைத்த விபூதி குங்குமம் கோடுகளில் குங்குமம் அப்படியே இருந்தது.

சரல் கல் மாதிரி நிழல் விழுந்தது. அடர்த்தி இல்லை. என்ன மரம் என்று பார்த்தான். விளா மரம். நல்ல காய்ப்பு இருந்தது. இதுவும் அருணாசலத்துக்கு அதிசயமாகத்தான் பட்டது. வீட்டுக்குப் பின்னால் பனை மரம். வீட்டுக்கு முன்னால் ஒரு விளாமரம். வருகிற வழியில் மண்டபத் தூணில் கழுதையைச் சங்கிலியால் கட்டிப் போடும் ஒரு சடைச்சி. எந்த இடத்தில் குத்தியது என்று தெரியவில்லை. செருப்புக் குதிங்காலில் முள்ளும் சுள்ளியுமாக இழுபட்டது. பிடுங்கி எடுத்தபடி விளாமரத்தை ஏறிட்டுப் பார்க்கையில் உச்சிக்கிளையில் தொப்பி மாதிரிக் கட்டியிருந்த ஒரு கூடு.

மேகம் விலகியிருக்க வேண்டும். அருணாசலத்துக்கு முன்னால் வெயில் நடந்துகொண்டு போனது. வாசலில் ஒரு பழைய நூல் சேலையில் காயவைத்திருந்த கேப்பை... கிண்டி விட்ட விரல்கள் உண்டாக்கிய இடைவெளியில் ஊதாச் சேலை ஒரு சிறிய மடிப்புடன்

திரண்டு இருந்தது. பக்கத்தில் ஒரு சுளகில் மஞ்சள் பொடி போட்டு வெந்த பனங்கிழங்கு வகிர்ந்து இரண்டிரண்டு பாதியாக ஊசல் வாசத்துடன் மினுங்கின.

அருணாசலம் குனிந்து ஒரு துண்டை எடுத்து ஒடித்து அதிலேயே போட்டான். நான்கைந்து துரும்பு நார்களில் தொங்கிக் கொண்டு விரல்களுக்குள் அது மடங்கி வருவதைப் பார்த்ததே அருணாசலத்துக்குப் போதுமானதாக இருந்தது. நடைப்பக்கம் செருப்பைக் கழற்றுகிற சமயம் உள்ளே இருந்து சேலை விசிறி வருகிற சத்தம் கேட்டதும், அருணாசலம் மடித்துக் கட்டியிருந்த வேட்டியை இறக்கிவிட்டான், வெறும் சுவரில் ஆணியடித்துப் படத்தைத் தொங்கவிட்ட மாதிரி, சும்மா கிடந்த நடையில் வந்து நின்ற அந்தப் பெண்ணைப் பார்த்ததும் ஒரு பதற்றம் உண்டானது. அவனுக்குப் பேச்சு வரவில்லை.

சேலை உடுத்தியிருக்கக் கிடையாது. அது ஒரு திக்கு ஊதா நிறப் பூப் போட்ட நைட்டி. அதில் படாமல் மேல் நிலையில் தலை இடிக்கிற உயரத்திற்கு அந்தப் பெண்ணுடைய இரண்டு கைகளும் சற்று அந்தரத்தில் உயர்ந்து எண்ணெய்ப் பசையுடன் இருந்தன. காட்டமான வாடை அந்த எண்ணையில் இருந்துதான் வந்திருக்கும். காதுப்பக்கம் தொங்கிக் கிடந்த முடியை லேசாகத் தோளை உயர்த்திச் சரிசெய்தாலும், மறுபடி காதுவரை போய், ஒரு சிறு அசைவில் கீழே குதித்தது. சிங்கப் பல் உதட்டில் பதிந்து சிரிக்கிற மாதிரி முகம் அதற்கு முந்தி வைத்திருந்த பார்வையை வேறு ஒன்றாக்கி அருணாசலத்தைப் பார்த்தது. 'யாரு?' என்று கேட்கவில்லை.

'மேஸ்திரியில்லையா?' அருணாசலம் அந்த முகத்தைப் பார்த்துக் கேட்டுவிட்டு உடனடியாகக் கீழே குனிந்து கொண்டான். 'பாவி. உருவி விட்ட மாதிரி அப்படி ஒரு மூக்கு, இரண்டு பக்கமும் மூக்குத்தி வேறு, நாசித் துளைகளுக்குள் திருகாணி கூடத் தெரிகிறது' .அருணாச்சலத்திற்குள் தீக்குச்சி உரசிக் கந்தக நாற்றம் அடித்தது. 'இது என்ன? பெருவிரலுக்கு அடுத்த விரல், அதுக்கு அடுத்த விரலிலும் வெள்ளி மெட்டி? இப்படி ரெண்டு விரல்களில் எல்லாம் மெட்டி போடுவார்களா? இரண்டாவது விரலில் மூன்று முத்து வைத்து, அடுத்ததில் பாம்பு சுத்தினது போல உருட்டுக் கம்பிவளையங்கள்.

'உள்ளே தான் இருக்காரு' என்று முன்னால் போக ஆரம்பித்தவள், நின்று சுருண்டு கிடந்த கயிற்றுக் கால்மிதியை காலால் நிமிர்த்திவிட்டு மேலே நடந்தாள். அசைய அசைய இடுப்பில் இருந்த ஊதா நைட்டியிலிருந்து பூக்கள் கீழே சிந்தினால் கையில் ஏந்திக்கொள்ள

அருணாசலம் தயாராக இருந்தான். அறுப்புக் களத்தில் சீனிக்கிழங்கு விற்கப் போகிற அம்மாவுடன் அருணாசலம் சின்ன வயதில் போயிருக்கிறான். ஒரு பாறையில் சாக்கை விரித்து அம்மா கடை போட்டிருந்தாள். சித்திரை மாச அறுப்பு. பாறை முழுவதும் வேப்பம் பூவாக உதிர்ந்து கிடந்தது. அருணாசலம் மேடாக இருக்கிற பாறையிலிருந்து வேப்பம் பூவை உள்ளங்கையைக் கவிழ்த்தி, அதே பாறையில் கிடந்த குழிக்குள் தள்ளிவிட்டுக்கொண்டு இருந்தான். அருணாசலத்தின் அம்மா கடை போடுவதற்கு முன் கழுவிவிட்ட தண்ணீர் அந்தக் குழியில் கிடந்தது. அதில் வேப்பம் பூ மிதந்து சுழல்வது பிடித்திருந்தது அவனுக்கு. அதே ஞாபகம் இப்போதும். அருணாசலம் 'படுத்திருந்தார் என்றால் எழுப்ப வேண்டாம்' என்று சொன்னான். பார்வை அந்தப் பின்பக்க அசைவிலேயே இருந்தது.

'முழிச்சுக்கிட்டுதான் இருக்காரு' என்று எண்ணெய்ப் பசைக் கையை உயர்த்திப் பட்டும் படாமலும் முன்பக்கத்தைத் தளர்த்திவிட்டுக்கொண்ட சமயம் இரண்டு நாக்குகள் போல நாடா அசைந்தது. அருணாசலத்தின் அக்கா குண்டூசிக் கம்பெனியில் வேலை பார்க்கும் போது கிறிஸ்துமஸிற்குக் கொடுத்த கேக் டப்பாவைக் கொண்டு வருவாள். அதில் இப்படித்தான் ரோஸ் கலர் ரிப்பன் கட்டி நடுவில் முடிச்சுப் போட்டு இருப்பார்கள்.

அவளுடன் பேச்சுக்கொடுக்க வேண்டும் என்று ஆரம்பித்தான். 'நடமாடிக்கிட முடியுதுல்லா? தன் காரியத்தைக் கவனிச்சுக்கிடுததில் சிரமம் இல்லையே?' என்று கேட்டபோது ஒன்றும் சொல்லாமல் அவள் திரும்பிப் பார்த்தாள், அது கூட ஏதோ சொல்வது மாதிரித்தான் அவனுக்கு இருந்தது.

'கையில எல்லாம் ஒரே எண்ணெய்ப் பசையா இருக்கு?' என்று இவன் கேட்கும் போது வீட்டின் முதல் கட்டு தாண்டி இரண்டாம் கட்டு வந்திருந்தது. வெளிச்சத்தில் இருந்து வருவதால் அறையின் அமைப்புப் பிடிபடாமல் இருட்டின் சதுரத்தில் நின்றான்...

'வா அருணாசலம்' என மேஸ்திரி சத்தம் இருட்டுக்குள் இருந்து வந்தது. காட்சி தெளிகிற சமயம் சொர்ணம் மேஸ்திரி கட்டிலில் உட்கார்ந்திருந்தார். அடிவயிற்று முடி வரை தெரியத் தளர்ந்துகிடந்த சாரத்தை இவனைப் பார்த்ததும் அள்ளி மறுபடியும் தொப்புளுக்குக் கீழ் செருகிக்கொண்டு, 'அந்த லைட்டைப் போடு' என்றார். 'அவுங்களுக்கு எண்ணெய்க் கையா அல்லவா இருந்துது. நான் வேணும்னா போடட்டுமா?' என்று எழுந்தான்.

'கீழே விழுந்து காலை ஒடிச்சுக்கிட்ட தேதியில் இருந்து எங்க பார்த்தாலும் எண்ணெயும் தைலமுமாத் தான் இருக்கு” என்று மேஸ்திரி சிரித்தார்.

அவர் இருந்த கட்டில் தலைமாட்டுப் பக்கம் நின்றிருந்த மங்கல் உருவம் நகர்ந்து இவனுக்குப் பின்னால் போய் நடையை ஒட்டி இருந்த ஸ்விச்சைப் போட்ட சிறிய அசைவை அருணாசலம் மூச்சின் வழியாக உள்ளே இழுத்தான். லைட் வந்ததும் யார் யார் எங்கே இருக்கிறார்கள் என்று நிதானித்துக் கொண்டு, 'நல்லா இருக்கேளா மேஸ்திரி' என்று கும்பிட்டபடி அவர் பக்கம் போனான். மேஸ்திரி அவனைப் பார்த்து சிரித்து, இவன் கையைப் பிடிப்பது போல 'நீ நல்லா இருக்கேல்லா ஆனா?' என்றார்.

அருணாசலத்திற்கு அவளைப்பார்த்து ரொம்ப நேரம் ஆகிவிட்டது போலவும் ஒரு தடவை முகத்தைப் பார்த்தால் நல்லது என்றும் இருந்தது. 'அருணாச்சலம்'கிற எம் பேரை மேஸ்திரி ஒருத்தர் தான் ஆனா'ன்னு கூப்பிடுவாரு. எனக்கு ரொம்பப் பிடிக்கும்' என்று அவளைப்பார்த்துச் சொன்னான். கழுத்தைச் சாய்த்து இடது தோளை உயர்த்தி மறுபடியும் காது ஓரத்து முடியைச் சரிசெய்தவள், மேஸ்திரி பக்கம் வந்து 'ஸ்டூலைப் போடட்டுமா? காலைத் தூக்கி அதுல வச்சு விடவா?' என்று கட்டிலுக்கும் சுவருக்கும் இடையில் கிடந்த சிவப்பு பிளாஸ்டிக் ஸ்டூலை நகர்த்தினாள்.

அருணாச்சலத்திற்கு அப்போதுதான் அவர் காலைப் பற்றிய ஞாபகமும் வந்ததில் இருந்து அதுபற்றித் தான் ஒன்றுமே விசாரிக்க வில்லையே என்றும் தோன்றியது. 'பொதுவான வார்த்தையாக, 'சாரத்திலே இருந்து விழுந்ததுக்கு இந்த மட்டுக்கும் லேசாப் போச்சு' என்றான். சொன்ன விதம் சரியில்லையோ என்று, 'தலையில கிலையிலா அடிபட்டிருந்தா கஷ்டம்'லா'?' என்றான்.

அவள் முகத்தில் இவன் சொன்னது குறித்து எந்தக் குறிப்பும் இல்லை. ஸ்டூலை முன்னால் போட்டு, கட்டிலில் நீட்டியிருந்த காலை, 'கொஞ்சம் தெக்கே லாத்தி உக்காருங்க' என்று அவரிடம் சொல்லி, இடுப்போடு அவர் கட்டிலில் திசை மாறியதும், ஸ்டூலில் தூக்கிவைத்தாள். அவர் முதுகுக்குப் பின் முதலில் ஒரு தலையணையை வைத்தவள், இன்னொரு தலையணையையும் அண்டைகொடுத்தாள். அது மறுபடி மறுபடி நிற்காமல் சரிந்தது, 'அட' என்று ஒரு சின்ன முக்காரம் போட்டவள், கட்டிலில் ஒரு காலை மடித்து, அவர்மேல் சாய்ந்து விடும் தோற்றத்தில் கையை உன்னிச் சரிசெய்தாள்.

ஒரு காலை மடக்கியதில் குதிரைக்கால் தசை பிதுங்கியது. மணல் அமுங்கின சிவப்புப் புள்ளிகளுடன் பாதம் தரை அழுக்குடன் காய்த்துக் கிடந்தது. சுவரில் சாய்ந்து கையை ஊணின வாக்கில் தோளிருந்து இடுப்புக்குக் கீழ்வரை இழுத்துகட்டின துணி மாதிரிச் சுருக்கமில்லாத ஊதா ஆகியிருந்தது. தலை முடி அதிக நீளமில்லை. அதிக நீளமில்லாத முடி கலைந்து ஒதுங்கும் போது வேப்பிலைக் கொத்து மாதிரி சாமியாடியது... அருணாசலம் ஒரு ஊமைப்படம் போல நிகழ்வது அனைத்தையும் பார்த்துக்கொண்டு இருந்தான். தான் இருப்பதை அவள் பொருட்படுத்தவில்லையா அல்லது தான் இருப்பதனால்தான் இப்படி எல்லாம் நடந்துகொள்கிறாளா என்று படபடப்பாக இருந்தது.

‘யாரு மேஸ்திரி பண்டாரவிளை நாடார் கட்டுதானா?’ என்று பக்கத்தில் போய் அவர் காலைத் தொட்டுப்பார்த்தான். ஒருபக்கமாக ஒதுங்கியிருந்த சாரத்தைத் தொடை வரை இழுத்துவிட்டுக் கொண்டவர், ‘நம்ம இருப்புக்கு அவருதானே சரியா வரும்?’ என்றார். ஒரு சிறு வருத்தம் இருந்தது குரலில்.

‘என்ன அப்படிச் சொல்லீட்டீங்க. உங்க இருப்புக்கு என்ன குறைச்சல்?’ அருணாசலம் உண்மையாகவே சொன்னான். அவருடைய குரல் அவனை என்னவோ செய்துவிட்டது.

‘என்னம்மா பொசுக்குண்ணு இப்படிச் சொல்லிட்டாரு?’ என்று அவளைப் பார்த்துக் கேட்டான். இவ்வளவு நேரமும் அவன் நின்றவாக்கில் தான் பேசிக்கொண்டு இருக்கிறான். ஆனால் அவளைப் பார்க்கும் போது இரண்டு ஆள் உயரத்திற்கு இருக்கிற மாதிரி இருக்கிறது. செல்லியம்மன் கோவில் மேல் ஏறி அங்கே இருக்கும் புளியம்பழங்களை அவன் உலுக்குவான், அவனுடைய அம்மா பொறுக்கி மடியில் கட்டிக்கொள்வாள். அப்படி ஒரு சமயத்தில் மேலே ஏறி இருக்கிற போது கழுகுச் சிறகு ஒன்று ஒன்று செம்மண் நிறத்தில் கோபுரத்தில் விழுந்துகிடந்தது. மற்ற எல்லாப் பொம்மைகளும் சின்னச் சின்னதாய்க் கூட்டமாக இருக்க, ஒரு பொம்மை மட்டும் இப்படித்தான் உயரமாக இருந்தது. கீழே அம்மா எங்கே நிற்கிறாள் என்று எட்டிப் பார்த்துக்கொண்டு அருணாசலம் அந்த பொம்மையின் இடுப்பிலிருந்து நெஞ்சு கழுத்து முகம் எல்லாவற்றையும் தடவிக்கொடுத்து இருக்கிறான்.

‘சுடவச்ச எண்ணெய் ஆறிப் போச்சு. மறுபடியும் சுட வச்சுக் கொண்டாரவா?’ என்று சொல்லிக்கொண்டு உள்ளே அவள் போனதும்

அவனுக்கு வீடே காலியாகிவிட்டது. கட்டில் இல்லை, சுவர் இல்லை. மேஸ்திரி கூட இல்லை. அத்துவானமாகிவிட்டது.

'நீங்க ரெண்டு பேரு மட்டும் தான் இருக்கீங்களா மேஸ்திரி? பிள்ளைகள் எல்லாம் காணும்' அருணாசலம் வீடு வெறுமையாக அந்த நிமிஷம் தனக்குத் தோன்றியதை அப்படிச் சொன்னான்.

'கால் பரீச்சை லீவுல்லா. இவ அய்யா வீடு அடையக்கருங்குளம். அங்கே போயிருக்கு மூணும். மூத்த பொட்டப் பிள்ளை ஏற்கனவே அங்கே தானே நிக்கி'

'அப்போ மொத்தம் நாலு பேரா உங்களுக்கு?' என்று கேட்கும்போது ஒரு வெங்கலக் கும்பாவை சூடு பொறுக்கும் என்பதற்காக ஒரு சின்ன நார்ப்பெட்டியில் வைத்து எடுத்துக்கொண்டு வருகிற உருவம் தெரிந்தது. சுடவைத்த எண்ணெய் வாடை அந்த உடம்பிலிருந்தே ஆவியாக வருகிறது என்று நினைக்கிற அளவுக்கு அவளும் வாடையும் ஒரே சமயம் அந்த அறைக்குள் வருவது போல இருந்தது.

'நான் வேணும்னா போட்டுவிடட்டுமா மேஸ்திரி?'

'ஆனா, இண்ணைக்கு நீ போட்டுவிடுவே. நாளைக்கு எங்கே போய் யாரைத் தேட? நமக்கு ஆளு வேணும்'லா?' என்று சிரித்தார். இவனுக்காக இல்லாமல், அவளைச் சிரிக்கவைக்கும் நோக்கத்தில் இதைச் சொல்லியிருப்பார் போல. சொன்ன கையோடு அந்த முகத்தையே தான் அவர் பார்த்தார். அங்கே ஒரு மலர்ச்சியும் இல்லை.

'இன்னம் அதையே நினைச்சுக்கிட்டா கிடக்கே? விடுவியா.' என்று சலிப்பாகச் சொன்னவர், இவன் பக்கம் திரும்பி. 'கன்னங்கரேர்னு உச்சிப்படையிலே இன்றைக்கு ஒரு பாம்பு நடையேறிப் புறவாசல் வழியா உள்ளே வந்துட்டதாம். ஏற்கனவே நேரம் சரியில்லையாம். வெள்ளி செவ்வாயில இது வேற நுழைஞ்சுட்டுதாம்' ஒரு கரண்டியால் எண்ணெயைக் கோதிக் கோதி விட்டுக்கொண்டு இன்னொரு கையில் இருக்கிற கந்தல் துணியால் ஸ்டூலில் விழுகிற சொட்டுகளைத் துடைத்துவிட்டுக்கொண்டு குனிந்திருக்கிறவளையே பார்த்து அவர் சொன்னார்.

'என்னைக் கூப்பிடலை. அவயம் போடலை. அவளே அடிச்சிருக்கா, தூக்கிப் போட்டிருக்கா. அதோட விடவேண்டியது தானே. அது என்ன பாம்பு, சாரையா, நல்லதாண்ணு ஜோஸ்யம் பார்த்துக்கிட்டு இருக்கா?' இப்போது இவனைப் பார்த்துச் சொன்னார்.

ஒவ்வொரு கரண்டியாக, ஏதோ ஆயிரம் திரி விளக்குக்கு எண்ணெய் வார்ப்பது போலக் கவனமாக அவர் கால் கட்டின் மேல் காய்ச்சிய எண்ணெயை ஊற்றிக்கொண்டிருந்த முகத்தையே அருணாச்சலம் பார்த்துக்கொண்டு இருந்தான். முட்டைப்பத்துப் போட்டுப் பாக்கு நிறத்தில் இருந்த மேஸ்திரியின் கால் கட்டு ஒரு வினோத சதசதப்பில் இருந்தது.

'எனக்கே உங்களைப் பத்திக் கவலையா இருக்கு. கட்டின மனுஷிக்கு இல்லாமல் போகுமா? அது எப்படி?' அருணாச்சலம் உள்ளபடியே சொன்னான்.

'வேற ஒண்ணும் இல்லை. மூத்த புள்ள அங்கே அவ அய்யா வீட்டில நிக்கிண்ணு சொன்னேன்'லா. சமையப் பருவமா இருக்கு,. கொஞ்சம் வளர்ச்சி பத்தலை. அழுதா சிரிச்ச மாதிரி இருக்கும். சிரிச்சா அழுத மாதிரி இருக்கும்' மேஸ்திரி ரொம்ப மனக் கஷ்டத்தில் இதை அவனிடம் சொன்னார்.

'அப்படிச் சொல்லப் படாது. நாமளே அப்படிச் சொல்லக் கூடாது' என்று எண்ணெய்க் கும்பாவைத் தரையில் வைத்த கையோடு அந்தப் பெண் அழ ஆரம்பித்தது. கரண்டி துள்ளிப் போய் கட்டில் காலடியில் விழுந்தது. 'நாமளே நம்ம புள்ளையை அப்படிச் சொல்லக் கூடாது' வரவர சத்தம் கூடிக்கொண்டே போயிற்று. முகத்தைப் பொத்திக்கொண்டு அழ ஆரம்பித்தவள். திரும்பத் திரும்ப முகத்தில் அறைந்துகொண்டு கட்டில் நுனியில் முட்டினாள்.

மேஸ்திரி பதறிப் போய் கட்டிலில் இருந்து கையை நீட்டி குனிந்திருக்கும் தலையைத் தடவ முயன்றார். காலை ஸ்டூலில் வைத்துக் கொண்டு அவரால் நகட்ட முடியவில்லை. கட்டிலில் முட்டின உடல் அப்படியே தரையில் சாய்ந்து புரள்கிறது. அழுகை தரை முழுவதும் நெளிகிறது.

அருணாசலம் ஒன்றும் ஓடாமல் அப்படியே நிற்கிறான். ஒரு நசுங்கின புழு மாதிரி புரள்கிற அந்த உடலைப் பார்க்க நடுங்குகிறது.

'ஏ. அவளைக்கொஞ்சம் பிடி டே.' மேஸ்திரி அவனைப்பார்த்துச் சொல்கிறார். கட்டிலிலேயே அவர் இடுப்பை நகர்த்துகிறார். சாரம் இடுப்பை விட்டுத் தளர்ந்து பெருந்தொடையில் கிடக்கிறது.

அருணாசலம் அவள் பக்கத்தில் போய், 'ஒண்ணும் இல்லை. ஒண்ணும் இல்லை' என்றான். 'அழக்கூடாது' என்று தோளில் தட்டிக் கொடுத்தான். 'எழுந்திரிச்சு உக்காருங்க முதல்'லே' என்று இரண்டு

தோளிலும் கையை வைத்து 'அய்யாவைப் பாருங்க. பதறிக்கிட்டு இருக்காரு என்று சொன்னான். குப்புறக் கிடந்த முதுகில் தட்டினான். மூத்திர வாடை அடிக்கிற மாதிரி இருந்தது. குனிந்து பார்த்தால் நனைந்து கிடந்தது.

அப்படியே அவரைப் பார்த்துத் 'தண்ணி எங்கே இருக்கு?' என்று கேட்டான். அவர் தலையை அசைத்துக் காட்டிய இடத்தில் தண்ணீர் பாட்டில் இருந்தது. புட்டார்த்தி அம்மன் கோவில் பூசாரி தண்ணீர் எறிகிற மாதிரி இரண்டு மூன்று உள்ளங்கைத் தண்ணீரை முகத்தில் அடித்தான். அப்படியே அவள் தோளுக்குக் கீழே கையைக் கொடுத்துத் தூக்கி மடியில் போட்டுக்கொண்டு.' தண்ணி குடிங்க' என்று புகட்டினான். 'இன்னொரு மடக்கு' என்று மறுபடியும் பாட்டில் வாயைச் சரித்தான்.

'இந்தச் சவத்துப் பய ட்ரெஸ்ஸை அவசரத்துக்குக் கழற்றக் கூட முடியாதே' என்று மேஸ்திரி மேலுக்குப் போடுகிற துண்டைப் பந்து மாதிரிச் சுருட்டி இவன் மேல் போட்டு, 'நல்லா இழுத்து வீசி விடு டே' என்றார்.

வாயை லேசாகத் திறந்துகொண்டு மடியில் கிடக்கிற அந்த முகத்தில் காற்றுப் படும்படி அருணாசம் வீச ஆரம்பித்தான்.

கன்னத்துப் பக்கம் தொங்கிய முடியை ஒதுக்கி காது மடலுக்குள் செருகிக் கொடுத்த விரலோடு 'சரியாப் போகும் மேஸ்திரி' என்றான்.

அவனுக்கே அதைச் சொல்லிக்கொண்டது போல இருந்தது,

உயிர் எழுத்து
செப்டம்பர், 2017

வாய்க்கால்

தண்ணீர் கலங்காமல் தெளிந்து ஓடிக்கொண்டு இருந்தது.

அதிகமாக இன்றைக்கு வெயிலும் இல்லை. சுத்தமாக ஆனி முடிந்து ஆடி மாதம் பிறந்துவிட்டது. போன மாதம் பூராவும் மழையும் இல்லை. சாரலும் இல்லை. காற்று மட்டும் அடிக்கவா செய்தது? இன்றைக்கு என்னவோ மூடாக்குப் போட்டது போல இருக்கிறது. காற்றும் இருக்கிறது. எதிர்த்த அரசமரத்தடியில் இடுப்பில் சுற்றினவாக்கில் பெட்டிக் கடைக்காரி ராஜாமணி காயப் போட்டு நிற்கிற மஞ்சள் பூப் போட்ட சேலை லேசான படபடப்புடன் சுவர் மாதிரி. எப்போதும் ஒரு கிழட்டு சடை நாயைக் கூட்டிக்கொண்டு வருவாள். முதலில் அதைக் குளிப்பாட்டிவிட்ட பிறகுதான் அவளுக்கு மற்றது எல்லாம். மற்றது என்பதில் அவள் உச்சிப்படை வெயிலாகிவிட்டால் கூட நுரைக்கிற வாயுடன் பிரஷ் வைத்துப் பல் தேய்ப்பது, யார் இருந்தாலும் போனாலும், மேல் படியில் காலைத் தூக்கிவைத்துக் கொண்டு பாதம் வரை மஞ்சள் தேய்ப்பதும் முக்கியமானது. ரெங்கனுக்கு என்னவோ ராஜாமணியைப் பார்க்கப் பிடிப்பது இல்லை

தண்ணீர் திறந்து விட்டிருக்கிறார்கள். பாளையங்கால் மடையடியில் பயிர் செய்கிறவர்கள் ஏற்பாடாக இருக்கும். வாழைத் தோப்பு ஒன்று போல குலைக்கு வருகிற நேரம். பருவம் தப்பிப் பருவம் தப்பித்தான் எல்லா விவசாயமும் நடக்கிறது.

சிலுசிலு என்கிற காற்றுக்கும் தண்ணீர் ஓட்டத்துக்கும் நன்றாக இருந்தது. மூடு மூடாக அமலை நகர்ந்துகொண்டு போனது.

ரெங்கனின் தொழுவில் பசுதான் நிற்கிறது. தண்டியல் தெருக்காரர்கள் எருமைகளுக்கு நாச்சியார் குளத்தில் மூடைமுடையாக அமலையைத் தீவனத்திற்கு அரித்து எடுத்துக்கொண்டு போவார்கள். ரெங்கனுக்கு அனவிரதம் ஞாபகத்துக்கு வந்தாள். அவளை நாச்சியார் குளத்தில் அல்ல, வெளித்தெப்பக் குளத்தில் தான் முதலில் பார்த்தான். மட்டுக்கு மிச்சமாக அமலைக் குழையைக் அள்ளிக்கட்டிக் கொண்டு யாராவது சாக்கைத் தலையில் தூக்கிவிட ஆள் வர மாட்டார்களா என்று திரும்பித் திரும்பிப் பார்த்துக்கொண்டு நின்றாள்.

ரெங்கன் பி.வி.எஸ் வைத்திய சாலைக்கு வந்திருந்தான். சைக்கிள் பின் சீட்டில் அவன் வீட்டுக்காரியை உட்கார்த்திவைத்து சுளுக்குத் தடவ வந்த இடத்தில் கூட்டம் ஜாஸ்தியாக இருந்தது. அவளை அங்கே இருக்கச் சொல்லிவிட்டு வெளியே வந்திருந்த நேரம் அது. இவனை அனவிரதம் கூப்பிட எல்லாம் இல்லை. தானாகத்தான் போய், 'என்ன, தலையில தூக்கி வைக்க ஆள் தேடுதியாக்கும்?' என்று சொல்லிக்கொண்டே தம் பிடித்துத் தூக்கி வைத்தான். எதிர்பார்த்ததை விடக் கனம் இல்லை. இரண்டு கையையும் தூக்கித் தாங்கிக்கொண்டு குனிந்த சிரிப்பில் வெட்கம் இருந்தது. அப்படிக் கையை உசத்தியதற்கு மட்டுமில்லை. சற்றுச் சிரமப்பட்டுதான் அவள் சேலைத் தலைப்பால் மூடிக்கொள்ள வேண்டியது இருந்தது.

'பெருமாக்காவுக்கு என்ன செய்து?' என்று கேட்டுக்கொண்டே படியேறினாள். பெருமாளைத் தெரிந்து இருந்ததில் ரெங்கனுக்கு ஆச்சரியம். 'அவளை எப்படித் தெரியும்?' என்று கேட்கையில் கடைசி மேல்படியில் அவள் லம்பி, இவன் முதுகில் கையை ஊன்றி நிதானித்து மேலே ஏறினாள். 'பாப்புலர் டாக்கீஸ்ல தரை டிக்கட் கிழிக்கிறவர் சம்சாரம்னு சொன்னால் தெரியும்' என்றாள்.

'பேரு ஊருல்லாம் கிடையாதாக்கும்' என்று கேட்டவனிடம், தெப்பக் குளம் பக்கம் கையைக் காட்டி, 'தொரட்டியை எடுக்க விட்டுப் போச்சு' என்றாள். ரெங்கனுக்கு அவள் சிரிப்பதில் நெறு நெறு என்று மணலில் நடப்பது போல இருந்தது. ஒன்றும் சொல்லாமல் படி இறங்கிப் போய், மூங்கில் பட்டையில் செய்திருந்த துரட்டியை அதன் வீசு கயிற்றோடு சுற்றி எடுத்துவந்து, சாக்கோடு சாக்காக இருந்த இடதுகையில் செருகிவிட்டான். 'சரிதானா?' என்றான்.

எங்கு முதலில் இருந்தே அவன் கவனம் போய்க்கொண்டு இருந்ததோ, இப்போதும் அப்படியே பார்த்தான். 'பேரை வச்சி என்ன பண்ணப் போறிய?' என்று நகர்ந்தவள், 'அவகிட்டேயே கேட்டுக்கிடுங்க,

சொல்லுவா' என்று நகர்ந்தாள். ஈரச் சாக்கிலிருந்து சொட்டிய தண்ணீர் தரையில் புழுதி உண்ணி போல உருண்டது.

'வீட்டுக்குப் போய் வென்னி வச்சு ஊத்தணும்' என்று முக்கிக்கொண்டு கேரியலில் ஏறிஉட்கார்ந்தவளிடம் உடனே ரெங்கன், 'பெருமா. உன்னைத் தெரியும்ணு இங்க ஒருத்தி எங்கிட்ட சொல்லிட்டுப் போறா?' என்று நடந்ததைச் சொன்னான். 'செத்த மூதி. உங்கிட்டேயும் ஆரம்பிச்சுட்டாளா அவ வழக்கமான கதையை?' என்றாள். பெருமாள் ஒன்றும் ஒளிக்கவில்லை. அவள் எப்படி இருந்தாள் என்பதைச் சொல்லும் போது ரெங்கன் குரலில் ஒரு சரசம் இருந்தது. பெருமாள் சிரித்தபடியே கேட்டுக்கொண்டு வந்தவள், 'கூடிய சீக்கிரம் அவ மாப்பிளை கையால வாரியப் பூசை கிடைக்கப் போகுதது மட்டும் நிச்சயம்' என்று சொல்லிவிட்டு அனவிரதம் என்ற பெயரையும் சொன்னாள்.

'ஆம்பிளை பேரு மாதிரி இருக்கு?' என்றவனிடம் 'இவ்வளவுநேரம் அப்படி இருக்கு இப்படி இருக்குண்ணு சொன்னது எல்லாம் யாருக்கு இருந்துது? ஆம்பிளைக்கா பொம்பிளைக்கா?' என்று ரெங்கனின் முதுகில் ஓங்கி அடித்தாள். வீட்டுக்கு வருகிறது வரை சைக்கிளை ஓட்டிக்கொண்டு வந்த தூரமே அன்றைக்குத் தெரியவில்லை.

ரெங்கன் ரொம்ப நேரமாகத் தண்ணீரையே பார்த்துக்கொண்டு இருந்தான். அனேகமாக குப்பம் குப்பமாகப் போன அமலையின் நகர்வு நின்று போயிருந்தது. மத்தியில் வந்தது எல்லாம் பச்சைக் குழையும் நீலப் பூவுமாகத் தன்னைத் திருப்பியபடி வாய்க்கால் ஓரமாகச் சேர்ந்து கரையிட்டிருந்தது.

மறுபடியும் ரெங்கன் முன்னால் தெளிவாகக் கண்ணாடி மாதிரி ஓட ஆரம்பித்திருந்த தண்ணீரை ரெங்கன் இரண்டு கைகளிலும் அள்ளி முகர்ந்து பார்த்தான். பாசி போல ஒரு வாடையை எதிர்பார்த்திருந்தவனுக்கு, களிமண் வாடை போல ஒன்று தட்டுப்பட்டது. இன்னும் கைகளில் தண்ணீரை ஏந்தியபடியே இருந்த அவன் மறுபடியும் அதை ஓடு தண்ணீரோடு விட்டுவிட்டு, தண்ணீருக்குள் இருந்து தண்ணீரைத் தோண்டி ஊற்றெடுப்பது போல இரண்டு கைகளிலும் அள்ளினான். உற்றுப் பார்த்தான், தேங்காய் நாருடன் இளநீர் போல இருந்த அதைக் கண்களின் குழியின் மேல் வழியும்படி தாரையாகவிட்டான். சம்பந்தமே இல்லாமல் இப்போது பிரசவ வீட்டுத் தூப்புக் குழியின் பக்கத்தில் இருக்கிற உணர்வில் ரெங்கன் இறந்து போய்ப் பிறந்த அந்தப் பெண்குழந்தையை நினைத்தான். கருகருத்த தலைமுடியும் நீள நீள விரல்களுமாக இருந்த

அந்தச் சிசு இப்போது அவன் எதிரில் தண்ணீரில் மிதந்து செல்வது போலத் தண்ணீரைப் பார்த்துக் கும்பிட்டான்.

நிழலுக்காகத் தந்தி போஸ்ட்டில் கட்டிப் போட்டுவிட்டு வந்திருந்த கன்றுக் குட்டி கூப்பிட்டது. குரலில் ஒரு பதற்றம் இருந்தது. கயிற்றை இழுத்துத் தந்திக்கம்பத்தை இசகுபிசகாகச் சுற்றிவந்தது. ரெங்கன் வாய்க்காலுக்குள் நின்றபடியே 'ஏய், என்ன?' என்றான். அப்படிக் கேட்கும் போதே, மேட்டுத்தெருவில் இருந்து திரும்பித் தொட்டிப்பாலம் வழியாக யானை வந்து கொண்டிருக்கும் மணிச் சத்தம் கேட்க ஆரம்பித்தது. 'இதானா விஷயம்?' என்று ரெங்கன் இரண்டு மூன்று வீச்சாக நீந்திக் கரையில் ஏறினான். யானை முன்னை விட நன்றாகத் தெரிந்தது. மணி முன்னை விடப் பக்கத்தில் கேட்டது.

கயிற்றை அவிழ்ப்பதற்கு முன்பே இழுத்துத் தள்ளியது. போன ஈத்துக் கன்றுக்குட்டி. ஒரு வயதுக்கு மேலே இருக்கும். ரெங்கன் நல்ல ஊட்டமாக வளர்த்திருந்தான். ஒன்றே கால் வயதுக்குரிய களை வர ஆரம்பித்திருந்தது. பசுவின் சாந்தமான பார்வை வந்துவிட்டது. அகலக் கண்களின் நீலம் மாறி கன்றுக்குட்டியின் தோற்றம் விலகியிருப்பது ரெங்கனுக்குத் தெரிந்தது. அடி வயிற்றில் இளஞ்சிவப்புக் காம்புகள் மடுக்கட்ட ஆரம்பித்திருப்பதில் அவனுக்கு சந்தோஷம். அதனுடைய அம்மைக்கும் அம்மை காலத்தில் இருந்து மேலத் தொழுவில் பிறந்தவை தான் இது உட்பட. சங்கரக்கோனார் எருத்துப் பறையில் தான் அடங்கவிட்டுச் சினைப்படுகிறது,

கயிறு விறைப்பின் பின்னால் இழுபடுகிற மாதிரி ரெங்கன் ஓடினான். அது நேரே எதிர்ப்பக்கம் லாடக்காரர் வீட்டுப் பூவரசமரம் பக்கம் ஓடி, குளம்புகளுக்குக் கீழ் உள்ள தரை உத்தரவு கொடுத்தது போல, கால்களை அழுத்தமாக ஊன்றி அங்கேயே நின்றது. விடைத்து உயர்ந்த காதுகளுடன் அது காற்றை முகர்ந்து லேசாக வாலை உயர்த்திச் சொட்டுவிட்டது. யானைச் சத்தம் தெருவில் ரெங்கனின் விலாப்பக்கம் வரும்போது கல்லால் செய்த பில்லை நிறக் கன்று போல அப்படியே நின்றது. முதுகில் நடுச் சுழி மட்டும் சிலிர்த்தது.

ரெங்கன் மிருதுவாகக் கன்றுக்குட்டியைத் தடவிக்கொடுத்துக் கொண்டே 'பா. பா' என்று உதடுமடக்கிச் சாந்தப்படுத்தினான். யானை தாண்டிப் போகும் போது யானையின் வாசமும் தாண்டிப் போய்க்கொண்டு இருந்தது. அவனுக்கு அதைப் பிடிக்கும். காந்திமதி என்று அதன் பெயரை மனதுக்குள் ஒரு நெருக்கமான பெண்ணை அழைப்பது போல அழைத்துக்கொண்டான். எத்தனையோ தடவை அவன் இப்படி அதன் பெயரை மனதுக்குள் சொல்லியிருப்பதுண்டு.

வண்ணதாசன் ❖ 179

ஒரு தடவை கூட சத்தமாக உரக்கச் சொன்னது இல்லை. தும்பிக்கை வளைத்து அவனை அது கட்டிப் பிடித்திருப்பது போலவும், பச்சரிசியும் வெல்லமும் தென்னை ஓலையுமான பல்விளக்காத கொச்சையடிக்கும் அதனுடைய மூச்சு மிதமான இச்சையுடன் அவன் மேல் படர்வது போலவுமே இருக்கும் அந்தக் கற்பனையை அவன் விரும்புவான்.

ஒரு தடவை மூசா பாய் கடையில் வாடகை சைக்கிள் எடுத்துக்கொண்டு யானையின் பின்னாலேயே பாட்டப் பத்து வாய்க்கால் வரை போய், ஆனை குளிப்பாட்டுவதைப் பார்த்துக்கொண்டே இருந்திருக்கிறான். மாவுத்தன் சொல்லச் சொல்லச் சரிவில் இறங்கி, தோதுவான ஆழம் வந்ததும், அது பக்கவாட்டில் சாய்ந்து படுத்துக்கொள்ளும் விதம் ரெங்கனுக்கு ரொம்பப் பிடிக்கும். தன் அத்தனை பெரிய உடம்பை ஒரு சாம்பல் பூப் போலத் தண்ணீருக்குள் முங்கியும் முங்காமலும் வைத்தபடி, தும்பிக்கையை அதற்குச் சம்பந்தமில்லாத இன்னொரு உறுப்பு போல வீசியிருப்பதை ஒரு விதக் கிளர்ச்சியோடு பார்த்தபடி ரெங்கன் இருப்பான். சின்னப் பையன்கள் யாராவது வேடிக்கை பார்க்க அல்லது அந்த நேரத்தில் குளிக்க வந்தால், 'ஆனை குளிப்பாட்டுதாங்க தெரியலையா. போங்க அந்தப் பக்கம்' என்று விரட்டுவான். ஒரு தடாகத்தில் பாறை மாதிரி யானை தண்ணீருக்குள் கிடப்பதைத் தூரத்தில் இருந்து பார்க்க அவனுக்குப் பிடித்திருந்தது. பெருமாளைக் கூட ஒரு தடவை சைக்கிளில் ஏற்றிக்கொண்டு பாட்டப்பத்துக்கு வந்து, ஆனை குளிக்கும் இடத்தில் குளிக்கச் சொல்லியிருக்கிறான். அவளுக்கு முதுகு தேய்த்துவிட ஆரம்பிக்கையில் அவள் ரெங்கனைப் பார்த்து, 'இண்ணைக்கு என்ன இது புதுக் கிறுக்கா இருக்கு?' என்று சிரித்திருக்கிறாள். அதற்காக ரெங்கனின் கையை அவள் தள்ளிவிட எல்லாம் செய்யவில்லை.

ரெங்கன் கன்றுக்குட்டியை உடம்போடு சேர்த்து அணைத்தபடியே யானை போவதைப் பார்த்துக்கொண்டே இருந்தான். இந்த வாய்க்கால் மேலும் இருந்த ஒடுக்கமான பாலத்தில் அது சன்னமாக வாலை வீசிப்போய்க்கொண்டிருந்த பின் தோற்றமும் அமுங்கி அமுங்கி உயரும் யானைப் பாகன் தலையும் மறையும் வரை அவனிடம் அசைவே இல்லை. ராஜாமணியின் சடை நாய் பயத்தில் குரைக்கிற சத்தம் கேட்டதும் ரெங்கனுக்கு சிரிப்பு வந்தது. ராஜாமணிக்குப் பயமே கிடையாது. அவள் உதட்டின் மேல் விரலை வைத்துப் பொத்திக்கொண்டு நிற்பாள். தும்பிக்கையால் தொடுகிறபோது மேலும் இரண்டு தோளையும் ஒடுக்கிக் குனிந்துகொள்வாள். ரெங்கன் ஏற்கனவே ஒருதடவை அப்படிப் பார்த்திருக்கிறான். 'அப்படியே

தும்பிக்கையில சுருட்டி நச்சுண்னு அவளைத் தரையில அடி' என்று கூட அவன் அப்போது முனங்கியிருக்கிறான்.

யானை இந்தச் சமயத்தில் வரும் என்று ரெங்கன் எதிர்பார்க்கவில்லை. அவனுக்கு சந்தோஷமாக இருந்தது. 'வா.வா.வா. குளிப்போம். நேரமாயிட்டுது.' கன்றுக்குட்டியை வாய்க்கால் பக்கம் இழுத்தான். யானை போய்விட்டதை உணர்ந்த நிம்மதி அதனிடமும் இருந்தது. அதிக மறுப்பு எதுவும் இல்லாமல், ஒரே ஒரு வாய்த் தண்ணீர் குடிப்பது போலக் குனிந்து முகர்ந்து பார்த்துவிட்டு வாய்க்காலுக்குள் முன்கால்களை வைத்தது.

ஓடுகிற தண்ணீரை அதற்கும் பிடித்திருந்தது. தலையை மாத்திரம் உயர்த்திக்கொண்டு அது தன்னை மிதக்கவிட்டுப் பாய்ந்தது. தளர்த்தினாற்போலக் கயிறைப் பிடித்துக்கொண்டு ரெங்கனும் அது போகிற இடத்துக்கு அவனும் அவன் போகிற ஆழத்துக்கு அதுவுமாக வாய்க்காலுக்குள் ஒரு வட்டத்தை வரைந்துகொண்டார்கள். வட்டம் பெரிய வட்டங்களாகி மறைந்துகொண்டு இருந்தது. ரெங்கன் விரலைக்கொடுத்துப் பல் துலக்கிக் கொண்டான். திரும்பத் திரும்ப வாய் கொப்பளித்தான். பீச்சித் துப்பினான். கன்றுக்குட்டியின் உயர்த்தின தலையில் ஒரு பீச்சலின் வளைவு விழுந்ததும் அதனிடம், 'தெரியாமப் பட்டுட்டுது' என்று மன்னிப்புக் கேட்டான். கரைக்குக் கொண்டுபோய் சுரைக்குடுக்கையை வைத்துத் தேய்த்தான். அடிவயிற்றுப் பக்கம் இரண்டுகைகளாலும் கோதிக் கோதி ஊற்றிக் கழுவிவிட்டான். அதற்குப் புரியும் என்பது போல, 'இன்னும் நாலே நாலு ரவுண்டு. அவ்வளவுதான். போதும். வீட்டுக்குப் போக வேண்டியதுதான்' என்று பேசினான்.

கன்றுக்குட்டி வெயிலில் நிற்பதைப் பார்த்துக்கொண்டே எதிர்த்த கரை வரை போய் நீந்திவிட்டுத் திரும்பினான். பெண்கள் படித்துறையில் சீவலப்பேரியாள் நின்று கொண்டு இருந்தாள். 'பெருமா நல்லா இருக்காளா?' என்று அங்கே இருந்தே சத்தமாகக் கேட்டாள். 'ரெண்டு பொண்ணும் ஒரு ஆணுமா?' என்று கேட்டதற்கு, ரெங்கன் 'ஆமா அத்தை' என்று சத்தம் கொடுத்தான். இடையில் ஒரு பிள்ளை தவறிப் போனதைச் சொல்லவில்லை. அவனுக்கு யாரிடமும் பேச்சுக் கொடுக்காமல் இப்படியே தண்ணீரோடு தண்ணீராகக் கலந்துவிடவேண்டும் என்று இருந்தது.

தண்ணீரில் இப்போது அரச இலைகள் மிதந்துவர ஆரம்பித்திருந்தன. கூட்டமாக இல்லாமல் ஒற்றை ஒற்றையாக மிகுந்த அமைதியாக மிதந்து செல்லும் அந்தப் பழுத்த இலைகளை அவனுக்குப் பிடித்திருந்தது.

அதிக நேரம் குளித்து வெளிறிப் போயிருந்த கைகளைக் கூப்பி அவன் பக்கத்தில் வந்து தாண்டிக்கொண்டு இருக்கும் ஒரு மஞ் சள் அரசிலையைக் கும்பிட்டான். பெருமாளிடம் அதைக் கொடுக்க வேண்டும் என்று கரையில் ஏறினான்.

தூரத்தில் சீவலப்பேரியாள் நீச்சலடித்துக் குளித்துக் கொண்டிருந்தாள். அந்த அத்தைக்கு அறுபது வயதிற்கு மேல் இருக்கும். தொப்பு தொப்பென்று சத்தமே வராது அவள் நீச்சல் அடிக்கையில். விரால் மீன் மாதிரித் தண்ணீரை வகிர்ந்து செல்வாள். தண்ணீரை உழுகிறமாதிரி அவளைச் சுற்றித் தண்ணீர் மடிந்து விழும். இன்றைக்கும் அப்படித்தான் இருந்தது.

பெண்கள் குளிக்கிற இடத்தின் பக்கம் தான் நிறைய அல்லி பூத்துக் கிடக்கும். எல்லாம் செவ்வல்லி. சீவலப்பேரியாள் அந்த அல்லிக்குட்டை வரை நீந்தி நீந்திப் போய் வந்துகொண்டு இருந்தாள். ரெங்கனுக்கு என்னவோ அப்படித் தோன்றிற்று. இங்கே இருந்தே சத்தம் கொடுத்தான். 'அத்தே. எனக்கு ரெண்டு பூவு வேணும்'. சீவலப்பேரியாள் அங்கிருந்தே சிரித்தாள். 'என்னத்துக்கு ரெண்டு? மாலை மாத்திக்கிடப் போறேளா மகளும் மருமகனும்' என்று பதில் சத்தம் கொடுத்தாள். 'இரு, இரு, பறித்து வருகிறேன்' என்பது போலக் கையை அசைத்துச் சம்மதம் சொன்னாள்.

ரெங்கன் துவைத்துப் பிழிந்து உடுத்தின சாரத்தோடு கரையில் நின்றான். ஈரத்துண்டை முறுக்கிப் பெல்ட் போல இடுப்பில் கட்டி யிருந்தான், கன்றுக்குட்டி அனேகமாக வெயிலில் காய்ந்திருந்தது. ஈர முடியெல்லாம் தன் முடியாக உடம்பில் பதிய ஆரம்பித்திருந்தது. அதற்குப் பசி வந்திருந்தது. நாக்கை நீட்டி நீட்டி வாய்க்குமேல் தடவிக்கொண்டு இருந்தது. ஒரு பொன் தகடு போல, ரெங்கனின் கையில் அவன் எடுத்துவைத்திருந்த அரசிலை மினுங்கியது.

தூரத்தில் சீவலப் பேரியாள் படியேறிவந்துகொண்டு இருந்தாள். கொஞ்ச நேரம் படித்துறையில் இருந்த இசக்கியம்மனைக் கும்பிட்டபடி நின்றாள். ஈரச் சேலையோடு இவனைப் பார்க்க வந்தாள். கையில் இரண்டு அல்ல, மூன்று அல்லிப் பூ தண்டோடு இருந்தன. மெலிந்து திடமாக இருந்த கரண்டைக் கால்களிலும் பாதங்களிலும் மேல் சீலையிலிருந்து தண்ணீர் வடிந்து மண்ணில் கோலம் போட்டது.

சீவலப் பேரியாள் பக்கத்தில் வந்ததும் தான் தெரிந்தது. தண்டும் பூவுமாக இரண்டு இருக்க, ஒன்றை ஒடித்து ஒடித்து நடுவில் செவ்வல்லி தொங்க மாலை செய்திருந்தாள். வெயிலும் ஈரமுமாக ஒரு பொம்மை

மாதிரி வரும் அவளைப் பார்த்து ரெங்கன் கும்பிட்டான். அவளும் பதிலுக்குக் கும்பிட்டுக்கொண்டே வந்தாள்.

'மகராசனா இரு அய்யா' என்று ஒன்றன் பின் ஒன்றாக இரண்டு அல்லிகளை ரெங்கன் கையில் கொடுத்தாள். வழவழவென்று குளிர்ந்து கிடக்கும் அவற்றைக் கையில் வாங்கும் போது ரெங்கன் 'சாமி' என்று புலம்பினான். அவனுக்குத் தொண்டை அடைத்தது. சீவலப் பேரியாள் இப்போது உச்சிச் சூரியனைப் பார்த்துக் கும்பிட்டிருந்தாள். அவள் கையில் இருந்த அல்லித் தண்டு மாலையை வெயிலுக்குப் படைப்பது போல உயர்த்திக் காட்டினாள்.

குனிந்து கன்றுக் குட்டியின் முகத்தைத் தொட்டு முத்தி, 'தொழு நிறைஞ்சு, மடி நிறைஞ்சு குடம் நிறைஞ்சு பெருகணும் என் ராசாத்தி' என்று முதுகு தடவி வாலுக்குக் கீழ் விரல்கள் குவித்து ஒத்தினாள். அதன் கழுத்தில் அந்த மாலையை இட்டாள். மணிகட்டினது போல, கழுத்துக்கு அடியில் அல்லிப் பூ தொங்கும் படி சரி செய்தாள்

ரெங்கன் பார்க்கும் போது, சீவலப்பேரியாள் ஈரத்தலையில் இருந்து வழிகிற தண்ணீர் அவள் காரை எலும்புக் குழியில் விழுந்து, முழுவதும் திறந்திருந்த வலதுபக்கக் காம்பில் இறங்கிக்கொண்டு இருந்தது.

பாதத்தின் மேல் பெருகும் ஈரத்தைக் குனிந்து கன்றுக்குட்டி நக்கத் துவங்கும் போது சீவலப்பேரியாள் கண்களை மூடிக் கும்பிட்டுக்கொண்டு இருந்தாள்.

தடம்
செப்டம்பர், 2017

பச்சை

லியாகத் அலி முன் கதவைத் திறந்து வைத்து, 'ஏறிக்கோ பச்சை' என்றான். அவன் கதவைத் திறந்து வைத்துக்கொண்டு காத்திருப்பது தெரியாமல் பச்சை வாசலில் நிற்கிறவர்களிடம், 'எல்லாரும் இருங்க. போயிட்டு வாரேன்' என்று சொல்லிக்கொண்டு இருந்தாள்.

லியாகத் மகள் கல்யாணத்திற்கு அவள் வருவாள் என்று லியாகத்தே எதிர்பார்த்திருப்பானா என்று தெரியாது. ஒரு வக்கீல் வீட்டுக் கல்யாணத்திற்கு அவருடைய கட்சிக்காரர்கள் எல்லோருமா வருகிறார்கள்? ஆனால் அவள் வந்ததில் லியாகத்துக்கு மட்டும் அல்ல, கல்யாண வரவேற்புக்கு வந்திருந்த பாதிப் பேருக்கு சந்தோஷம் என்றுதான் தோன்றியது. அவளும் ரொம்ப சந்தோஷமாகத்தான் இருந்தாள். ஒரு இருபத்தி ஐந்து வயதில் '7 டயமண்ட்ஸ்' மெல்லிசைக்குழுப் பாடகியாக எப்படியிருந்தாளோ அதே துறுதுறுப்போடும் மலர்ச்சியோடும் , அவள் விரும்பி அணிகிற கருப்புக் கண்ணாடியுடன், சிரித்துச் சிரித்து எல்லோரிடமும் வழியனுப்பியபடி இருந்தாள். வலது தோளிலும் இடது தோளிலும் காரை எலும்பைத் தொட்டு ஒரு இணுக்குக் கீழே தொங்குவது போல மல்லிகைச் சரம். வெள்ளி நீல பலூன் கொத்துகளுக்கு இடையிலும், நெடுநெடுவென வாசலில் கட்டப்பட்டிருந்த வாழைமரத்தைத் தொட்டுக்கொண்டு இருக்கையிலும் பச்சைக்குப் புதுப் பொலிவு வந்திருந்தது. குறிப்பாக, அவள் முகத்தைப் பார்த்துப் பேசிக்கொண்டு இருந்த, வேர்வையில் ஜிப்பா நனைந்த ஒரு நடுத்தர வயதுக்காரரின் முகத்தில் ஒரு ரசம் பூசப்பட்ட சந்தோஷம். பச்சையை ஒவ்வொருவரும் முப்பது வருடங்களுக்கு முந்தியே

நிறுத்தியிருந்தார்கள். தானும் அப்படியே முப்பது வருடங்களுக்கு முன்னால் போய்விட விரும்பினார்கள்.

‘நீ நேரே ஊருக்குத் தானே சுந்தரம்?’ என்று தாம்பூலப் பை கொடுக்கும் போது லியாகத் கேட்டான். ‘ வேற எங்கே. வீட்டுக்குத்தான். என்ன விஷயம் சொல்லு?’ என்று நான் சொல்கையில், அவன் என் பக்கமிருந்து திரும்பி, தூரத்தில் வேறு யாரோ உறவினர் குடும்பத்துடன் நிற்கிற அவனுடைய மனைவியைக் கையசைத்துக் கூப்பிட்டான். அவர் அங்கிருந்து, ‘என்னையா?’ என்பது போலச் சைகையில் அவருடைய நெஞ்சில் வைத்துக் கேட்க, லியாகத் ‘பச்சையை வரச் சொல்லு” என்று சற்று உரத்த குரலில் சொன்னான். அது அங்கே கேட்டிருக்க வாய்ப்பில்லை. பக்கத்தில் நின்ற வக்கீல் குமாஸ்தா சீனிவாசகம் தான், அவரே வேகமாகப் போய்ப் பச்சையை அழைத்துவந்தார். அவருக்கும் கூட்டத்துக்கு மத்தியில் பச்சையை அப்படிக் கூட்டிக்கொண்டு ஒன்றாக நடந்துவருவதில் சந்தோஷம் .

‘நீ தாரா பாளையம் வழியா போகிறதுக்குப் பதிலா, ஒட்டாங்குளம் பாதையில போ. போகிற வழியில பச்சையைக் கூட்டு ரோட்டில இறக்கி விட்டிரு’ என்று லியாகத் கேட்டுக் கொண்டான். ‘ உனக்கு ஒண்ணும் சங்கடமில்லையே’ என்றான். எனக்கு என்ன சங்கடம்? பச்சையை உத்தேசித்து இதைக் கேட்டிருந்தால் கூட, எனக்கு எந்த சங்கடமும் கிடையாது. மேலும் அந்தப் பாதை எனக்கு ரொம்பப் பிடிக்கும். கரையடியான் குளம் தாண்டி, ஆனா விலக்கு வரை, ஒரே பூவரச மரமும், தங்க அரளி மரமுமாக இருக்கும். பொதுவாக பூவரச மரத்தை இப்படி வரிசையாக நட்டுவைத்திருக்கிற பஞ்சாயத்து ரோட்டை வேறு எங்கும் பார்த்தது இல்லை.

கரையடியான் குளத்தில் குளிக்க வந்த வயதுப் பெண் ஒருத்தி எப்போதோ, தீட்டுத் துணியை மாற்றாமல், விளையாட்டுப் போக்கில் கரையடியானைத் தாண்டிப் போய் விட்டதாகவும், மறுநாள் பூவரச மரத்தடியில் அவள் ஒரு குருத்து வாழை இலை போலக் கிடந்ததாகவும் , அப்படி அவள் கிடந்த இடத்துப் பூவரச மரம் மஞ்சளுக்குப் பதிலாக அவ்வளவு பூவும் செக்கச் செவேல் என்று பூத்திருந்ததாகவும் ஒரு கதை உண்டு. கரையடியானுக்குக் கொடை எடுக்கும் போது எல்லாம் அந்த மரத்தின் தூரில் சுற்றுக்கட்டாக ஒரு பளபளப்பான ஜரிகை வஸ்திரத்தைக் கட்டி ஒரு சிவந்திப் பூ மலையைப் போட்டிருப்பார்கள்.. இவ்வளவும் ஞாபகம் வந்ததே அது வழியாகப் போனது போல் தான். இன்னொரு முறை பச்சையுடன் போனால் தான் என்ன?

வந்த இடத்தில் பச்சை, வரவேற்புக்கு மேடையில் இருந்த மாப்பிள்ளை பெண்ணுடன் படம் எடுத்துக்கொண்டாள். லியாகத் அலி மணமகனுக்கு அவளைப் பாடகி என அறிமுகம் செய்து வைத்தான். ' இவர் என்ன சொல்கிறது. நான் பாடிக் காட்டுகிறேன்; என்று திடீரென்று வந்த உற்சாகத்தில் மைக்கைக் கேட்டாள். ஒரு மைக்கின் உபயோகத்திற்குத் தயாராக இல்லாததால், வரத் தாமதம் ஆயிற்று. பச்சை அதற்குள் லியாகத் அலியின் குடும்பத்தை மேடைக்கு அழைத்தாள். லியாகத் அலியின் மனைவி கூச்சத்தால் வரவில்லை. பச்சையே கீழே போய் கட்டாயப் படுத்திப் படியேற்றி வருகையில், தலைக்கு மேல் துணியை இழுத்துவிட்டுக்கொள்வது அவருக்குச் சிரமப்பட்டது. பச்சை உற்சாகமடைந்திருந்தாள். அவளின் மேடை நாட்களை அவள் அடைந்துவிட்ட நெருக்கம்.

மைக் வந்ததும் அதைத் தாழ்ந்த குரலில் ஹலோ ஹலோ சொல்லிச் சோதித்துக் கொண்டாள். கீழே இவளையே பார்த்தவராக இருந்த மண்டப உதவியாளரிடம் ஒலிஅளவைச் சரி செய்யச் சொன்னாள். ஒரு திருகை இடம் வலமாகத் திருப்புவது போல கொஞ்சம் கொஞ் சமாகக் கூட்டிக் குறைத்துச் சைகை செய்து, அவள் விரும்பிய ஒலியை அடைந்ததும் . சரி என்றோ அருமை என்றோ அவருக்குச் சொல்வது போலப் பெருவிரலையும் சுட்டுவிரலையும் வளைத்துக்காட்டி ஒரு குலுக்கல்.. தன் விரல்களை முத்தமிட்டபடி ஒரு சில நிமிடங்கள் எதிரே இருக்கும் கூட்டத்தைப் பச்சை பார்த்தாள். எதிர் நாற்காலிகளில் இருந்த எல்லோரும் அவளுக்குள் வந்து உட்கார்ந்ததில் அவள் நிரம்பியிருந்தாள். எந்த இசைக்கருவியின் சேர்மானமும் இன்றிப் பாட ஆரம்பித்தாள். ' மாலையில் யாரோ மனதோடு பேச'.

நான் அப்போது சொர்ணராஜுவுடன் பேசிக்கொண்டு இருந்தேன். சொர்ணராஜ் அவருக்குத் தெரிந்த, சர்க்கஸ் கோமாளியாக இருந்துவிட்டு வயோதிகம் காரணமாகக் கிராமத்துக்கு வந்து, போனவாரம் எதிர்பாராமல் இறந்து போன ஒருவரைப் பற்றியும், சர்க்கஸ் தொடர்பான மலையாளப் படம் ஒன்றையும் மாற்றி மாற்றிச் சொல்லிக்கொண்டு இருந்தார். அவர் இறந்துகிடந்த விதத்தை அவரால் வார்த்தைகளில் நிகழ்த்த முடிந்தது. கோடு போட்ட பைஜாமாவுடன் பிரம்பு சோஃபாவின் ஒரு முனையில் காலைத் தூக்கிவைத்திருந்த வாக்கில் இறந்துகிடந்தார் என்று சொல்கையில் சொர்ணராஜின் கைகள் இரண்டும் கால்கள் போல மடங்கி ஒரு உயரத்தில் என் முன்னால் காற்றில் சர்க்கஸ் மிருகங்களின் சாண வாடை உண்டாக்கியபடி நீண்டிருந்தன.

இரண்டு பேருமே பேச்சை அந்தரத்தில் விட்டுவிட்டுக் கேட்டோம். பச்சை இப்போது 'நெஞ்சமே பாட்டெழுது, அதில் நாயகன் பேரெழுது' என்று கண்களை மூடிப் பாடிக் காணாமல் போயிருந்தாள். மறுபடியும் மேடையில் வந்து இறங்கி 'மோகம் வந்ததும் ஓ மௌனம் வந்ததோ' என்றுபாடி மீண்டும் மாலையில் யாரோவுக்கு . பாடி முடித்ததும் கைகளுக்குள் மைக்கை வைத்தபடி ரொம்ப நேரம் குனிந்து சபையை வணங்கிக் கொண்டே நின்றாள். ஒரு கல்யாண வரவேற்புக் கூட்டம் எவ்வளவு முடியுமோ அவ்வளவு மட்டுமே குறைவாகத் தட்டியது. பச்சை கண்களைத் துடைத்துக்கொள்ளக் கைக்குட்டையை உபயோகித்தாள். மாப்பிள்ளை பெண்ணுக்குக் கை கொடுத்தாள். லியாகத் அலி மனைவியைக் கட்டிப்பிடித்துவிட்டு இறங்கினாள். மேடையில் பரிசு கொடுக்க ஏறியபடி படியில் நின்றவர்களில் ஒருவர் அவளுடன் கை குலுக்கினார். அந்தக் கையை அமுக்கித் தன் அடிவயிற்றில் வைத்துக் கொண்டாள். எனக்குப் பச்சையை ரொம்பப் பிடித்துப் போய்விட்டது.

லியாகத் அவளை 'போகிற வழியில் விட்டுவிடுகிறாயா' என்று கேட்கும் போது எனக்கு சந்தோஷம் தான். என்னிடம் சொன்ன பிறகு பச்சையையும் லியாகத் கூப்பிட்டான். 'இது என் ஃப்ரெண்டு சுந்தரம். நெடுங்காலிலே இருக்கான். உன்னைப் போகிற வழியில் இறக்கிவிட்டிருவான்' என்று விபரம் சொல்லும் போது ' சாரை எனக்குத் தெரியும். பெரிய புலவர் அல்லவா?' என்றாள். லியாகத் சிரித்தான். என் தோளில் அடித்தான். 'புலவரா? எனக்குத் தெரிஞ்சு கணக்கு வாத்தியான்' என்று கையை எடுக்காமல் அப்படியே வைத்திருந்தான். பச்சை லியாகத்திடம் சொன்னாள், ' வச்ச கையைத் தோளிலே இருந்து எடுக்காமல் இப்படிப் பேசுகிறதைப் பார்க்க நல்லா இருக்கு சார்' என்றாள். 'இப்படியே தோளிலே கையை வச்சுக்கிட்டு ரெண்டு பேரும் பேசிக்கிட்டே இருங்க. நான் ஏதாவது மினி பஸ் புடிச்சுப் போயிக்கிட்டே இருக்கேன்' என்றாள். சற்று ஏதோ ஒரு ஒட்டுதல் பச்சையிடம் வந்திருந்தது. 'அந்தப் பாட்டைக் கேக்கிறதுக்கு முன்னால கூட நான் அப்படிப் போயிருப்பேன். பாட்டைக் கேட்ட பிறகு விட்டுவிட்டு நான் மாத்திரம் இந்த மண்டபத்தை விட்டுப் போனால் பாவம் விடாது. ஸ்வர்ணலதா ஏறாமல் என் வண்டி ஸ்டார்ட் ஆகாது இனிமேல'.

பச்சை நான் சொன்னதை எல்லாம் உதறிவிட்டு, ஸ்வர்ணலதாவை மட்டும் வைத்துக்கொண்டாள்.' பாவம் தாயில்லாத பிள்ளை. முப்பத்தேழு முப்பத்தெட்டு வயசுக்குக் கல்யாணம் காட்சி இல்லாமாலே போய்ச் சேர்ந்துட்டா புண்ணியவதியா, அள்ளி அள்ளி நீ வச்சுக்கோ

நீ வச்சுக்கோண்ணு எங்கிட்டே, உங்க கிட்டே, எல்லார் கிட்டேயும் கொடுத்துட்டு' என்றாள். எனக்கு ஒரு சிறிய கணம் பச்சையின் கழுத்தைப் பார்க்கத் தோன்றியது. ஏழெட்டு வருடங்கள் பச்சையும் இதய ராகம் எஸ்.பி.பி. நாதனும் ஒன்றாகத்தான் இருந்தார்கள். முன் பற்களின் துருத்தும் நீளத்தின் மேல் இழுத்து மூடிய உதடுகளுடன் சிரிக்கும் ஒரு அழுத்தமான ஊதா உடையணிந்த ஸ்வர்ணலதாவின் முகம், பச்சையின் முகத்தின் மேல், காற்றில் படர்ந்து சன்னமான துணி போல அப்பி விலகியது. பச்சையின் முகம் தீர்மானிக்க முடியாத ஒரு விதத்தில் தெளிவாக இருந்தது.

ரியர் மிர்ரரில் ஒரு பஞ்சுமிட்டாய்க் காரர் தோளில் கம்பைச் சாய்த்து மண்டப வாசலுக்குப் பக்கம் போவது தெரிந்தது. வண்டி லேசாக உறுமிக் கொண்டிருக்க நான் இடது கையைக் கியரின் மேல் குமிழாக்கியிருந்தேன்.

'என்ன முடிஞ்சுதா?' என்று காரின் முன் கதவைத் திறந்த வாக்கிலே வைத்தபடி லியாகத் பச்சையைப் பார்த்துச் சத்தம் கொடுத்தார். முகத்தில் எரிச்சல், கோபம் ஒன்றுமில்லை. ஒரு வெள்ளாட்டுக்குட்டியைப் பார்க்கிற பார்வைதான் அது. ' அந்த பஞ்சு மிட்டாய்க்காரரை எதுக்கு விடுதே? அவரையும் ரெண்டு நிமிஷம் கொஞ்சிவிட்டு வந்திரேன். மண்டபத்திலே யாரும் விட்டுப் போகக் கூடாது அல்லவா?' லியாகத் பச்சையைப் பார்த்துச் சொன்னவுடன், 'வந்துட்டேன் வந்துட்டேன்' என்று பாவனையாக ஓட்டம்காட்டி வந்தாள்.

'பொறத்தாலே இருந்துக்கிடுதேனே. முன் சீட்டுல காலைத் தொங்கப் போட்டுக்கிட்டு உட்கார நான் என்ன அதிகாரியா?' என்று பின் கதவைத் திறக்கப் போனாள். 'இப்பிடி வந்து உக்காரு. உன் பாட்டைக் கேட்டுக்கிட்டே புலவர் டிரைவ் பண்ணப் போகிறாராம்". லியாகத் அப்படிச் சொன்னது பச்சைக்குச் சந்தோஷமாக இருந்திருக்கும். வெட்கப்பட்டுக்கொண்டு கருப்புக் கண்ணாடியைக் கழற்றிப் பைக்குள் வைத்தவளாக பச்சை காருக்குள் ஏறிய விதம் எனக்குப் பிடித்திருந்தது.

'எல்லாத்தையும் எடுத்துக்கிட்டையா?' லியாகத் ஒரு பொதுவான விசாரிப்பாக எங்கள் இரண்டு பேரிடமும் கேட்டபோது, லியாகத்தின் வக்கீல் குமாஸ்தா ஒரு சிறிய பையைக் கொண்டுவந்து, பின்கதவைத் திறந்து வைத்தார். பிரியாணி வாசம் அடித்தது. ' எங்க அய்யாவுக்குப் பிடிக்கும்ணு நாந்தான் வக்கீல்சார் வீட்டு அம்மாகிட்டே சொன்னேன்' என்று சொன்ன பச்சையின் குரல் உடைந்திருந்தது. லியாகத்

மூடாமல் ஒருச்சாய்த்து இருந்த கதவை நன்றாகத் திறந்து பச்சையின் உச்சந்தலையில் கை வைத்து, 'சரி, சரி. இருக்கட்டும்' என்று ஆறுதல் படுத்தி, 'நான் கேட்டதாகச் சொல்லு.' என்றார். பச்சை என் பக்கம் திரும்பி,' 'உடம்புக்கு முடியலை. நல்லா இருந்தா அவரும் என் கூட வந்திருப்பாரு. எல்லாரு வீட்டுப் பந்தலிலேயும் நாலு காலுண்ணா, அதில தன் காலு ஒண்ணா இருக்கணும்னு நினைப்பாரு.' இதைச் சொல்லும் போது பச்சை முன் கண்ணாடி வழியே வெகுதூரம் பார்த்திருந்தாள்.

பின்னால் ஒரு டயர் வண்டியில் மாட்டுத் தீவனப் புல்லை ஏற்றிக்கொண்டு, நான் காரை நகர்த்துவதற்காகக் காத்திருந்தது. அதிக பாரமில்லாத வண்டிதான். ஆனால் இழுத்துப் பிடித்திருந்த மூக்கணாங் கயிற்றால் வலப் பக்கத்துக் காளை தலையை உயர்த்திக் கண் செருக நின்றவிதம் என்னவோ செய்தது. நான் குனிந்து லியாகத்துக்குக் கை காட்டினேன். பச்சை தன் இரண்டு கைகளையும் கூப்பி வலது பக்கம் உயர்த்தி எம்.ஜி.ஆர் ஞாபகம் வருவது போல, லியாகத்தைக் கும்பிட்டாள்.

நான் சகுனம் எல்லாம் பார்ப்பதில்லை. ஆனால் வண்டி நகரும் போது எதிரே வந்த ஒரு முதிர்ந்த நரிக்குறவரையும் அவருடைய சம்சாரத்தையும் பார்க்க ரொம்பப் பிடித்திருந்தது. எவ்வளவு வயதாகவேண்டுமோ அவ்வளவு வயது அவர்களுக்கு ஆகிவிட்டது, இனிமேல் ஆவதற்கு வயது என்ற ஒன்றே அவர்களுக்குக் கிடையாது . அப்படித்தான் அந்த முகமும் கண் இடுங்கலும் சிரிப்பும் இருந்தன. எங்களுக்கு வழிவிட ரோட்டின் ஓரத்தில் ஒதுங்கி நின்று, எங்களை வழியனுப்புவது போல, நாங்கள் தாண்டிப் போகும் வரை அவர்கள் விடாமல் கையசைத்துக்கொண்டே இருந்தார்கள்.

பச்சை என்னைப்பார்த்து' ஒரு நிமிஷம், ஒரு நிமிஷம்' என்றாள். சற்று நிறுத்தச் சொல்லும் சைகையில் அவளுடைய கை தணிந்தது. மடியில் இருந்த பையின் மூடிய நிலையில், இரண்டு பித்தளைக் காம்புகளின் நுனியில் குமிழ் குமிழாக ஒன்றையொன்று திருக்கிக்கொண்டிருந்த பூட்டு அமைப்பைத் தளர்த்த, அது தன் வெல்வெட் சுருக்கங்களைத் திறந்துகொண்டது. சமீபத்தில் எங்கும் புழக்கத்தில் பார்க்க முடியாத, ஒரு மொடமொடப்பான பச்சை நிற ஐந்துரூபாய்த் தாள் ஒன்றை எடுத்து அந்த வெற்றிலைக் காவிச் சிரிப்பிடம் கொடுத்துவிட்டுக் கும்பிட்டாள். மறுபடியும் அந்த இரண்டு குமிழ்களும் பொருந்தும் சத்தம் கேட்டது.

‘பத்து வருஷத்துக்கு முந்தி விருதுநகர் மாரியம்மன் கோவில் கச்சேரிக்குக் கொடுத்த அஞ்சு ரூவா புதுக்கட்டு. பிரிக்காம அப்படியே வச்சிருந்ததை எடுத்துக்கிட்டு வந்தேன். செல்லுமோ செல்லாதோ. அது கூடத் தெரியாது . பாவம் அதுகளை ஏமாத்தின மாதிரி ஆகிவிடக் கூடாது” பச்சை என்னிடம் சொன்னாள்.

‘இது ஏமாத்துத முகம் கிடையாதுண்ணு அவங்களுக்கும் தெரியும்’ நான் இப்படிச் சொன்னதும் பச்சை தன் வலதுகையை நெஞ்சோடு வைத்துக் குனிந்தாள். பொதுவாக இது சினிமா சம்பந்தப்பட்டவர்கள் பழக்கம். பச்சை அப்படிச் செய்தது அழகாக இருந்தது. மூன்று ஒரே சமயத்தில் நடந்தன. இதயத் துடிப்பு படும்படி விரல்கள் நெஞ்சை ஒத்தின. குனிந்த முகத்தில் கண்கள் மூடியிருந்தன. உதடுகள் பிரியாமல் மூடி ஒரு மகிழ்ச்சியை நிகழ்த்திக் காட்டின.

சற்றுக் கூடுதலாக அணிந்திருந்த வளையல்களை அதற்கு முந்திய அசைவின் சரிவிலிருந்து நகர்த்தி நேராக்கிக் கொண்டாள். மூன்று விரல்களில் மோதிரம் இருந்தது. ஒன்று நவக்கிரக மோதிரம். ஒன்று நெளிவு மோதிரம். ஒன்று விரலுக்குப் பொருந்தாமல் கடைசிக் கணு முழுவதையும் மூடுவது போல் பெரியதாக ஒன்று. ஒரு மின்னல் போல என் பார்வை அந்த மூன்று விரல்களிலும் கீறல் கீறலாக விழுந்து பச்சையின் மேல் படர்ந்து ஒளிர்ந்தது.

‘மழை வரும் போல இருக்கு. மின்னுது’ பச்சை முன் பக்கமே பார்த்துக்கொண்டு இருந்தாள். அதிகம் இமைக்காது இருந்த ரப்பை முடிகள் முன் கண்ணாடியைத் துடைத்துவிடும் அளவு வளைந்திருந்தன.

‘வரட்டும். பெய்யட்டும். வெத்து ரோட்டைப் பார்த்து ஓட்டுகிறதை விட அது நல்லாத்தான் இருக்கும்’ பேச்சு இயல்பான தடத்தில் துவங்கிவிட்டது போல இருந்தது. முகத்தைத் திருப்பாமல், இடது காது கூர்மையாக அவளைக் கேட்கத் தயாரகிவிட்டது. ஆனால் அந்தப் பக்கமிருந்து எந்தப் பேச்சும் இல்லை.

’என்ன பேச்சையே காணோம்?’ பச்சை என்று பெயர் சொல்லவில்லை. பச்சையிடம்தான் கேட்டேன்.

தொட்டு உலுக்கினது போல ஒரு குரலில், ‘என்ன கேட்டீங்க?’

‘பேச்சையே காணுமே’ன்னேன்’

‘சில பேரைப் பார்த்தால் நிறையப் பேசணும்னு தோணும். சில பேரைப் பார்த்தால் ஒண்ணுமே பேசக்கூடாதுண்ணு தோணும்’

'என்னைப் பார்த்தா பேசக்கூடாதுண்ணு தோணிட்டுதாக்கும்?'

'அது ஒரு மரியாதை. நல்லவங்க கிட்டே வருகிற மரியாதை'

'நான் நல்லவன்'னு யாரு சொன்னாங்க அப்படி?'

'யாரும் சொல்லவேண்டாம். மனசுக்குள்ளே தானாத் தெரியும்'

இந்தச் சமயத்தில் அவளுடைய முகத்தைப் பார்க்கும் அவசியம் இருந்தது. அதைச் சொல்லும் நேரத்தில் அந்த முகம் எப்படி இருக்கிறது என்று தெரிந்துகொள்ள இடதுபக்கம் திரும்பினேன்.

'வக்கீல் சார் உங்களைப்பத்திச் சொல்கிறதைக் கேட்டிருக்கிறேன்'

'அவன் உங்ககிட்டே என்னைப் பத்திச் சொன்னானா?'

'தனியாக் கூப்பிட்டு, இங்கே வந்து உட்காரு, கேளுண்ணா சொல்வாங்க. டாக்டர் கிட்டே போனாலும் வக்கீல் கிட்டே போனாலும் எல்லாரு காதிலேயும் எல்லாம்தான் விழுது. வக்கீல் சார் அவர் முன்னால இருக்கிற யார்கிட்டேயோ உங்களைப் பத்தி, அப்படிப் புலத்திப் புலத்திப் பேசுதாரு. சுத்தி இருக்கிற கட்சிக்காரங்க எல்லாருக்கும் வந்திருக்கிற ஆளு எப்போ டா எழுந்திருச்சுப் போவான்னு இருந்திருக்கும். ஆனா எனக்கு உங்களைப் பத்தி இன்னும் கொஞ்சம் பேசுனா நல்லதுண்ணு இருக்கு'

பச்சை இப்போதும் என் பக்கம் திரும்பவில்லை. நான் பார்த்த அந்த அரைத் தோள் வட்டத்தில் கூட எதிர்க் கண்ணாடியில்தான் பதிந்திருந்தாள்.

'வக்கீல் சார் அவர் கையில இருந்த புஸ்தகத்திலே இருந்து வரி வரியா நீங்க எழுதினதை வாசிச்சுக் காட்டினாரு. எனக்குத் தலையும் புரியலை. வாலும் புரியலை. ஆனால் நல்லா இருந்தது'

'புரியலை. ஆனா நல்லா இருந்துதா?'

'ஆமா. இங்கே இருந்து ஒரு மீன் துள்ளி ஆத்தில அந்தப்பக்கம் குதிக்கு. கொஞ்ச நேரத்திலே அதே மீன் அங்கே இருந்து மறுபடியும் இங்கே குதிக்கு. அப்படித்தான் இருந்துது கேட்கும் போது'

பச்சை குரல் வேறு மாதிரி இருந்தது. பாடுவது போலவும் இல்லை. பேசுவது போலவும் இல்லை. மீன் துள்ளுவது மாதிரி. நான் கியர் மாற்றி, இடது புறம் ஒதுக்கி வண்டியை அப்படியே நிறுத்தியிருந்தேன். 'கையைக் கொடுங்க' என்றேன். 'அப்படித்தான் இருந்தது என்று

வண்ணதாசன் ❖ 191

பதில் சொல்லிவிட்டுக் கையை நீட்டாது இருந்தவளிடம், 'கையைக் கொடுங்க பச்சை' என்றேன். நெஞ்சில் சினிமாக்காரர் போல பதித்து எடுத்து, வலதுகையை என்னிடம் கொடுத்தாள். என் கைக்குள் வைத்துக்கொண்டேன்.

'அதே மீன் தான்'னு எப்படித் தெரியும். வேற மீனா இருக்காதா?'

'இல்லை. அதே மீன் தான்'

'எப்படிச் சொல்லுதீங்க?'

'எல்லாத்தையும் எப்படி எப்படிண்ணு கேட்க முடியாது. எல்லாத்துக்கும் எப்படி எப்படிண்ணு சொல்லியிரவும் முடியாது'

நான் பேசாமல் இருந்தேன். பச்சை கை என் கையில் இருந்து மெதுவாகத் தன்னை உருவிக்கொண்டாள்.

'சில சிலதை எப்படிண்ணு சொல்லவும் கூடாது' இதைச் சொல்லும் போது அந்த முகம் என்பக்கம் திரும்பி விலகியதோ என்னவோ. நான் ரோட்டைப் பார்த்துக்கொண்டு இருந்த நொடி அது. எனக்குள் ஒரு நொடிநேர அரைவட்டத்தில் இங்கிருந்து தவ்வி, அங்கிருந்து மீள்துள்ளி ஆற்றுக்குள் செருகியது.

'எத்தனை லைட் ம்யூசிக் போறோம். எத்தனை ஸ்டேஜ்ல பாடுதோம். ஒரு நாளைக்கு, மத்தவங்க யாரும் கை தட்டாத இடத்தில் ஒருத்தன் மட்டும் ரசிச்சுக் கை தட்டுவான். அவந்தான் அதுக்கு அப்புறம் ஊர் ஊராகக் கைதட்டிக்கிட்டே வருவான். அவன் தட்டுகிறதுதான் கூடவே வரும். அது மட்டும் தான் காதுலே விழும்.' இதற்கு அப்புறம் கொஞ்சம் அமைதியாக இருந்து, 'களகளண்ணு ஓடுகிற ஆத்துக்குள்ளே இங்கே இருந்து அங்கே தாவும். அங்கே இருந்து இங்கே தாவும்.' வளையல்கள் சரிய பச்சை தன் வலது கையை அசைத்த இடத்தில் சத்தம் காட்டாமல் மீன் துள்ளும் ஒரு ஆறு ஓடிக்கொண்டு இருந்தது.

மறுபடியும் வண்டியைக் கிளப்பி, ரோட்டில் ஏறுகையில் மரங்கள் மழை வருவதை முன் உணர்ந்திருந்தன. அப்பிக்கொண்டு இருக்கும் ஒரு மரப் பல்லிக்கு, கிளையில் அமரும் பறவைக்கு. கொத்துக் கொத்தாகக் கனிந்த பழங்களின் சிறுவிதை சுமந்து திரியும் எறும்புகளுக்கு மழை வருவது தெரிந்து விடுகிறது. ஏன் ஜல்லியும் கப்பியும் தாரும் மினுங்கும் இந்தப் பாதைக்குக் கூடத் தெரிந்திருந்தது. இது இப்படியே மினுமினு

என்று போகும். நான் முகப்பு விளக்கைப் போட்டுக்கொண்டேன் இப்போது. அப்படியே கூட்டு ரோட்டில் போய்ச் சேரும். வலது பக்கமாகப் போனால் தாராப்பாளையம். இடது பக்கம் என்றால் ஒட்டாங்குளம். பச்சை சொன்ன ஆறு இதுவாகத்தான் இருக்க வேண்டும். இந்த ரோடாகத்தான் இருக்கவேண்டும்.

'இப்போது பாடச் சொன்னால் பாடுவீங்களா, பச்சை?' என்று நான் கேட்கும் போது அவள் வாய்க்குள் எதையோ பாடிக்கொண்டு இருந்தாள். அந்தப் பாடலின் அடிகள் முழுவதையும் பாட எடுத்துக்கொண்ட நேரத்தில், அவளுடைய நாசி சுருதி சேர்க்கும் கீழ்க்குரலுக்கு ஊடாகக் கொஞ்ச தூரம் என் வாகனத்தைச் செலுத்தப் பிடித்திருந்தது.

அவள் தன்னைச் சற்று வேறுவிதமாக வடிவமைத்துக்கொண்டாள். சிறு அசைவுகளின் மாயத்தில் அவளுடைய உருவம் மாறுவது போல இருந்தது. எல்லாவற்றிற்கும் நிறைவு போல, அவள் தன் புடவைத் தலைப்பைப் பின்பக்கமாகக் கொண்டுபோய் வலது தோள் வழியாக இழுத்துப் போர்த்திக்கொண்டாள். ஏற்கனவே லியாகத் வீட்டு வரவேற்பில் அவள் உடுத்தியிருந்த அதே சேலை இப்போது ஒரு தாழம்பூ நிற, வாடாமல்லிக் கரையிட்ட பட்டுப் புடவையாகிவிட்டது போல இருந்தது. மணியோசை கேட்பதாகவும் புறாக்கள் பறக்கும் சிறகடி கூடக் கேட்டது.

'ஆலய மணியின் ஓசையை நான் கேட்டேன். அருள்மொழி கூறும் பறவைகள் ஒலி கேட்டேன்' பச்சையின் முகம் பளிங்கு போலாகியிருந்தது. 'என் இறைவன் அவனே அவனே, எனப் பாடும் குரல் கேட்டேன்' என்ற இடத்தில் ஒரு நெடுஞ்சுடர் ஒளிர்ந்தது.

மழை விழ ஆரம்பித்து வைப்பர்களின் துடைப்பில் துளிகள் வழியும் போது அவள் இரண்டு மூன்று வரிகளைத் தாண்டியிருந்தாள். .'காதல் கோவில் நடுவினிலே கருணை தேவன் மடியினிலே யாரும் அறியாப் பொழுதினிலே அடைக்கலம் ஆனேன் முடிவினிலே' என்ற இடத்தில் நானும் பாட ஆரம்பித்திருந்தேன். பச்சையின் குரலும் என் குரலும் பின்னிக்கொண்டு ஒரு பந்தலில் படர்வது போல இருந்தது.

'உன் தலைவன் அவனே அவனே எனும் தாயின் மொழி கேட்டேன்' என்ற இறுதி வரிகளை நான் மட்டும் பாடிக்கொண்டு இருப்பது எதிரே வந்த வாகனத்துக்கு வெளிச்சம் குறைத்து வெளிச்சம் ஏற்றித் தாண்டும்போதுதான் தெரிந்தது. எதிரே வந்த வாகனத்தில் இருந்து வெளியே சாய்ந்து எதையோ கையசைத்துச் சொல்லிக்கொண்டு

போனது மழைச்சத்தத்தில் கேட்கவில்லை. எதுவும் கேட்கவேண்டாம். கேட்பதற்கு எதுவுமில்லை.

'எனக்கு அழுகை வந்துட்டுது' பச்சை என்னைப்பார்த்துக் கும்பிட்டாள். மறுபடியும், 'உங்களுக்குக் கரகரண்ணு கண்ணீர் வரவைக்கிறது மாதிரி ஒரு குரல் . நாங்க எல்லாம் பாடுகிறது வேற. இது வேற' என்று சொல்லும் போதும் கண்களில் அந்தப் பளபளப்பும் ஈரமும் இருந்தது.

பச்சையின் வலது கை என் பக்கமாகத் துளாவி, கியர் மேல் குமிழாகப் பொத்தியிருந்த கையைப் பொத்தி அப்படியே இருந்தது. நெளிவு மோதிரம் கொத்தியது.

மழை வலுத்திருந்தது. காற்று வளைத்து வளைத்துப் பாதையைத் துப்புரவாக அலசிவிட்டது. முடுக்கப்பட்ட வைப்பர் வேகமாகத் தண்ணீர் துடைத்தது. துடைப்பதற்கு முன் வழிந்தது. வழிவதற்கு முன் துடைத்தது. எது முன் எது பின் என்று அறியாத இயக்கம். எதற்கும் முன்பின் அற்று, எல்லாம் ஒன்றாகித் துலங்கிக்கொண்டு இருந்தது.

பச்சை எதுவும் பேசவில்லை. அப்படியே இருந்தாள். அவ்வப்போது அவளே எதையோ சொல்லிக்கொண்டாள். 'எங்க போயிக்கிட்டு இருக்கோம். எந்த இடம்'னே தெரியலை' இரண்டு கைவிரல்களையும் குளிருக்குப் பூட்டுவது போல் கோர்த்துக் கொண்டாள். ' மட மடண்ணு தீப் பிடிச்சு எரியுத மாதிரி இருக்கு'. இதை அவளால் சொல்லமுடிந்தது. சுள்ளி எரிந்து விறகுக் கணு வெடித்துச் சிலிர்க்கிற மழைச் சத்தம். பாதையை விட்டுப் பார்வையை விலக முடியவில்லை. வெளிச்சம் கூட்டி, வெளிச்சம் குறைத்துப் பாதையைப் பாய்ந்து பாய்ந்து வேட்டையாடி விழுங்க வேண்டியது இருந்தது. பச்சை,நான், கண்ணாடிகள் இறக்கப்பட்ட இந்த மொத்த வாகனம் எல்லாம் ஒரு அம்பு போல, தைப்பதற்கு முந்திய விடுதலையில் சீறிக்கொண்டு போனது.

'எங்க அய்யா எப்படி இருக்கோ?' என்ற பச்சையின் முகம் நாடியை உயர்த்தினாற்போலச் செதுக்கப்பட்டிருந்தது. கூட்டத்திலிருந்து சற்றுப் பின்தங்கித் தனியாகி, மறுபடியும் இணைந்துகொள்ளும் தீவிரத்தில் மழைக்குள் ஓடுவதைப்பற்றித் தீர்மானிக்கும் ஒரு காட்டு விலங்குபோல நுட்பமான அவதானிப்பில் மொத்த உடலும் அடுத்த அசைவுக்குத் தயாராகி இருந்த நிலை.

'ரெண்டு தட்டு ஓட்டு வூடு. அவரு நார்க்கட்டில் கிடக்கிற இடத்தில் பனங்கை ஏற்கனவே இறங்கியிருந்துச்சு' இதைச் சொல்லும்போது

பச்சையின் நாசிகள் விரிந்திருக்கும் என்று நினைத்துக்கொண்டேன். தூரத்தில் மண் கிளறப்படுகிற, கிளை ஒடிந்து பச்சை வாசம் அடிக்கிற, தாக்கப்படும் போது உண்டாகிற தீனக் குரலின் சன்னம் படர்கிற ஈரக்காற்றுக்குப் பளபளத்து விம்முகிற நுனிநாசி.

'இப்படி மழை வருமுண்ணு எதிர்பார்க்கலை' பச்சை திரும்பிபார்த்தது பின் சீட்டில் வைக்கப்பட்ட, லியாகத் அலி வீட்டுப் பிரியாணிப்பொட்டலமாக இருக்கலாம்.

'எனக்கு ஒண்ணும் சிரமம் இல்லை. உங்களை உங்க வீட்டில விட்டுட்டுதான் போகப் போகிறேன் 'இதைப் பச்சையின் முகத்தைப் பார்த்துச் சொல்ல முடியவில்லை. எதிரே அடுத்தடுத்து ஒரு இன்னோவாவும் டவேராவும் இடது சக்கரங்களை ரோட்டிலிருந்து இறக்கிப் படகுபோல அசைந்து கொண்டு எதிர்ப்பக்கம் இருந்து வெளிச்சத்தைக் குறைக்காமல் சீறிக்கொண்டு போனதில் தண்ணீர் பாளமாக மடிந்து சிதறியது.

இருபது அடிக்குப் பின்னால் வந்த இன்னொரு ஆட்டோவில் இருந்தவர்கள் கையை அசைத்து அசைத்துத் தடுத்தார்கள்.

'என்னமோ சொல்லுதாங்க?' பச்சை சொல்லும் போதே நான் கண்ணாடியைத் தணித்திருந்தேன். ஜன்னலுக்கு வெளியே தொங்கின கை உடனடியாக மழைத் தாரையில் நனைந்து சொட்டியது. 'தருவைமுத்தூர்லே வழக்கம் போல ஏதாவது தகராறு, வெட்டுக்குத்தா இருக்கும்" பச்சையின் குரலும் வலது பக்கம் திரும்பியிருந்தது.

'கரையடியான் கோவில் பக்கத்தில நவ்வா மரம் சாஞ்சுட்டுது. அந்தப் பக்கம் இந்தப் பக்கம் வண்டி போக முடியாது' இதைச் சொல்லிவிட்டு நகர்ந்த ஆட்டோவை ஒட்டி வந்து நின்றுகொண்டிருந்த பைக்கில் பின்னால் இருந்த பெண்குரல், 'நல்ல வேளை நாங்க ஒரு ஆசை பொழைச்சோம். அந்த ஆட்டோ, அதுக்குப் பின்னால நாங்க. ரெண்டு பேரும் தாண்டி ரெண்டு நிமிஷம் இருக்காது அது அடியோட அப்படியே சாய்ஞ்சு விழுது. ஒரு சத்தம் இல்லை. அந்தக் கரையிலே இருந்து இந்தக் கரைக்கு விழுந்து கிடக்கு. பூச்சி பொட்டு தாண்டிப் போகணும்னால் கூட முடியாது" என்று சொல்லி முகத்தில் வழிந்த தண்ணீரை வழித்துவிட்டுக் கொண்டது. வண்டி உறுமிக் கிளம்பும் போது மறுபடியும், ' லைட்டுப் போயிட்டுது. இருட்டுக் கசமாக் கிடக்கு' என்று சொல்லியது. உச்சியிலிருந்து மழைத்தண்ணீர் வழிகிற முகத்தை எனக்குப் பிடித்திருந்தது.

‘சும்மா நாம போவோம்’ பச்சை சத்தம் கொடுத்தாள். நான் வந்த வழியில் திரும்பிவிடக் கூடாது என்று தடுப்பது போல பச்சையின் கை என் இடது தோளில் இருந்தது.

‘சும்மா போவோம்னா? எங்கே?’

‘அங்கே தான். கரையடியான் கோயிலுக்கு’

‘அதுக்கு அந்தப் பக்கம் போக முடியாதுண்ணு அந்தப் பொம்பிளை சொல்லுச்சே. கேக்கலையா?’

‘அதுக்கு அந்தப் பக்கம் யாரு போகச் சொல்லுதா. அதுப் பக்கம் வரைக்கும் போலாம்’ல?’ பச்சையின் கை தோளிலேயே தான் இருந்தது.

‘சின்னப் பிள்ளையா நீங்க?’ மிஞ்சிப் போனால் எனக்கு இரண்டு மூன்று வயது குறைவாக இருக்கிற, நான் அப்படித்தான் நினைக்கிறேன். ஒருவேளை கூட இருக்குமோ?, பச்சையைப் பார்த்து அப்படிக் கேட்கும் போது எனக்குச் சிரிப்பு வந்தது. பச்சை முகத்திலும் சிரிப்புதான். வெற்றிலை போட்டிருப்பது போல வாயைக் குவித்து, லேசாக உப்பின கன்னத்துக்குள் கண்ணின் கீழ் கோடு விழுகிற விதம். ஒரு சிரிப்பு. அதற்கு ஒரு பதில் சிரிப்பு. இவ்வளவு தெள்ளத் தெளிவாக, கலங்கலே இல்லாமல் இப்படியும் அது இருக்கமுடியும் போல.

’நான் அந்த மரத்தடியில நவ்வாப் பழம் பொறக்கியிருக்கேன். நான் என்ன? எங்க அய்யா பொறுக்கியிருக்காரு. தெக்குத் தெரு, வடக்குத் தெருண்ணு எங்க ஊரே பொறுக்கியிருக்கும்’ பச்சை சொல்லும் போது, நான் ஹேண்ட் பிரேக்கைத் தளர்த்தி முதல் கியருக்குப் போயிருந்தேன்.

‘இப்பொ நினைச்சாலும் நவ்வாப் பழக் கறை யோட ஒரு கிழிசத் துண்டும் உப்பு மரவையும் தெரியுது’

நான் வண்டியை நகர்த்த ஆரம்பித்திருந்தேன்.

‘அந்த நவ்வா மரத்துக்கு நூறு வயசு இருக்கும். அதுக்கு மேலயும் இருக்கும். சொல்லப் போனா, அதுக்கெல்லாம் வயசே கிடையாது’

இதைச் சொல்கிற பச்சைக்கும் வயது கிடையாது என்றுதான் எனக்குப் பட்டது. அதை அவளிடம் சொல்லவேண்டும் போல

இருந்தது. சொன்னால் தான் என்ன? இதைச் சொல்லாமல் வேறு எதைச் சொல்லப் போகிறேன்.

‘உனக்கும் வயசே கிடையாது பச்சை’

‘வயசு கிடையாதா? வயசு தெரியலையா?’

‘வயசு கிடையாது’

‘அப்படி இருந்திருந்தால் அல்லல் இல்லாமல் போயிருக்கும். இருவது, முப்பது, நாப்பதுண்ணு ஒவ்வொரு வயசா வர வரத்தானே நாங்க இப்படிக் கிடந்து யார் யார் கையிலேயோ சீரழிய வேண்டியது இருக்கு?’ பச்சையின் குரல் ஒலிப்பதிவுக்கு உரியது போல் எந்தக் கரகரப்புமற்றுத் திருத்தமாக இருந்தது.

‘ஒரு பத்து வருஷம் பதினஞ்சு வருஷம் ராத்திரியும் வெளிச்சம் பகலிலேயும் வெளிச்சம்னு கிடக்கும். தரையும் தெரியாது மானமும் தெரியாது. எல்லாம் அந்தரத்திலேயே மிதந்துக்கிட்டுப் போகும். யாராவது ஒரு எஸ்.பி.பி.நாதன் வந்து உன்னை விட்டால் கிடையாதும்பான். நமக்கும் அவனை விட்டால் கிடையாதுண்ணுதான் இருக்கும். அவனுக்கு ஏற்கனவே குடும்பம் இருக்கு தாயி என்று யாராவது சொல்லுவாங்க. அது நம்ம காதுலேயே விழாது. ஐயோ காதிலே விழாமல் போச்சேண்ணு ஒரு ஸ்டேஜ் வரும் போது நாம குப்புற விழுந்துகிடப்போம். அவன் அவனுடைய பொண்டாட்டி தோளிலே கையை ஊணிக்கிட்டு எந்திருச்சுப் போயிருப்பான். நான் இப்படிச் சீக்குக்கார அப்பனை நார்க்கட்டிலில் படுக்கப் போட்டுட்டு, வக்கீலய்யா வீடு எங்கே இருக்குண்ணு அலைஞ்சுக்கிட்டு இருப்பேன்’

எதிரே இருந்து எந்த வண்டியும் வரவில்லை. ஒதுங்கி மரத்தடியில் நிற்கிற போக்கு மாடு ஒன்றின் கண் நீலக்கோலி உருட்டியது. பச்சையின் பேச்சு அகல இலைகளுள்ள மரத்தின் மேல் பட்டுத் தெறிக்கும் அடை மழையின் நிதானம் கொண்டிருந்தது. மொத்தமரமும் ஈரத்தில் கனத்துக் குனிவது போல, ஒரே ஒரு கிளை தணிவது போல, ஒரு இலை தன்னை உதறிக்கொள்வது போல எல்லாம் இருந்தது.

’எல்லாரும் தண்ணி கனக்காதுண்ணு நினைச்சுக் கிடுதாங்க. பாறாங்கல்லு மாதிரி அதுவும் கனத்துத்தானே கிடக்கு’ பச்சை தன் உள்ளங்கையைக் குவித்து அதில் இருக்கிற தண்ணீரை என்னிடம் நீட்டிக்காட்டுவது போன்ற சைகையில் இருந்தாள். அது வேறொரு முகம். அவளுடையது இல்லை. அதில் வழிகிற கண்ணீரைத் தான்

துடைக்க அவசியமில்லை என்று அவள் குரலில் இருந்து முகத்தை வெகுதூரத்தில் வைத்திருந்தாள்.

'மூணு மருது எல்லாம் தாண்டியாச்சு போல?' என்று பச்சை என்னிடம் கேட்டாள். நான் பக்கவாட்டில் பார்க்காமல் முன்னால் முகப்பு வெளிச்சத் தூரத்தில் செலுத்திக்கொண்டிருந்ததால் எதையும் கவனிக்கவில்லை.

மூன்று மருத மரங்கள் பெரியதாக இருக்கும் அந்த இடத்தை 'மூணு மருது' என்று சொல்வதை நானும் கேள்விப்பட்டு இருக்கிறேன். பங்குனி சித்திரையில் அனேகமாக அந்த மருத மரத்தின் கீழ் குடும்பம் குடும்பமாக நரிக்குறவர்கள் கூடாரம் போட்டிருப்பார்கள். இரண்டு மூன்று கூண்டு வண்டி நிற்கும். ஒரு குதிரையைக் கூடப் பார்த்த ஞாபகம் உண்டு. நாய்களின் குரைப்பு சதா கேட்கும் காலமாகவும் அது இருக்கும். இப்போது அந்த இடத்தில் ஒரு மருத மரம் கூட இல்லை. எனக்கு மருதங்காய் ஒன்றை இந்த நிமிடம் கையில் வைத்துக்கொள்ளவேண்டும் என்று இருந்தது.

பச்சை என்னிடம் கண்ணாடியை இறக்கிவிடச் சொன்னாள். முழுவதுமாக இறக்கிவிட்ட சன்னல் வழியாகக் கையை நீட்டினாள். 'மழை நல்லா வெறிச்சுட்டு' என்றாள். கையை உள்ளே இழுத்துச் சேலைத் தலைப்பால் துடைத்து, மறுபடியும் வெளியே நீட்டிச் சோதித்தாள். 'லேசாப் பெய்யுது' என்றாள்.

மழை வெளியே பெய்யும் போது, எல்லோருக்குள்ளும் அது பெய்கிறது. வெளியே வெறிக்கும் போது உள்ளேயும் வெறிக்கிறது. எனக்குள்ளும் பெய்திருக்கும். வெறித்திருக்கும். வாகனத்தை ஓட்டிக்கொண்டு போவதால் வெளியே பெய்வதை மட்டும் கவனிக்க வேண்டியதாயிற்று. ஒரு வேகமான நடனம் முடிந்து, சபைக்கு வந்தனம் சொல்வது போல, இடுப்பிலிருந்து பாதம் வரை தளர்ந்துகிடக்கும் சுருக்கங்கள் உள்ள மெல்லிய உடையை இடமும் வலமும் நுனிவிரல்களால் உயர்த்தி, சிரம் தாழ்த்துவதாக மழை தணிந்துகொண்டிருந்தது. கிளையிலிருந்து பிய்த்துக்கொண்டு வந்த ஒரு நுனிக்கொப்பு இலைகளோடு மழைத் தண்ணீரில் சருகி ஒதுங்கியது. முன் விளக்கின் பாயும் வெளிச்சத்தில் இலைகளின் பளபளப்பு, இதுவரை துளாவிக்கொண்டு இருந்த மொத்தத்தையும் சாலையின் கருப்பின் மேல் வைத்துப் பக்கவாட்டில் சருக்கியது.

'நவ்வா இலையாத் தான் இருக்கும்' நான் யாரிடமும் சொல்லவில்லை. ஆனால் சொன்னேன்.

'இருக்காது' பச்சை ஒற்றைச் சொல்லாய்ச் சொன்னாள்.

'நானும் பாத்தேன். கொப்பு முறிஞ்சு கிளை முறிஞ்சு போயிருந்தா, மரம் தப்பி யிருக்கும். ஒரு இலை, ஒரு துளிரையும் விட்டுக்கொடுக்காததுனாலதான் அது அப்படி முழுசாச் சாஞ்சிருக்கு. நூறு வயசு மரம். அது எப்படி இண்ணைக்குப் பொறந்த மழைக்கும் காத்துக்கும் விட்டுக்கொடுக்கும்? இது நவ்வா இலை இல்லை. புங்கை, உசுலை இப்படி ஏதாவது இருக்கும்'

பச்சை இதைச் சொல்லி முடிப்பதற்குள் ஒரு முப்பதடி தூரத்துக்குள் வந்துவிட்டோம். இடப்பக்கத்திலிருந்து சாய்ந்து வலப்பக்கத்தையும் தாண்டி அந்த நாவல் மரம் பரந்துகிடப்பது தெரிந்தது. ஒரு பத்துப் பதினைந்து பேர் அதை ஒட்டி இங்கும் அங்குமாக நகர்ந்துகொண்டு இருந்தார்கள். இரண்டும் மூன்று டார்ச் லைட் வெளிச்சங்கள் குறுக்கு மறுக்காகக் கோடுபோட்டுக் கலைந்தன. ஒன்றிரண்டு பெண்பிள்ளைகள் மரம் விழுந்திருப்பது எங்களுக்குத் தெரியாதது போல் கையைக் காட்டித் தடுத்தனர். ஏதோ மின்கசிவு உண்டானது போல, விஷக்கடி உச்சிக்கு ஏற்கிற மாதிரி என்னுடைய இடது பக்கம் பூராவும் விறுவிறுவென்றிருந்தது.

நான் போதுமான இடைவெளியுள்ள தூரத்தில் வண்டியை நிறுத்தி, விளக்குகளை மட்டும் எரிய விட்டேன். கண்ணைச் சுருக்கிக் கொண்டு, நெற்றியில் விரல்மறைப்பிட்டவர்களாக இரண்டு மூன்று பேர் எங்கள் பக்கம் பார்த்தார்கள். நான் இறங்குவதற்குள் பச்சை இறங்கிவிட அவசரப்பட்டாள். 'இதைக் கொஞ்சம் திறந்துவிடுங்க' என்று கதவோடு முண்டிக்கொண்டு இருந்தாள். 'இருங்க, இருங்க, நான் வாரேன்' என்று சொல்லும் போதும், பச்சையின் அவசரம் இருந்தது. என் இடத்தில் இருந்து சாய்ந்து, பச்சையின் மீது அழுந்தும் தோளுடன் திறந்துவிட்டேன்.

கதவு திறந்தவுடன் கார் மட்டத்திற்குள் வரப் போவது போல ரோட்டில் மழைத்தண்ணீர் ஓடுகிற சத்தம் கேட்டது. அந்தச் சத்தம் அந்த நேரத்தின் செய்தியாக இருந்தது. பச்சை இறங்கி ஓடிப் போய்க்கொண்டு இருந்தாள். இந்த ஜென்மத்திலிருந்து தப்பித்து முந்திய ஜென்மத்திற்கும் முந்திய ஜென்மத்துக்குள் நுழைவது போல அவள் அந்த மரத்தின் பக்கம் போய்ச் சேர்ந்தாள்.

நான் பக்கத்தில் போயிருக்கும் போது, பச்சை அதன் கிளைகளையும் இலைகளையும் விடாமல் தொட்டுத் தொட்டுக் கும்பிட்டுக்கொண்டு இருந்தாள். என்னைப் பார்த்து அடையாளம் கண்டுகொண்டு முகம்

இளகியது போலப் பச்சையையும் அவர்களுக்குத் தெரிந்திராமல் இராது. யாரோ கையில் வைத்திருந்த ஐந்து செல் டார்ச்சை, நான் கேட்காமலே என்னிடம் கொடுத்து, 'பார்த்து வாங்க, சார்' என்றார்கள். டார்ச் லைட் உலோகம் அத்தனை மழையின் குளிரையும் வாங்கிவைத்து என்னிடம் கைமாற்றியது.

'எல்லாம் கரையடியான் புண்ணியம். ஒரு உசிர்ச் சேதம் கிடையாது.' என்று தலைப்பாகையை மரியாதையாக அவிழ்த்தபடி அதன் பக்கம் போய் ஒருத்தர் கும்பிட்டார். குடித்திருக்கலாம். அதே துண்டைச் சுருட்டி வாய்ப்பக்கம் வைத்து என் பக்கமாக வந்தார். என் பக்கத்திற்குப் போகாமல், தன் பக்கமாக வந்துவிடும்படி ஒருத்தர் சைகை செய்ததும், அவர் ஒதுக்கமாகப் போனார்.

பச்சையின் அப்பா பெயரைச் சொல்லி இன்னார் மகளே என்று ஒரு சடை விழுந்த மனுஷி பச்சையின் தோளில் ஒப்புச் சொல்லி அழப்போவது போலக் கையைப் போட்டாள். அவளுடைய எலும்பு முண்டுகிற வலதுகையைத் தானாகவே முன்வந்து தன்னுடைய தோளைச் சுற்றிக் கழுத்துப் பக்கம் இன்னொரு வயசாளி போட்டுக் கொண்டதும், பச்சை நடுவில் இருக்க, மரத்தின் பக்கமாகக் குனிந்து, முன்பக்கமாக மடங்கி மடங்கி அசைந்தபடி வாய்விட்டுப் பாடி அழ ஆரம்பித்தார்கள்.

மற்ற இரண்டு பேரின் குரல்களும் ஒரு நடுக்கத்துடனும் தணிவாகவும் இருக்க, பச்சையின் குரல் தெளிவாகவும் உருத்தாகவும் ஒரு இலை பாக்கிவிடாமல் முழு மரத்தையும் ஆவி சேர்த்துத் தழுவிக்கொண்டு இருந்தது.

ஆனந்த விகடன்
தீபாவளி மலர், 2017

அடைதல்

இசக்கியம்மன் கோவில் தெருவுக்கு எப்படிப் போகிறது என்று பிச்சம்மா கேட்ட போது, பாட்டப் பத்து வாய்க்காலை ஒட்டிப் போகலாம், ஆனால் அது கொஞ்சம் சுத்து. குசவன் தட்டித் தெருவழியாகப் போனால் பக்கம் என்று சொல்லி இருந்தார்கள்.

'யாரு வீட்டுக்குப் போகணும்?' என்று கேட்ட சமயம், இவளுக்கு நாக்கு வரை பட்டமுத்து வீட்டுக்கு என்று வந்துவிட்டது. ஆனாலும் அவள். 'இதுக்கு முந்தி சுடலை கோயில் தெருவில் குடியிருந்துட்டு இங்கே வீடு மாத்தி வந்திருக்கா, தையல் தச்சுக் கொடுப்பா, சுபத்ராக்கா' என்று சொல்லிவிட்டு சேலைத் தலைப்பை எடுத்து கழுத்தடி வியர்வையத் துடைத்துக் கொண்டாள். காலை நீட்டி உட்கார்ந்து பிரிமணை, மூங்கில் கூடை எல்லாம் இரண்டு மூன்று பேர் பின்னிக்கொண்டு இருந்தார்கள். காலியாக மெழுகி சாணி மினுமினுத்துக் கிடந்த திண்ணையில் இரண்டு பெரிய தகர ட்ரங்குப் பெட்டி. அதன் மேல் கீற்றுப் போலக் கண்ணைச் சுருக்கியபடி படுத்துக் கிடந்த பூனையையே பிச்சம்மா பார்த்துக்கொண்டு இருந்தாள். அதனுடைய கிழட்டுத்தனம் அவளுக்குப் பிடித்திருந்தது.

'சாய வேட்டி வீடா?' என்று ஒருத்தி, கையில் கட்டிக்கொண்டு இருந்த சவுரி முடியை விரலால் நுனிவரை சிக்கு எடுத்துவிட்டபடி கேட்டாள். சத சத என்று வெற்றிலைச் சாறு அவளுடைய வாய் ஓரத்தில் கசியப் போவது போல் இருந்து, உறிஞ்சியபடி பிச்சம்மாவைப் பார்த்தாள்... போலீஸ் ரெக்கார்டுகளில் பட்டமுத்துவின் பெயர்

'சாய வேட்டி' தான். பாலாமடைப் பக்கம் அருவங்குளம் பக்கம் எல்லாம் எந்த அடிதடி, வெட்டுக்குத்து கொலைக் கேஸ் இருந்தாலும் 'சாயவேட்டி'யை அவர்களே சேர்த்துக் கொள்வார்கள். 'பேரு பட்ட முத்து. மயிரு. பெரிய பட்டாக் கத்திண்ணு நினைப்பு' என்று ஸ்டேஷனில் உதைத்ததில் இருந்து, அப்படி ஒரு பெயரை சுபத்ரா வீட்டுக்காரனே விரும்பிச் சொல்லிக்கொள்வான். இது தவிர, கீழாம்பூர் பக்கம் ஒரு கோவில் திருட்டில் அகப்பட்ட போது, பண்டாரம் என்று அம்பலவாணபுரத்தில் கூப்பிடுகிற அவனுடைய சின்ன வயதுப் பெயரையே சொல்லி இருந்தான். வி.கே.புரம் போலீஸ் சரகத்தில் அவனுக்கு அந்தப் பெயர்தான்.

பிச்சம்மாவுக்கு எல்லாம் தெரியும். என்றாலும் அவளிடம் கேட்டவள் சொன்ன பெயரை ஒத்துக்கொள்ளாதவள் போல, 'பண்டாரம்னு சொல்லுவாக' என்று சொன்னாள். 'இது என்ன புதுப் பேரா இருக்கு?' என்று பக்கத்தில் இருந்தவள் சிரித்தாள். பிச்சம்மா பதிலுக்கு அவளைப் பார்த்துச் சிரித்துக் கொண்டாள். பார்வையை எதிரே இருக்கிறவளின் ரவிக்கைப் பகுதியிலிருந்து பிச்சம்மாவால் விலக்க முடியவில்லை. தங்கத்தாளில் செய்தது போன்ற ஒரு பளபளப்பான துணிக்குள் சின்னப் பிள்ளைகளின் விளையாட்டுச் செப்பை மூடிவைத்திருந்தால் அப்படித்தான் இருக்கும்.

வீட்டுக்குள்ளிருந்து முகம் தெரியாமல் ஒரு சத்தம் வந்தது, 'சரிதான். சரிதான். அவ பேரு அப்படித்தான். தையல் தச்சுக் குடுப்பா. நம்ப மேனகா கூட, ரவிக்கையைப் போட்டுப் பார்த்துட்டு, நல்லாத் தெச்சிருக்குண்ணு இப்பிடி அப்பிடித் திலுப்பிக் காட்டிக் கிட்டு இருந்தா'

'பேரு என்ன சொன்னிய, சுமித்ராவா?'

'சுமித்ரா இல்ல. சுபத்ரா'

'என்ன ஆளுக?'

பிச்சம்மா பதில் சொல்லவில்லை. அவர்கள் முதலில் சொன்ன குசவன் தட்டித் தெரு வழியாகவே வந்தாள். பார்த்தால் குசக் குடி மாதிரியே தெரியவில்லை. ஒரு காலத்தில் அப்படி இருந்திருக்கும். பிச்சம்மாவுக்கு செக்கச் செவேல் என்று ஒரு சுட்ட மண்பானை கழுத்துப் பக்கம் கருப்புத் தேமலோடு கண்ணில் பட்டால் நன்றாக இருக்கும் என்று தோன்றியது. அடிக்கிற இந்த வெயிலுக்கு அதிலிருந்து இரண்டு செம்பு தண்ணீர் கோதிக் குடித்துக் கொள்ள வேண்டும்.

புதுப்பானை வாசம் அடிக்கிற தண்ணீர் எவ்வளவு ருசியாக இருக்கும்.

சுபத்ராவும் பிச்சம்மாவும் தான் பள்ளிக்கூடத்தில் மண்பானையில் தண்ணீர் பிடித்து வைப்பார்கள். பிச்சம்மா ஆறாம் கிளாஸ் படிக்கையில் சுபத்ராக்கா எட்டு படித்தாள். தண்ணீர்ப் பானைக்குக் கீழ் ஆற்றுமணலைக் குமித்து வைக்கலாம் என்பது ஒன்றும் புது யோசனை இல்லை. எல்லோரும் செய்கிறது தான். அதில் கரம்பைவைக்கலாம் என்று சொன்னது சுபத்ரா தான். குடிக்கிற தண்ணீர் சிந்திச் சிந்திக் கரம்பையில் புல் வளர்வது நன்றாகத்தான் இருந்தது.

சுபத்ராக்காவுக்கு வி.கே. புரம் இல்லை. வெள்ளங்குழி. அங்கே தான் அவளுடைய அப்பாவும் அப்பா குடும்பமும் இருந்தது. அம்பாசமுத்திரம் பழனி முதலியார் வகையறாவுக்குத்தான் கூலிக்கு நெசவு செய்துகொடுக்கிறதாக சொல்வாள். தறிவேலை இல்லாத காலத்தில், கல்யாண வீடுகளுக்குப் பரிமாறுகிறதுக்குப் போகிற இரண்டு மூன்று செட் வெள்ளங்குழியில் உண்டு. அதில் சுபத்ரா அப்பாவும் ஒருத்தராம்.

அப்படியானால் இங்கே இருக்கிற பலகாரக் கடையில் இருப்பது யார் என்று பிச்சம்மா கேட்டதற்கு ஒன்றுமே சுபத்ராக்கா பதில் சொல்லாமல் விட்டுவிட்டாள். அம்மாவை மட்டும் அம்மா என்று சொன்னாள். சுபத்ராவின் அம்மாவும் அந்தக் கடையில் எண்ணெய்ச் சட்டி முன்னால் தான் நின்றார்கள். அந்தக் கடை சுசியம் சாப்பிட்டு டீ குடிப்பதற்கு என்றே நிறையப் பேர் வருகிறது உண்டு. மாவில் முக்கி முக்கி இருப்புச் சட்டியின் கொதிக்கிற எண்ணெயில் போட்டுக்கொண்டிருந்த தோற்றத்திலேயே, பிச்சம்மா முதன் முதல் சுபத்ரா அம்மாவைப் பார்த்திருந்தாள். வெள்ளைப் பாச்சா போல் வெளுத்துப் போய் இருந்த,அந்தக் கைகளில் படிந்திருந்த மாவுப் பிசுபிசுப்பும், கருப்பும் மஞ் சளும் சிவப்புமாக நிறைய ரப்பர் வளையல்கள் அணிந்திருந்ததுமான அந்தக் கைகளே முகத்தை விடவும் ஞாபகம் வரும். சொல்லப் போனால் சாயம் போன துணி மாதிரி என்னமோ போல இருக்கிற முகத்தை அவளுக்குப் பிடிக்கக் கூட இல்லை.

பிச்சம்மாவின் அம்மாவுக்கு சுபத்ராவைப் பிடித்திருந்தது. இரண்டு வகுப்புக் கூடுதலாகப் படிக்கும் அவளோடு தன் மகள் ஒன்றாகப் போகிறதும் வருகிறதும் சந்தோஷம் தான். 'சடை உனக்கு யார் பின்னிவிடுதா? அம்மையா?' என்று ஒருதடவை கேட்டதற்கு, 'அம்மைக்குக் கடைச் சோலி சரியா இருக்கும்.

நானே தான் பின்னிக்கிடுவேன்' என்று சுபத்ரா சொன்னதும், பிச்சம்மாவின் அம்மாவுக்குக் கண் கலங்கியது. வேறு ஒன்றும் சொல்லாமல், சுபத்ராவின் இரண்டு வழுவழுப்பான, இறுக்கமாகப் பின்னிய இரட்டைச் சடைகளையும் ஒவ்வொன்றாக ஏந்தி, அதன் முறுக்கைத் தளர்த்திவிட்டாள். இரண்டு பக்க ரிப்பன் முடிச்சும் சரியாகத்தான் இருந்தது. அதன் சிறகுகளை லேசாக நிமிட்டிவிட்டு, 'கண்மை போட்டுவிடட்டுமா தாயி?' என்றாள். சுபத்ராவுக்குக் கண்மை போட்டுவிடுகிற அம்மாவை பிச்சம்மா பார்த்துக்கொண்டே இருந்திருக்கிறாள்.

'அம்மா, அக்காவுக்குப் பூனைக் கண்ணு' என்று பிச்சம்மா சொன்னாள். சொல்லி முடிக்கக் கூட இல்லை. அதற்குள் பிச்சம்மாவுடைய அம்மா, 'எந்த ஊர்ப் பூனைக்கு இப்படி ஒரு கண்ணு இருக்கு?' என்று கண் மை மிச்சம் இருந்த விரலைத் தன்னுடைய தலையில் இளுவிக்கொண்டாள்.

இடது கையையும் இடது பக்கத்துச் சட்டையையும் உடம்போடு போட்டுக்கொண்டு, வலது முழுக்கைக்குள் தன்னுடைய கையை உயர்த்தி நுழைத்துக்கொண்டு இருந்த பிச்சம்மாவின் அப்பா, இவ்வளவு நேரம் கண்மை போட்டுவிட்டதை அங்கீகரிப்பது போல, 'அதெல்லாம் சரி, கணக்கிலே எத்தனை மார்க்கு குவார்ட்டேலி எக்ஸாமிலே?' என்றார்.

'தொண்ணூத்தி ஒண்ணு' என்று சுபத்ரா சொல்லும் போது, பிச்சம்மாவின் அம்மா, அவள் முகத்திற்கு நேரே கண்ணாடியைக் கழற்றி நீட்டி, 'நல்லா போட்டிருக்கிறேனா?' என்று கேட்டாள். பிச்சம்மாவின் அப்பா பக்கம் திரும்பி, 'வாத்தியார் புத்தி போகுதா, பாரேன்' என்று சொன்னாள். 'தொண்ணூத்தியோரு மார்க்கையும் நீங்களே பொரிச்சுத் தின்னுங்க" என்று சிரித்தாள். பிச்சம்மாவின் அம்மா கையில் இருந்த கண்ணாடியை வாங்கி, சுபத்ராக்கா ஒரு இணுக்குப் போல இடமும் வலமுமாக முகத்தைத் திருப்பிப் பார்த்துக்கொண்டாள். வெளிச்சம் இல்லாத அந்த இடத்தில் அந்தச் சின்ன அசைவு, அதைச் சுற்றிப் படர்ந்திருந்த இருட்டை விலக்கித் தள்ளியது.

சுபத்ரா அக்கா எஸ்.எஸ்.எல்.சி, பிச்சம்மா எட்டுப் படிக்கும் போது தான் அது நடந்தது. கலைவாணர் படிப்பகத்திற்குப் பேப்பர் படிக்கப் போயிருந்த பிச்சம்மாவின் அப்பாதான் அவசரம் அவசரமாக 'பாப்பா, பாப்பா' என்று குரல் கொடுத்தபடி வீட்டுக்கு வந்தார். 'பிச்சம்மா அம்மாவை அவர் அப்படித்தான் கூப்பிடுவார். ஆனால் இவ்வளவு

உரக்கவும் அவசரமாகவும் அல்ல. ‘அம்மா, குளிச்சுக்கிட்டு இருக்கா’ என்று சொன்னதும், ‘நீ எங்கேயும் போயிராதே. சரியா?’ என்று மறுபடி வெளியே போனார். செருப்பைக்கூடப் போட்டுக் கொள்ளவில்லை. உதறின வாக்கில் அது கிடந்தது.

அரைமணி நேரத்துக்கு மேல் கழித்து வந்தவர், நேரே அடுக்களைக்குப் போனார். ‘அந்தப் பிள்ளையோட அம்மா நாண்டுக்கிட்டு நிண்ணுட்டுதாம்’ என்று சொன்னார். ‘மொட்டையா, அந்தப் பிள்ளைன்னு சொன்னா எனக்கு என்ன தெரியும். ரோட்டில அடிக்கிற வெயில் உங்க கூட வீட்டுக்குக் கூடவே வரும்ணு நினைச்சுக்கிட்டால் எப்படி?’ அம்மா முதல் ஈடோ இரண்டாவது ஈடோ, இட்டிலித் தட்டில் இருந்து எடுத்துப் போட்டபடி சொன்னாள்.

‘பிச்சம்மா சேக்காளி. பேரு சட்டுண்ணு வரமாட்டேங்கு’ என்ற அப்பாவைப் பார்த்த அம்மா, சட்டென்று கையை ஈரத்தண்ணீரில் முக்கி உதறியபடி நடைப்பக்கம் வந்தாள். உருண்டுவந்து கிடந்த ஈருள்ளியைக் குனிந்து எடுத்து வட்டக்கூடையில் போட்டாள்.

‘நீ கொஞ்சம் அங்கேயே இரி’ என்று பிச்சம்மாவிடம் சொன்ன அப்பா, குரலைத் தாழ்த்திக்கொண்டு சொன்ன விபரம் இதுதான். சுபத்ராக்கா அம்மா சுசியக்கடை பனங்கையிலேயே தூக்குப் போட்டுக்கொண்டாள். சுபத்ராவிடம் அந்தப் பலகாரக் கடைக்காரர் தப்பாக நடக்க முயன்றிருப்பார் போல. ‘உமக்கு அம்மையும் மகளும் கேக்கா அப்படி?’ என்று ஒரே சண்டையாகக் கிடந்திருக்கிறது. ஒரே தள்ளாக இவளைப் பிடித்து சுவரோடு ஓங்கித் தள்ளிவிட்டு அந்த ஆள் ஓடிப் போய்விட்டிருக்கிறான். ‘கதவைச் சாத்திக்கோ’ என்று சுபத்திராவிடம் சொல்லிவிட்டு அவனைத் துரத்தியபடி வெளியே போனவள் திரும்ப வீட்டுக்கு வரவில்லை. கடையிலேயே தொங்கிவிட்டாள். பஜார் முழுவதும் கூடிக்கிடக்கிறது

சிவந்திபுரம் வாழைத் தோப்புக்குள் பம்மிக்கொண்டு இருந்த அந்த ஆளை, அவன் உடுத்தியிருந்த சாரத்தை அவிழ்த்துக் கையைக் கட்டி இழுத்துவந்தது பண்டாரம் தான். சுபத்ராவை வெள்ளங்குழிக்குக் கொண்டுபோய் விபரம் சொல்லி, அவள் அப்பா குடும்பத்தோடு விட்டுவிட்டு வந்ததும் அவன் தான். எதுவுமே நடக்காதது போல, இரண்டு வாரத்தில் அந்த ஆள் கடையைத் திறந்து வியாபாரம் செய்ததைப் பார்த்த ஆத்திரத்தில், பண்டாரம் வெட்டின வெட்டு தோள்ப் பட்டையில் விழுந்ததோடு சரி. பண்டாரத்தையும் உள்ளே போட்டார்கள். அந்த ஆளையும் பெட்டி கேசில் உள்ளே போட்டார்கள். வெளியே வந்ததற்கு அப்புறம் பண்டாரம் ஊரில்

இல்லை. செங்கோட்டை, கொல்லம் என்று அவனுடைய சேர்க்கை மாறிவிட்டது.

சுபத்ராவைக் கட்டிக்கொள்ளப் போகிறேன் என்று வெள்ளங்குழிக்குப் போய் அவளுடைய அப்பாவிடம் கேட்டிருக்கிறான். அப்பா அதெல்லாம் முடியாது என்று சொல்லியிருக்கிறார். 'நல்லபடியாக அந்தப் பிள்ளையை வச்சுக் காப்பாத்துவேன். சொன்னாக் கேளுங்க' என்று தணிந்து கேட்டிருக்கிறான். அப்படிச் சொல்லும் போது ஒரு பூவரச மரத்தடியில் நின்றானாம். கைக்கு எட்டின ஒரு பூவரசம் பூவைப் பறித்துக் கையில் வைத்து, 'இந்தா இந்தப் பூ மேலே சத்தியமாச் சொல்லுதேன்' என்றானாம். எல்லாவற்றையும் சத்தமில்லாமல் கவனித்துக்கொண்டு இருந்த சுபத்ரா, அப்பாவை வீட்டுக்குள் கூப்பிட்டு, 'பண்டாரத்தையே கட்டிக்கிடுதேன்' என்று சொல்லிவிட்டாளாம்.

இதுவரைக்கும் நடந்ததை சுபத்ரா தான், நான்கைந்து பக்கங்களில் கடிதமாக எழுதி, பிச்சம்மா பெயருக்கு எழுதாமல், பிச்சம்மாவின் அம்மா பெயருக்கு அனுப்பியிருந்தாள். பாப்பா என்று அப்பா கூப்பிடுவாரே தவிர, அம்மா பெயர் பெரிய நாயகி. அதே போல அப்பாவுடைய பெயர் குருநாதன், குருசாமி அல்ல. சுபத்ரா எழுதின விலாசத்தில், திருமதி பாப்பா குருசாமி, c/o திரு.குருசாமி, ஆசிரியர் என்று இருந்தது. வீட்டு நம்பரில்லை. தெருப் பெயர் ஊர்ப்பெயர் மட்டும் இருந்தாலும் வந்து சேர்ந்துவிட்டது. அம்மா தான் அதை முதலில் படித்துவிட்டு பிச்சம்மாளிடம் கொடுத்தாள். மறுபடி அப்பா வந்ததும் விபரத்தைச் சொல்லி, அப்பாவையும் அதைப் படிக்கச் சொன்னாள்.

அடிக்கடி கரண்ட் போய்க்கொண்டு இருந்த நேரம் அது. அப்பா அதை ஒரு கை விளக்கை மேஜையில் வைத்துப் படித்தார். காற்றில் அலையும் வெளிச்சத்தில் பிச்சம்மாவின் அப்பா அந்தக் கடிதத்தைப் படிக்கிற தோற்றம், அவர் முகத்தையே பக்கம் பக்கமாக அந்த வெளிச்சம் புரட்டுவது போல இருந்தது. தையல் மெஷின் ஓடுகிற சத்தம் கூடக் கேட்டது. ஏன் என்றால், சுபத்ராக்கா இப்போது தையல் படித்துத் தைத்துக் கொடுக்க ஆரம்பித்திருப்பதாகவும் எழுதியிருந்தாள்.

பிச்சம்மாவுக்குத் துக்கமாகவும் கைத்தசிரிப்பாகவும் வந்தது, இப்படி ஒவ்வொருத்தருக்கும் முன் பின் தெரியாத ஊரில், அவர்களுக்கு வேண்டிய ஒருத்தரைத் தேடித் தனியாக நடக்க வாய்க்குமெனில், அந்தத் தெரு முடிவதற்குள் ஒரு முழு வாழ்க்கையையும் திரும்பிப் பார்த்துவிடலாம். முழுவாழ்க்கையில்லாவிட்டாலும், அதன் சாரம் பூராவையும் மனதில் வாங்கிக் கொள்ளலாம் என்று தோன்றியது.

வீடு கட்டவோ ரோடு போடவோ ஓரமாகக் குவித்துப் போட்டிருக்கிற கருங்கல் ஜல்லியின் கூம்பில் உட்கார்ந்து அழவேண்டும் போல இருந்தது. தூக்குச் சட்டியைத் தரையில் வைத்துவிட்டு வாருகால் ஓரத்தில் உட்கார்ந்து சிறுநீர் போகும் பெண்ணிடம் கொஞ்ச நேரம் பேசவேண்டும் என விரும்பினாள். அவளுடைய பெயர் முருகேஸ்வரியாக இருக்கும் என்று கூடத் தோன்றியது. பார்க்கப் போனால் முருகேஸ்வரி என்று யாரையுமே அவளுக்குத் தெரியாது. ஆனால் அந்தப் பெயர்தான் அவளுக்கு மனதுக்குள் வந்தது.

அடையாளம் சொன்ன பெண்களில் ஒருத்தி, 'இப்படியே மேற்கே போனால் தென் பக்கத்தில் தெருவடியில ஒரு வில்வ மரம் நிக்கும். எண்ணி, அதுலே இருந்து மூணாவது வீடு' என்று சொல்லியிருந்தாள். சாக்கடைக்குள் ஒரு பெரிய வில்வக்காய் உருண்டு கிடந்தது. ஒரு சைக்கிள் வண்டியில் என்ன நிழல் விழுந்துவிடும்? அந்த நிழலில் படுத்திருந்த ஒரு நாய் பிச்சம்மாவின் கால் அரவத்தில் எழுந்து ஓடியது. வெயிலின் தகிப்பில் திறந்து நாக்குத் தொங்கியிருந்த அதன் வாய் ஒரு சிரிப்பை வைத்திருந்தது.

தனக்குக் கல்யாணம் ஆகிவிட்டது எல்லாம் சுபத்ராக்காவுக்குத் தெரியும் என்றாலும், அதற்கு அப்புறம் இப்போதுதான் பிச்சம்மா அவளைப் பார்க்கப் போகிறாள். இடையில் இருக்கிற ஒரே ஒரு வீட்டின் முன் பக்கத்துக் காரைச் சுவரை யாரோ சற்று முன்னால் தான் காலால் எட்டி உதைத்துத் தள்ளிய தோற்றத்தில் செங்கல்கள் கிடந்தன. தையல் மெஷின் சத்தம் கேட்டது. அல்லது கேட்பதாகப் பிச்சம்மாள் நினைத்துக்கொண்டாள்.

'அக்கா' என்று கூப்பிட்ட முதல் சத்தத்திலேயே 'யாரு' என்று ஒரு சத்தமும், 'இந்தா வாரேன்' என்று ஒரு சத்தமும் வந்தது. அவள் வந்துகொண்டு இருக்கும் போதே, 'யாருண்ணு பாரு' என்று உள்க்கட்டில் இருந்து ஒரு ஆண்பிள்ளைச் சத்தம் வந்தது.

பிச்சம்மா வாசலில் நின்றுகொண்டு இருந்தாள். அவளுக்கு சுபத்ராவை விடவும் பண்டாரத்தைத் தான் முதலில் பார்க்கவேண்டும் என்று தோன்றியது.

தமிழ் இந்து
சித்திரை மலர் 2017